आपल्या स्नेहीजनांना पुस्तके भेट द्या

पेरी मेसन यांच्या रहस्य कथा

द केस ऑफ द हॉन्टेड हसबन्ड

लेखक

अर्ल स्टॅन्ले गार्डनर

अनुवाद

ज्योती आफळे

D9900259

मेहता पब्लिशिंग हाऊस

THE CASE OF THE HAUNTED HUSBAND by
ERLE STANLEY GARDENER

© 1941 by Erle Stanley Gardner

Translated into Marathi Language by Jyoti Aphale

द केस ऑफ द हॉन्टेड हसबन्ड / अनुवादित कादंबरी

अनुवाद : ज्योती आफळे
ए२/४०६, गंगाधाम फेज १, मार्केटयार्ड, पुणे - ४११०३७.

मराठी अनुवादाचे व प्रकाशनाचे हक्क मेहता पब्लिशिंग हाऊस, पुणे.

प्रकाशक : सुनील अनिल मेहता, मेहता पब्लिशिंग हाऊस,
१९४१, सदाशिव पेठ, माडीवाले कॉलनी, पुणे - ४११०३०.

मुखपृष्ठ : चंद्रमोहन कुलकर्णी

प्रथमावृत्ती : मे, २०१८

P Book ISBN 9789387789609

१

स्टीफन ओल्गरने त्या काउंटरचा ताबा घेतला ज्यावरून झेंडर ट्रॉपिकल शॅकच्या रक्षकांकडून हॅटस्‌ची तपासणी केली जात असे. तिथून जाणाऱ्या पाठमोऱ्या मॅनेजरकडे पाहताना आपल्या सांध्यांची त्वचा ताणली जात असल्याचे, कानशिलातले रक्त उसळत असल्याचे तिला जाणवते.

तिच्या पाठोपाठ मिस्कील चेहऱ्याची, पातळ ओठांची, काळी सावळी एमिली कार आली. शांतपणे हॅंगरला अडकवलेले कोट सरळ करण्याच्या कामी लागली. तिची कार्यकुशल बोटे चपळाईने काम करू लागली.

"खरंच, हे खूप वाईट झालं....''पाठमोऱ्या मॅनेजरवरून नजर न हटवता स्टीफन म्हणाली.

"तो भलेपणासाठी ओळखला जात नाहीच'' एका खिशाचा फ्लॅप ठीकठाक करत एमिलीने मत मांडले. "एका ओव्हरकोटाच्या खिशातून एखादा असे कितीसे पैसे मिळवू पाहील... नाही नाही... ओव्हरकोटाच्या खिशातून एखाद्याला किती पैसे मिळतील... आता तू काय करणार स्टीफन?''

"इथून निघून जाणार- माझी मर्जी!'' स्टीफन ओल्गरने उत्तर दिले.

एमिली कार कोट अडकवलेल्या रॅकपासून दूर होऊन स्टीफन ओल्गरचे गोरेपान सौंदर्य न्याहाळू लागली. "ते नाही जमायचं, स्टीफन. तो फार चतुर आहे. तू त्याच्याशी वाकडेपणा घेतला आहेस. हे त्याच्या ओळखीचे नाही आणि त्याला ते आवडतही नाही. मग काय? तो दोन रक्षक निवडतो आणि त्यांच्याकरवी टिपच्या रकमेत खुणा केलेले डॉलर्स ठेवून देतो. तू ती नाणी तपासतेस. त्यात ते डॉलर्स नसतात. आता तुझी परिस्थिती अगदीच बिकट झाली आहे.''

"एमिली, त्या पैशांचं काय झालं, मला खरंच ठाऊक नाही. दोन्ही टिप्स मला स्पष्टपणे आठवताहेत. मी त्या दोन्ही रकमा एका खणात ठेवल्या, आणि...''

"आणि तुला बोलावणं आलं?'' एमिलीने विचारलं.

"हो. का?"

"नाही, काही नाही. तू तिथून गेल्यावर त्यानेच ते डॉलर्स तिथून उचलले-उरलेली रक्कम तिथेच ठेवली. पुढे त्याने खिशांची तपासणी केली. याला तूच जबाबदार आहेस. कारण टिपेची रक्कम तूच हाताळत होतीस. तू तरी काय करणार? आता तुला त्याच्या म्हणण्याप्रमाणे वागावेच लागेल."

"तेव्हाच त्याच्या मुस्काटात ठेवून द्यायला हवी होती. अजूनही मी हे करू शकते."

"अशाने अप्रामाणिकपणा केल्याबद्दल तो तुझे नाव काळ्या यादीत टाकेल. टीप लंपास करणे ही अशी गोष्ट आहे जी ते या कामात अजिबात खपवून घेत नाहीत."

"एमिली, तुला असा त्रास कधीच झाला नाही. मी तो खूप सहन केलाय. माझं काय चुकतंय?"

"तू सगळ्यांचं सगळं ऐकून घेतेस!"

"आपल्या पदाचा फायदा घेणाऱ्याबरोबर एका मुलीनं कसं वागावं?"

"त्याच्या डोक्यात भलतेसलते विचार येण्यापूर्वीच त्याचा बंदोबस्त कर." एमिली कारने सहजपणे सांगितले.

"असे काही विचार त्याच्या डोक्यात येतील अशी काही लक्षणं दिसली नाहीत मला."

"पण मला दिसली. आज नाही; पण काल, परवा आणि बहुधा मागच्या आठवड्यातही. एकदा मी एका योद्ध्याबरोबर गेले होते. त्यानं मला सांगितलं, दुसऱ्या माणसाला कधीही स्थिरस्थावर होऊ द्यायचं नाही. त्याला तोल सावरूच द्यायचा नाही. दुसरा माणूस स्थिरस्थावर झाला की, तुम्हाला डच्चू मिळालाच म्हणून समजा. त्याला तसं काही करू द्यायचं नाही."

स्टीफन वैतागून म्हणाली, "खरं तर मी हॅट तपासायला अगदी कंटाळले आहे. मला दुसरं काहीतरी करायचंय. हॉलिवूडमध्ये माझी एक मैत्रीण आहे. हॉर्टी आठवतेय तुला?"

एमिलीने मान हलवली.

"तिच्या सुट्टीवर असताना मला भेटायला आली होती ती मुलगी; मी तिला इथं आत आणलं होतं..."

"तीच ना ती कमनीय शरीरयष्टीची?" एमिलीने तिला मधेच थांबवलं.

"हो, तीच ती."

"पैज लावून सांगते, तिला कुणीही बकरा बनवू शकणार नाही." एमिली कार म्हणाली.

''बरोबर आहे तुझं. अशा एखाद्याला ती बरोबर तिच्या पद्धतीने वठणीवर आणेल.''

''हे बघ स्टीफन, मी सांगतेय ते नीट ऐक. जरा मेंदूचा वापर कर. सगळं काही मनासारखं होईल असं समजू नकोस. कारण...''

''मला नोकरीवरून काढून टाकलंय?'' स्टीफनने विचारलं.

''तो तरी तसंच म्हणाला.'' एमिलीने कबुली दिली.

''त्याने तेच शब्द उच्चारले होते; पण त्याला ते तशा पद्धतीनं वापरायचे नव्हते. त्याला वाटलं, तू डोळ्यांत अश्रू आणि अवहेलना घेऊन जाशील आणि ते पैसे दुसऱ्या कुणीतरी घेतल्याचं पटवण्याचा प्रयत्न करशील. तो भलेपणासाठी ओळखला जात नाही हे मी तुला आधीच सांगितलं आहे.''

स्टीफनने घड्याळाकडे नजर टाकली. ''एमिली, मला वाटतं, तू एकटी हे सगळं सांभाळू शकतेस?'' तिने विचारलं.

''तू म्हणत असशील तर सांभाळेन.''

''मला तेच म्हणायचंय. तो मला शोधत परत इकडे आला तर त्याला सांग, मी ठरवलंय की- त्याला सांग मी दुसरा एक बेत आखलाय.''

एमिली कारच्या संवेदनशील चेहऱ्यावर चटकन हास्य फुलले.

''तो ते समजून घेईल.''

''हं... मला वाटतंय घेईल समजून.''

''काही पैसे हवेत का?''

''नको, मी कुणाला तरी लिफ्टसाठी विनंती करेन.''

''स्टीफन, तुझं मधलं नाव काय आहेस म्हणालीस?''

''क्लेअर. का?''

''ठीक आहे. तुझ्या नावातलं ते ओल्गर काढून टाक. फार कर्कश वाटतं ते. तुझा चेहरामोहरा पाहता ते रशियन वाटतं; स्टीफन क्लेअरच ठेव. ते छान वाटतंय, कुणी सांगावं, कदाचित तुला हॉलिवूडमध्ये ब्रेक मिळूनही जाईल आणि ब्रेक मिळालाच ना, तर तू त्याचं सोनं करशील. पाहता पाहता रंग विरून जाणाऱ्या त्या पिवळसर सुंदरींसारखी नाहीस तू. तुला कसा शुभ्र-सोनेरी रंगाचा स्पर्श झालाय. तुकतुकीत कांती आहे तुझी. अशी तुकतुकी, जी सगळ्यांचं लक्ष वेधून घेते आणि खिळवून ठेवते.''

''थँक यू'' म्हणत स्टीफनने कोट आणि हॅट चढवली.

''या खेळात तू आमच्यापैकी बहुतेकांपासून वेगळी आहेस -आणि तू कशापासून तरी लांब पळते आहेस. कोण आहे तो, नवरा?''

''नाही. पैशांपासून आणि त्याच्याशी जोडल्या गेलेल्या बंधांपासून'' स्टीफनचा

स्वर त्रासिक होता.

"कसला पैसा आणि कसले बंध?"

"माझे श्रीमंत काका. त्यांना वाटतं, ते माझ्यावर हुकमत गाजवू शकतात-अगदी मी ज्याच्याशी लग्न करावं तो मुलगाही निवडू शकतात."

एमिलीने बारकाईने तिचं निरीक्षण केलं. "मला तरी वाटतं, तू परत जावंस बाई."

"अजिबात जाणार नाही. मी हॉलिवूडच्या दिशेनं पाऊल टाकलं आहे. कुणी सांगावं, सिनेमामध्ये कदाचित माझं नाव उजळून निघेल."

"हो, तू ते करू शकतेस. सॅम गोल्डविनला हॅलो सांग. क्लार्क गेबलला मी विचारल्याचं सांग. मॅनेजरसाठी काही निरोप देणार आहेस?"

"हो तर."

एमिलीचे डोळे चमकून उठले. "मी तुझा निरोप त्याच्यापर्यंत पोहोचवायचा प्रयत्न करेन, म्हणजे त्याला तो चांगला समजेल. चल, बाय."

"बाय."

"विश यू बेस्ट लक."

"थँक्स."

२

"बेकर्सफिल्ड इथून पुढे आहे. सॉरी, पण मी तिकडे जात नाही." त्याने सांगितले.

"लॉस एंजेलिस इथून किती दूर आहे?"

"शंभर मैलांपेक्षा किंचित जास्त, दोन-सव्वादोन तासांत तिथे पोहोचता येईल. आज रातोरात तिकडे जाण्याचा अट्टहास तू करू नयेस असे वाटते."

"नाही, त्याने काही फरक पडणार नाही. लॉस एंजेलिसमध्ये माझी एक मैत्रीण राहते. मी तिच्याबरोबर राहू शकते."

"खरं तर तुला इथंच एखादी खोली मिळवून द्यायला मला आवडेल. इथे एक छानसे हॉटेल आहे."

"नो, थँक्स. काही काळजी करू नका."

"फारच उशीर झालाय, आणि..."

स्टीफन हसू लागली. "हे पाहा, मी माझी काळजी घेऊ शकते. याआधीही मी अशी गेलेली आहे."

"बरं, हे बघ, हे ट्रॅफिक सर्कल आहे. याला वळसा घालून लॉस एंजेलिसला जावं लागतं. मी काय म्हणतो, मी तुला हमरस्त्यावरच्या एखाद्या स्टॉपवर सोडतो. तिथल्या रस्त्यांवर भरपूर दिवे आहेत. तिथे तुला लिफ्ट मिळवायला सोपं जाईल."

"अहं, काही काळजी करू नका. लिफ्ट काय, मी कुठेही मिळवू शकते."

"फारसं लांब नाही इथून."

"इथेच सोडाल का मला?"

"नाही. मी माझं काम पूर्ण करूनच थांबेन."

स्टीफनने गाडीचा दरवाजा उघडला. "ठीक आहे, मी इथे उतरते. माझी काळजी करायचं थांबवा आता" हसत हसत स्टीफनने सांगितले.

"अजूनही मला वाटतंय, मी तुला हमरस्त्यावरच्या एखाद्या स्टॉपवर सोडावं आणि..."

"नको. इथेच ठीक आहे. खूप आभारी आहे मी तुमची. तुम्ही दिलेली लिफ्ट, माझ्यासाठी केलेली प्रत्येक गोष्ट खूपच मौल्यवान आहे. तुमचं वागणंही खूप छान होतं."

तिने आपला हात पुढे केला. त्याने क्षणभर तो आपल्या हातात धरला. चाळीशी पार केलेला तो इसम चोविशीतल्या त्या मुलीकडे एक लहान मुलगी म्हणून बघत होता. त्याची कळकळ स्तुत्य होती; पण तिला ती त्रासदायक वाटत होती. "मी जाईन इथून" तिने पुन्हा एकदा सांगितले. हसून आपला हात मागे घेतला आणि गाडीचे दार लावून घेतले.

गाडी एकदम चालू न करता, तिच्याकडे पाहात तो तिथेच थांबला. जणू काही स्टीफन कोणाकडून लिफ्ट घेते हे त्या इसमाला अजमावयाचे होते.

हसतच स्टीफन माघारी आली. "हे पाहा, तुम्ही असे करू शकत नाही. ते काहीतरी कारस्थान वाटतंय. माझ्यावर नजर ठेवून तुम्ही इथे थांबला आहात हे पाहून इतर वाहनचालक तुम्हाला इथे थांबू देणार नाहीत." ती त्याच्या चेहऱ्यावरचे हावभाव वाचू लागली.

त्याने गाडी सुरू केली. "होता होईल तो महिला ड्रायव्हरच बघ. खूप उशीर झालाय, तुला माहीत आहेच."

त्याची गाडी नजरेआड होईपर्यंत आपली हँडबॅग डाव्या हातात सावरत स्टीफन तिथेच थांबली. नंतर मोठ्या आशेने तिने हायवेवर नजर टाकली. नुकतेच दहा वाजून गेले होते. एक वाजेपर्यंत ती लॉस एंजेलिसला पोहोचली असती.

एक मिनिटभर हायवेवर अजिबात गाड्या नव्हता. नंतर त्या झुंडीने आल्या. त्यांपैकी चार प्रखर प्रकाशझोत टाकत एकापाठोपाठ आल्या. अशा ओळीने येण्याऱ्या गाड्या क्वचितच थांबतात हे स्टीफनला ठाऊक होते. प्रत्येक ड्रायव्हर पहिले स्थान

अबाधित राखण्यासाठी आणि इतरांना मागे टाकण्यासाठी इतका उतावळा असतो की, लिफ्ट मागणाऱ्यांकडे त्यांचे लक्षच नसते. ती काही पावले मागे सरकली.

त्या गाड्या तिच्यावर रोखल्या गेल्या. झगझगीत, पांढऱ्या हेडलाइटस्नी तिच्या डोळ्यांना अंधारी आली. पहिली गाडी रोरावत निघून गेली. तिच्या मागोमाग येणाऱ्या हवेच्या झोतांनी तिचा स्कार्फ फडफडला. अभावितपणे तिचा एक हात हॅटच्या दिशेने उंचावला. पाठोपाठ दुसरी, तिसरी आणि चौथीही गाडी झपाट्याने निघून गेली. तिने डोळे उघडले तेव्हा पाचवी गाडी तिच्यावर जवळपास आदळतच होती. ती गाडी आली तीच लडिवाळ, शक्तिशाली फुत्कार टाकत. पुढे गेलेल्या चारही गाड्यांना मागे टाकण्यास उत्सुक असलेल्या, प्रचंड वेगाने जाणाऱ्या गाडीच्या वेगाचा तो हुंकार होता. थोड्याच वेळात गाडीचा मागचा भाग लाल दिव्यांनी उजळून गेला. ब्रेक दाबले गेल्याने थांबलेली ती महाकाय गाडी किंचित थरथरली.

रस्ता मोकळा असल्याची खात्री पटण्यासाठी स्टीफनने मागे वळून पाहिले आणि ती धावत सुटली.

तिने पळण्याचा पवित्रा घेतला होता; त्यामुळे ड्रायव्हर आपली गाडी मागे घेईल, ही तिची अपेक्षा; पण त्याने तसे काही केले नाही. गाडीच्या अगदी जवळ गेल्यावर तिच्या लक्षात आले, तो अशा प्रकारचा इसम नव्हता.

तो इसम त्या गाडीच्या भडक आलिशानतेला हर प्रकारे साजेसा होता. ती उडी मारून त्याच्या शेजारी बसली. त्याबरोबर तिशी पार केलेल्या, काळ्याभोर, बेफिकीर डोळ्यांच्या त्या इसमाने तिला नखशिखांत न्याहाळले. हलक्या, काळ्या ओव्हरकोटच्या आत त्याने डिनर जॅकेट घातले होते. गिअरवरच्या त्याच्या हाताची त्वचा मुलायम होती. हाताच्या नखांची व्यवस्थित निगराणी केलेली दिसत होती. करंगळीत हिऱ्यांची अंगठी लखलखत होती. स्टीफनच्या नाकपुड्यांनी व्हिस्कीचा हलकासा दर्प अचूकपणे ओळखला. त्याच्या मिशा आखूड, काळ्या होत्या. तर डोळे त्या पेयामुळे लालभडक झाले होते.

पण तो माणूस कार्यक्षम दिसत होता. ती गाडी, आधुनिक, आलिशान आणि वेग वाढवण्यासाठी गिअर असणारी होती. सॅनफ्रान्सिस्को ते बेकर्सफिल्ड हा लांबलचक प्रवास तिने ज्या गाडीतून केला होता त्यापेक्षा ही पूर्णपणे वेगळी होती.

त्या माणसाने गिअर उचलला. वेग धारण करताच गाडीच्या आवाजाने पुन्हा एकदा आश्वस्त करणारा ठेका पकडला.

''लॉस एंजेलिस?'' हमरस्त्यावर थांबलेल्या त्या इसमाने सहज प्रश्न केला.

''हो. तू तिथपर्यंत जाणार आहेस का?''

''हो, हो. थंडी वाजते का?''

खरे तर सूर्यास्तापासूनच तिच्या पायांना थंडीने घेरले होते; पण या प्रश्नाला

लागून काय येणार हे तिने जाणले होते; त्यामुळे तिने उत्तर दिले, ''नाही, मी ठीक आहे. थँक यू.''

''बाटली त्या तिथं ग्लोव्ह कंपार्टमेंटमध्ये आहे बघ. मस्त चव आहे अगदी.''

''नको, मी ठीक आहे.''

त्याने वळून तिच्याकडे पाहिले. त्याच्या काळ्याभोर डोळ्यांत आत्मविश्वासाची चमक होती. ''फार कर्मठपणा दाखवू नकोस हं. की तशीच वागणार आहेस?'' ती हसली. ''मी कर्मठ नाही; पण अशीच आहे मी.''

''ठीक आहे. जशी तुझी मर्जी. एखादी चांगली जागा बघून गाडी थांबवावी म्हणतो. शॉर्ट पेगची गरज आहे मला. आधी या रहदारीतून बाहेर पडू या.''

काही मिनिटे त्याचे चित्त फक्त गाडी चालवण्यावर एकवटले होते. त्यांच्या पुढे असणाऱ्या, एका ओळीत धावणाऱ्या चार गाड्यांना याच्या गाडीने अलगद मागे टाकले. गाडीची चाके जणू काही सिमेंटच्या रस्त्यावरून उचलली जात होती, स्पीडोमीटरच्या माध्यमातून त्यांना तुडवत होती आणि तुच्छतेने मागे भिरकावत होती. स्टीफनला वाटले, साठचा वेग असावा. तिने स्पीडोमीटरच्या नीडलवर कटाक्ष टाकला. नीडल पंचाऐंशीवर स्थिरावली होती.

''वेगाबाबतच्या नियमांवर तुझा विश्वास आहे की नाही?'' तिने संभाषणाचा धागा पुढे नेत हसून विचारले.

''नाही.''

लीबेकला पोहोचेपर्यंत स्टीफनने या माणसाला पुस्तकासारखे वाचून काढले. तिने बाटलीतले थोडेसे मद्य स्वत:साठी घेतले. त्याच वेळी त्यानेही व्हिस्कीचा भलामोठा घुटका गिळल्याचे तिच्या लक्षात आले.

त्या माणसाकडे नक्कीच पैसा होता. जवळीक जणू काही त्याने गृहीतच धरल्यासारखे वाटत होते. त्याचे विचार चलाख; पण इतरांना तुच्छ लेखणारे होते. त्याच्या आक्रमक आत्मविश्वासामागे एक थंड क्रूरता होती- स्त्रीबद्दलचा तिरस्कार होता. स्टीफनने ठामपणे ओळखले, त्याचा दृष्टिकोन आणि एकंदर वृत्ती फक्त एकाच प्रकारच्या स्त्रियांना भावणारी आहे- आणि त्याचा अनुभव त्या स्वार्थी, बिनडोक, अडणीपाशीच अडल्याने समस्त स्त्रीजातीला तो त्याच मापाने जोखणारा आहे.

गाडीभोवती थंडगार वारा रुंजी घालत होता. गाडीत असलेल्या हीटरमधून तिच्या थंडगार पावलांभोवती उबदार हवेचे झोत येत होते; त्यामुळे तिच्या पावलांचा बधीरपणा झटकला गेला. तो माणूस उत्तम चालक होता. आणखी तासाभरात ते लॉस एंजेलिसला पोहोचले असते. तिथवर त्याला झुलवत ठेवून ती या गाडीतून जाऊ शकत होती.

स्टीफन त्याच्याशी जेमतेमच बोलत होती, जेवढे त्याने तिला गाडीबाहेर न काढण्यास पुरेसे होते. या कलेत तो अगदी कसबी असल्याचे जाणवत होते.

मद्याच्या दुसऱ्या पेगनंतर त्याने बाटलीचे झाकण घट्ट केले आणि ती ग्लोव्ह कंपार्टमेंटमध्ये टाकून दिली. त्याने तिच्या पाठीवर थोपटल्यासारखे केले. त्याचा हात तिच्या खांद्यावरून बगलेखालून घसरत तिच्या पायांना चाटून गेला.

"बरं का, आता आपण लॉस एंजेलिसला पोहोचू. तिथे गेल्यावर मला एक काम आहे... बाप रे काय रस्ता म्हणायचा की काय?" तो कुरकुरला.

त्याने गाडीचा वेग वाढवला. वाऱ्याचा एक भोवरा तिच्यावर आदळला. त्या वेगवान प्रवाहाने ती एका बाजूला कलली. ती रात्र अगदी थंडगार आणि अतिशय स्वच्छ होती. गाडीचे हेडलाइट रस्त्यावर तीव्र-प्रखर प्रकाशाचे झोत टाकत होते. समोरून येणारे चालक त्यांचे लाइटस् वारंवार मिचकावत होते; पण त्यांचे प्रयत्न निष्फळ ठरत होते. हा चालक रस्त्यावरच्या सभ्यतेला बधणारा नव्हता. त्याचे स्वत:चे लाइटस् इतर वाहनांकडून येणाऱ्या प्रकाशाची तीव्रता कमी करायला पुरेसे होते.

ते आता अधिकच वेगाने चालले होते. गाडीचा गुरुत्वमध्य खालच्या बाजूला असला तरीही वळणांवर ती हेलकावत असल्याचे स्टीफनला जाणवत होते. त्याने घेतलेल्या शेवटच्या मद्याचे प्रमाण भरपूर असणार हे तिने ओळखले. आता तो तिच्याकडे चोरटे कटाक्ष टाकू लागला. असे कटाक्ष, जे खुलेपणाने तिच्या शरीराचा आस्वाद घेत होते. त्याची नजरानजर टाळण्यासाठी उजव्या खिडकीतून दिसणारे दृश्य पाहण्यात आपण अगदी गुंग असल्याचे ती दाखवू लागली. ही पुढची सीट खूप रुंद होती म्हणून बरं. नाहीतर तो...

"ए मुली, इकडे सरक ना."

तिने चकित होऊन त्याच्याकडे पाहिले.

"चल, ये इकडे. उगाच उदासीन राहू नकोस."

ती हसली. "मला नेहमी कोपऱ्यातच बसायला आवडते."

"वेल, आता ते विसरून जा आणि इकडे सरक."

ती काही इंच पलीकडे सरकली.

"हे काय, एवढं पुरेसं नाही."

"तुला ड्रायव्हिंग करायला जागा तर हवी."

"ही गाडी एका बोटानेही चालवता येते. चल ये... काय झालंय तरी काय तुला? तू काही जुन्या वळणाची, जुन्या कल्पना कवटाळून बसणारी नाहीस... की आहेस? ए बाई, ये ना, सरक इकडे..."

त्याने डाव्या हाताने तिच्या मानेला विळखा घातला आणि तिला खेचून घेतले.

चटकन् रस्त्यावर एक नजर टाकली आणि नंतर डाव्या हाताने व्हील धरूनच बळजबरीने तिची हनुवटी उचलली.

तिच्या डोळ्यांना त्याच्या ओठांचा स्पर्श जाणवू लागला. मद्याचा दर्प तिच्या नाकात घुसला. तिने आपली सुटका करून घेण्यासाठी धडपड केली. तिला त्याच्या मिठीची इतकी भीती नव्हती, जेवढी गाडीच्या भयानक वेगाची होती. तिचा ग्लोव्ह घातलेला हात स्टिअरिंग व्हीलवर धडकला. "कुठे चालला आहेस ते बघ आधी" ती कर्कशपणे किंचाळली.

हसून त्याने स्टिअरिंग व्हील तिच्या हातातून काढून घेतले. ती आलिशान गाडी रस्ता पार करून हायवेच्या डाव्या बाजूला गेली होती. कर्णकटू आवाज करत त्याने ती पुन्हा एकदा उजवीकडे घेतली. चिडलेला एक चालक त्यांना पार करू लागल्याचे पाहताच त्याने हॉर्न दाबला.

"तुला काय करायचंय? दोघांनाही मारायचं आहे का?" स्टीफनने विचारलं.

"मला जेव्हा एखादी गोष्ट हवी असते, तेव्हा ती हवीच असते."

ती पुन्हा एकदा सीटच्या दुसऱ्या टोकाला जाऊन बसली. तिच्या अंगाला कंप सुटला होता.

खरे तर ती घाबरली होती; पण तिला तसे दाखवायचे नव्हते. शांतपणे आपली पर्स उघडून त्यातून तिने कॉम्पॅक्ट आणि लिपस्टिक बाहेर काढली. उजव्या हातातला मोजा काढून त्याच्या करंगळीवर तिने लिपस्टिक काढून घेतली.

"आपलं अजून संपलेल नाही" त्याने दरडावलं.

"माझं झालंय." शांतपणे त्याच्याकडे वळून तिने सांगितलं.

"पुन्हा एकदा विचार कर, माझ्याशी पंगा घेते आहेस?"

"तू गाडी थांबवलीस तर मी उतरून जाईन."

"त्या बाजूला दार आहे बघ" त्याने सांगितलं.

गाडीच्या स्वीचवर किल्ल्यांचा झुबका लटकत होता.

चटकन पुढे होत तिने गाडी बंद केली आणि किल्ल्या हिसकावून घेतल्या. त्या पर्समध्ये टाकून पर्स झटक्यात बंद केली.

"किती मस्ती आहे ग तुझ्यात" म्हणत तो तिच्या अंगाशी आला.

ती पुन्हा एकदा लढू लागली. उजव्या हाताने तिने त्याला जोरदार धक्का दिला. तिच्या करंगळीवरच्या लिपस्टिकने त्याच्या शर्टाच्या पुढच्या बाजूला लांबलचक, लालभडक रेषा रेखाटली. त्याने तिचे मनगट पिरगाळले. इग्निशन बंद झाल्याने गाडीचा वेग हळूहळू मंदावत होता. पंचाऐंशीवरून सत्तरवर, सत्तरवरून साठवर... तो तिच्या डाव्या हातातली पर्स हिसकावण्याचा प्रयत्न करू लागला. प्रयत्न करूनही पर्सवरची तिची पकड ढिली होईना तसे त्याने स्टिअरिंग व्हीलवरचा

आपला डावा हात काढून घेतला. तिचे ओठ त्याच्या शर्टवर दाबले गेले.

त्याला लाथ मारण्यासाठी तिने आपला पाय उचलला. त्याच वेळी विंडशिल्डमधून तिची नजर बाहेर गेली.

"बाहेर बघ." ती किंचाळली आणि तिची धडपड शांत झाली.

तिची शरणागती पाहून क्षणभर थांबत त्याने तिच्या अंगचटीला जायचा पवित्रा घेतला; पण त्यानंतर स्टिअरिंग व्हीलचा ताबा घेण्यासाठी तो मागे वळला.

गाडी हेलकावत रस्त्याच्या डाव्या बाजूला पोहोचली होती. रस्ता तीनपदरी होता. उजव्या लेनमधून थेट पुढ्यात आलेल्या दोन गाड्यांनी उजवी बाजू अडवली. डाव्या लेनमधून एक मोठा ट्रक आणि एक ट्रेलर त्यांच्या रोखाने येत होता. मधल्या लेनमधून हेडलाइट्सचा प्रखर झोत विंडशिल्डमधून आत आला.

त्या माणसाने झटक्यात स्टिअरिंग व्हील उजवीकडे वळवले. अनाहूतपणे त्याचे पाऊल थ्रोटलवर गेले; पण त्या मृतवत गाडीकडून काहीच प्रतिसाद मिळत नसल्याचे पाहताच त्याने ब्रेक दाबायचा प्रयत्न केला.

अचानक ब्रेक लागल्याने गाडी वळली आणि तिच्या मागच्या बाजूला एक हलका धक्का जाणवला.

समोरून येणाऱ्या गाड्यांचे हेडलाइट्स त्यांच्या अगदी पुढ्यातच होते. त्यांचा आकार वाढत गेला. त्यांचा झोत थेट स्टीफनच्या चेहऱ्यावर रोखला गेला. ती किंचाळली आणि त्या हेडलाइट्सनी तिच्यावर जणू झडपच घातली. हेडलाइट्स एकमेकांपासून इतके लांब असतात, इतके प्रखर असतात; इतके जवळ असतात याची तिला कधी प्रचितीच आली नव्हती.

काळोखाच्या एका प्रचंड लाटेत सगळे काही बुडून गेले. हेडलाइट्स, गाड्या अन् हायवे. आवाजाचा एक महाप्रचंड खणखणाटी नाद उमटला, जो अखेरच्या खळखळाटापर्यंत टिकून होता. तिच्या मनात आले, ठिकऱ्या उडालेल्या काचांचा सडा पडण्याचा नाद इतका वेळ टिकतो हे चमत्कारिकच म्हणायचे... आणि त्या प्रकाशाचे काय झाले? काळोखाच्या लाटेने रस्ता गिळून टाकला होता. काळोखाच्या त्या प्रवाहाने आवाजाला आपल्यात सामावून घेतले आणि तिलाही!

३

फिरत्या दिव्याची जाणीव होण्याइतपत स्टीफनची संवेदना शाबूत होती - तो दिवा आला तसा निघून गेला. तिच्या छातीत वेदना होती. वाहत्या द्रव पदार्थाचा खळखळाट कानी पडत होता.

पुन्हा एकदा तो दिवा आला, तिच्या डोळ्यांवर रोखला गेला. मोठ्या कष्टाने तिने डोळे उघडले. प्रकाशाचा झोत तिला मेंदूत शिरल्यासारखे वाटले.

एकजण म्हणाला, "ती जिवंत आहे. तिच्या डोळ्यांची हालचाल झाली होती."

तिच्या डाव्या अंगाखाली आणि वर काहीतरी असल्याचे तिला जाणवले. त्याला जणू काही लाटांचे तडाखे बसत होते. एकजण म्हणाला, "आपण तिला यातून उचलू शकतो."

तिने पुन्हा एकदा डोळे उघडले. या खेपेस तिची संवेदना जागृत झाली होती आणि ती पाहू शकत होती, पाहिलेल्याचा अर्थ लावू शकत होती.

ती त्या आलिशान गाडीच्या स्टिअरिंग व्हीलच्या मागे होती. मोजा असलेल्या डाव्या हाताने आणि मोजा नसलेल्या उजव्या हाताने तिने व्हील घट्ट धरून ठेवले होते. गाडी एका बाजूला कलली होती. खड्या उतारावर कशीबशी डळमळत उभी होती. तिच्या रेडिएटरमधून आणि कॅनकेसमधून पाणी वाहत होते. दिवे बंद झालेले होते. गाडी निश्चेष्ट पडली होती.

कुणीतरी पुन्हा एकदा फ्लॅशलाइट तिच्याकडे वळवला. विंडशिल्डला जागोजागी असंख्य तडे गेल्याचे तिला दिसले. सीटवर फुटक्या काचा चमकत असल्याचेही दिसले.

लोक तिच्यावर ओणवे झाले होते. त्यांचे हात गाडीच्या रुंद खिडकीतून तिच्यापर्यंत आले होते. मनगटाभोवती विळखा घातलेली बोटे तिला वर उचलत होती. एका माणसाचा आवाज आला, "मला इथं जरा हात द्या. या गाडीला कदाचित आग लागू शकते. त्वरा करा. ताई, तू तुझ्या पायावर उभी राहू शकतेस का?"

तिने पाय हलवण्याची धडपड करून पाहिली. तिचे पाच जणू काही पिरगाळले गेल्याने निरुपयोगी झाले होते. तिच्या मनगटावरच्या अतिबलवान दाबानेच तिला तोलून धरले. नंतर काही हात तिच्या बगलेखाली, अंगाखाली आले आणि ती अलगदपणे उचलली गेली.

पुन्हा एकदा काळोख. तिला आपल्याला कुठे तरी नेत असल्याची जाणीव झाली... आवाज, निरर्थक संवाद करत असलेले आवाज. ती ते आवाज ऐकू शकत होती, त्यातले शब्द समजू शकत होती; पण तिच्या मेंदूला कसलाच अर्थ उमगत नव्हता... रस्त्यावरचे रक्तासारखा लालभडक प्रकाश ओकणारे दिवे... टायर्स घासले गेल्याचा आवाज... "लवकर चला, तिथे अपघात झालाय" ... "तिकडे, तिकडे..." "मला वाटतं, तो खलास झालाय..." "बरोबर इथेच..." "क्षमा करा मॅडम, इथे अपघात झालाय..." टायर्सचा कर्कश आवाज... सायरन.

विस्मृतीचा काळोख.

तिला अंगभर वेदनांची जाणीव होत होती. गाडी सिमेंटच्या रस्त्यावरून वेगाने

जात होती. रस्त्याच्या सांध्यांवर टायर्सच्या धडका बसल्याने छोटे छोटे पण जोरदार गचके बसत होते. सायरनचा एकसुरी आवाज, घंटेचा घणघणाट. आता ती रहदारीत होती. ट्रॅफिक सिग्नलचा, हॉर्नस्चा, रस्त्यावरच्या गाड्यांच्या गोंगाटाचा आवाज तिच्या कानी पडत होता; पण ॲम्ब्युलन्स थेट पुढे चालली होती. तिचा सायरन रस्त्याची उजवी बाजू मोकळी करून घेत होता. ॲम्ब्युलन्सचा ड्रायव्हर खोळंबलेल्या रहदारीतून वेगाने वाट काढत होता. कधी या बाजूला तर कधी त्या बाजूला वळत, रस्त्यातले अडथळे चुकवत होता. स्टीफनला रस्त्यावरच्या छोट्या जोरदार गचक्यांची, आलिशान गाडीच्या हेलकाव्यांची जाणीव होत होती.

तिला हातांचा स्पर्श जाणवला. एकाने तिला सांगितले, "काही काळजी करू नकोस." रोलर्सचा आवाज तिच्या कानी पडला, त्यानंतर उचलून तिला स्ट्रेचरवर ठेवले गेले. इथरचा जाणवल्याने तिने डोळे उघडले. कॉरिडॉरच्या पांढऱ्या भिंती वेगाने मागे पडत असल्याचे तिला दिसले. ती स्ट्रेचरवर होती... तिच्या डोळ्यांवर पडलेला प्रखर प्रकाशाचा झोत... तिच्या शरीराचा वेध घेणारी कार्यकुशल बोटे... वेदनेची लहर तिच्या शरीरातून सळसळत गेली. माणसांची कुजबुज, कडक स्टार्च केलेल्या कपड्यांची सळसळ ऐकू येते तोच त्वचेखाली सुई खुपसली गेली... तिला श्वास घ्यायला खूप जड जात होते. ताजी हवा मिळवण्यासाठी तिने चेहऱ्यावरून काहीतरी ओरबाडायचा प्रयत्न केला.

"अजिबात हलू नकोस. खोल श्वास घे." नर्सने सांगितले.

एक दीर्घ खोल श्वास...

४

स्टीफनच्या उशीवर विखुरलेल्या सोनेरी केसांवर हॉर्टीची नजर खिळली. "खूप मोठं संकट येऊन गेलं तुझ्यावर" ती म्हणाली.

स्टीफन हसली. "मला जाणवतंय ते. अंग न अंग ठणकतंय."

"हाडंबिडं मोडली नाहीत हेच नशीब समज. काही मोठ्या जखमा झाल्यात आणि पायाला टाके पडले आहेत. खांद्यावर थोडंसं खरचटलंय, पण ते सगळं व्यवस्थित जुळवून घेतलंय."

"काही खुणा तर दिसणार नाहीत ना?"

"फॅन डान्सिंग केलं नाहीस तर दिसतील अशा ठिकाणी कुठेही खुणा राहणार नाहीत."

"मी तेवढी काळजी घेईन. संमेलन संपल्यानंतर सेल्समनचा तांडा निघून

गेल्यावर हॉटेलची खोली जशी वाटेल ना, तसं काहीसं माझ्या तोंडाच झालंय. काय झालंय मला?'' स्टीफनने विचारलं,

''तू मोठ्या अडचणीत सापडली आहेस.''

''ते तर मीही म्हणतेय. मी इथं नोकरी शोधायला आले आणि आता इथं पडून राहिलेय. इथून बाहेर पडायला मला किती दिवस लागतील गं हॉर्टी? खरं खरं काय ते सांग हं.''

हॉर्टी तिशीला पोहोचलेली, दीडशे पौंड वजनाची होती; पण तिचं शरीर फुगल्यासारखं वाटत नसे. तिचा बांधा बऱ्यापैकी प्रमाणबद्ध होता जो पुरुषी नजरेला आकर्षून घेई. उत्साही स्वभावाचे प्रतिबिंब तिच्या नजरेत दिसे. ओठांच्या कडांशी कायम स्मितहास्य उमटलेले दिसे. आयुष्यात तिला सतत काही ना काही हसण्यासारखे आढळत असे. दृष्टिकोनातल्या उदार अंत:करणाच्या संयमामुळे प्रत्येक परिस्थितीत ती विनोद शोधू शके. ती कधीही अवमानित होत नसे, कधीही धास्तावत नसे आणि कधीही रागावत नसे. आयुष्य ती आपल्याच मस्तीत जगायची, हवे तेव्हा हवे ते खायची आणि कधीही चिंता करायची नाही. ''शिडशिडीत, एकशेवडी बांध्याच्या पुरुषांनाही चांगला स्वभाव नक्कीच आवडतो. चांगल्या स्वभावाच्या बरोबरीनं काहीसा मांसलपणा येतोच आणि मला खायला आवडतं. हे सगळं माझ्या अंगावर दिसतंच आहे.'' हॉर्टीला पुरुष-मित्रांची कधीच वानवा पडत नसे. पुरुष नेहमीच तिला बाहेर घेऊन जात, चांगली मैत्री करत आणि तिच्या मोहपाशात अडकत. इतर स्त्रियांना यामुळे उगाचचं खंत वाटे.

''सांग ना हॉर्टी, किती दिवस लागतील?'' स्टीफनने विचारले.

हॉर्टीने तिच्याकडे एकटक पाहिले. तिच्या ओठांच्या कडांवरचे हास्य काहीसे मावळले; पण डोळ्यांतला खट्याळपणा अजूनही शाबूत होता. ''तुझ्यावर नक्कीच खूप मोठा आरोप ठेवला जाईल.''

''म्हणजे? काय म्हणायचंय काय तुला?''

''त्या माणसाची गाडी चोरल्याचा आरोप.''

''गाडी चोरल्याचा आरोप! कशाविषयी बोलते आहेस तू?''

''त्या गुणगुणणाऱ्या भुंग्याला तू आपल्या पाशात अडकवले नाहीस?''

''देवाशपथ नाही! मी फक्त त्या गाडीत बसले होते.''

''तुझ्या उच्छ्वासाला मद्याचा दर्प येत होता.''

''हो. मी मद्य घेईपर्यंत तो माझ्या मागेच लागला होता.''

''पण तू तर गाडी चालवत होतीस.''

''मी असं काहीही करत नव्हते. खरंच सांगते.''

हॉर्टी गंभीर झाली. ''जुन्या मैत्रिणीला तू फसवू शकत नाहीस. होय ना?''

"अर्थातच नाही."

हॉर्टीने खोलीभर नजर टाकली आणि आवाज खाली घेतला.

"ओता बोलायला काही हरकत नाही, स्टीफन. नर्स बाहेर गेली आहे."

"मी तुला सांगितलंच आहे की, मी गाडी चालवत नव्हते."

"तू त्यांना सापडलीस तेव्हा स्टिअरिंग व्हीलच्या मागे होतीस."

अचानक स्टीफनला त्याची जाणीव झाली. "हो, मी तिथे होते खरी" तिने कबूल केले. "तेवढं आठवतंय मला. त्या माणसाचं काय झालं?"

"कुठला माणूस?"

"माझ्या बरोबरचा तो माणूस जो गाडी चालवत होता."

हॉर्टीने मान हलवली.

"कुणी जखमी झालंय का?" स्टीफनने विचारलं.

"खूपजण. काही तर गंभीर जखमी आहेत. तू उजव्या बाजूच्या गाडीला एक धक्का दिलास आणि तडक तुझ्या दिशेने येणाऱ्या गाडीच्या रोखानं गेलीस. समोरून धडक देऊन तिला रहदारीच्या दुसऱ्या टोकाला ठोकरलंस. ती समोरासमोरची धडक होती. नंतर तू रस्त्याच्या कडेला गेलीस, चार-पाच कोलांट्या खाल्ल्यास आणि बरोब्बर एका खड्ड्याच्या उताराच्या टोकावर येऊन थांबलीस. जळून भस्मसात कशी झाली नाहीस हे आश्चर्यच आहे!"

"पण मी ती गाडी चालवतच नव्हते! कुणाची होती ती गाडी?"

"हॉलिवूडमधल्या एका बड्या प्रस्थाची. काल संध्याकाळी ती चोरीला गेली होती."

"काल...? आज कोण वार आहे?"

"गुरुवार"

"हॉर्टी, ती गाडी खरोखरच चोरलेली होती?"

"हो तर."

स्टीफनने उठून बसायचा प्रयत्न केला; पण स्नायूंमधल्या वेदनेची जाणीव होताच पुन्हा एकदा गादीवर आडवी झाली. "काय नस्ती पीडा आहे..." ती कुरकुरली.

"परिस्थिती फार काही वाईट नाही म्हणायची. तू मला जे सांगितलंस तेच सांगत राहिलीस तर ते तुला गाडी चोरल्याच्या आरोपात अडकवू शकत नाहीत. तू नशेत असल्याचंही ते सिद्ध करू शकत नाहीत. हे बघ स्टीफन, तू खरंच हा गुन्हा केला नसशील आणि गाडी चोरली नसशील, तर वाईटातला वाईट आरोप ते तुझ्यावर ठेवू शकतात तो निष्काळजीपणे गाडी चालवल्याचा; की चोरी केली होतीस तू?"

"मूर्खासारखं काहीही बरळू नकोस. मी सॅनफ्रान्सिस्कोपासून प्रवासाला सुरुवात

केली. काल मी सॅनफ्रान्सिस्कोमध्ये असल्याचं सिद्ध करू शकते. बेकर्स फिल्डमधून मी या गाडीत बसले.''

''गाडी चालवणारा इसम प्यालेला होता का?''

''हो.''

''कितपत?''

''फार कमीही नाही; फार जास्तही नाही.''

''त्याने काही अतिप्रसंग करायचा प्रयत्न केला?''

''हो. त्याचा तसा प्रयत्न चालला होता. त्यातूनच तर हा सगळा मनस्ताप उद्‌भवलाय.''

''हे बघ स्टीफन, तू मला फसवू शकत नाहीस. तो प्यालेला आहे या कारणाने त्याने गाडी तुझ्या हातात द्यावी असा विचार तर केला नाहीस तू? कुणाचा बचाव तर करत नाहीस ना?''

''नाही गंऽ. मी अगदी प्रामाणिकपणे सांगते आहे.''

हॉर्टीच्या डोळ्यांतली चमक मावळली. ''तुला एखाद्या वकिलाची गरज लागेल असं दिसतंय तर...'' ती म्हणाली.

५

डेला स्ट्रीटने, पेरी मॅसनच्या सेक्रेटरीने, हॉर्टीची कथा ऐकून घेतली आणि दिलगिरीयुक्त स्वरात सांगितले, ''अशा लहान लहान केसेस घ्यायला मि. मॅसनकडे वेळ नाही आणि...''

''आणि मी नोकरी करणारी मुलगी आहे'' डेलाला थांबवत हॉर्टी म्हणाली.

''मी थोडाफार पैसा साठवलाय. मला तो बँकेत ठेवायचाय. शिवाय मला पगारही चांगला मिळतोय. मी स्वत: सेक्रेटरी आहे. मी ज्यांच्याकडे काम करते त्यांना लांबचे दिसत नाही.'' हास्याच्या खळखळाटासह तिने सांगितले.

''मी काही ऑफिसमधली शोभेची वस्तू नाही; त्यामुळे दिवसातून तीनदा खाऊ शकते. मि. मॅसनना सांगा, मी पगारावर कर्ज काढेन आणि...''

''त्याची गरज पडेल असे वाटत नाही'' हसून डेलाने सांगितले. ''मि. मॅसन फीच्या बाबतीत फार उदार आहेत. अशा छोट्या केसेस घ्यायला त्यांच्याकडे वेळ आहे की नाही हा खरा प्रश्न आहे. प्लीज, एक मिनिट थांब हं...''

लॉ लायब्ररीमधून ती मॅसनच्या खासगी कार्यालयात गेली.

पेरी मॅसन आपल्या आरामदायी, कुरकुरत फिरणाऱ्या खुर्चीवर बसून अपवादांच्या

मसुद्याचा अभ्यास करत होता. त्याच्या डेस्कवर उताऱ्यांची आणि कातडी आवरणाच्या कायद्याच्या पुस्तकांची चळत होती.

त्याने वर पाहिले. "काय आहे?"

"या केसमध्ये तुम्हाला फार स्वारस्य वाटायचे नाही; पण त्या स्त्रीमध्ये वाटेल" तिने सांगितले.

"कुठली स्त्री?"

"जिने ही केस आणली आहे ती."

पेरी मॅसनने फिरती खुर्ची डेस्कपासून मागे ढकलली आणि एका उघड्या ड्रॉव्हरच्या आधारे स्वतःभोवती एक गिरकी घेतली.

"मला सिगारेट केसमधील एक सिगारेट दे आणि काय झाले ते तपशीलवार सांग." त्याने सांगितले.

डेलाने त्याला सिगारेट दिली. मॅसनने एक काडी घासून त्या ज्योतीवर ती पेटवली.

"तर मी काय सांगत होते, ती पोलीश असावी असे वाटते. मला वाटतं, हे पोलीश लोक एकत्रच राहतात. स्टीफन क्लेअर ओल्गर नावाची तिची एक मैत्रीण आहे. तिने सांगितले की, स्टीफन फार सुंदर आहे; ती स्टीफन क्लेअर असे नाव लावते आणि..."

"दोघींपैकी बाहेर कोण आलंय" मध्येच मॅसनने विचारले.

"हॉर्टन्स झिकोस्की. बहुधा सगळे तिला हॉर्टी म्हणतात. तुम्हाला तिचा छान अनुभव येईल. तिचे शरीर कमनीय आहे. स्वभावही चांगला आहे. खूप प्रामाणिक वाटली मला ती. सुमारे सव्वीस वर्षांची असावी. ती सांगतेय की, ती एका दूरचे दिसू न शकणाऱ्या माणसाची सेक्रेटरी आहे; त्यामुळे तिला ऑफिसमध्ये शोभेच्या वस्तूसारखे वावरावे लागत नाही."

"केस काय आहे?"

"स्टीफन क्लेअरने सॅनफ्रान्सिस्कोपासून लिफ्ट घेतली होती. ती एका गाडीत बसली होती. एक माणूस गाडी चालवत होता. त्यांच्या गाडीची टक्कर झाली आणि ती शुद्धीवर आली तेव्हा स्टिअरिंग व्हीलच्या मागे होती; त्या माणसाचा कुठेही मागमूस नव्हता. होमन नावाच्या एका माणसाची ती गाडी आहे; तो हॉलिवूडमधला एक प्रख्यात निर्माता आहे. काल संध्याकाळी ती गाडी चोरीला गेली होती."

"अपराध किती वाजता झाला?"

"काल रात्री सव्वाअकराच्या सुमारास."

"मिस क्लेअर कुठे आहे?"

"तिला तातडीने इस्पितळात दाखल केलंय. काही ठिकाणी लिगामेंट फाटलेत, काही ठिकाणी खरचटलंय आणि काही टाकेही पडलेत. अपघात फारच भयंकर

होता. जखमींपैकी एकाच्या जीविताची काही शाश्वती देता येत नाही. तीन गाड्या या अपघातात सापडल्या होत्या. त्या मुलीनं मद्य घेतल्याचा पुरावा मिळालाय. तिनं एक पेग घेतल्याचं मान्य केलंय. तिच्याबरोबर असणारा माणूस गाडी चालवत असल्याचं ती ठामपणे सांगते आहे; पण तिच्याबरोबर कुणी असावं असं पोलिसांना तरी वाटत नाही. त्यांना वाटतंय, तिनं ती गाडी चोरली आहे - खरं तर त्यांना वाटतंय की, त्या गाडीची दोनदा चोरी झाली आहे.''

''ते कसं?'' मॅसनने प्रश्न केला.

''कदाचित काल संध्याकाळी ती गाडी हॉलिवूडमधून चोरीला गेली असावी. कुणीतरी ती बेकर्स फिल्डपर्यंत नेली आणि तिथेच सोडून दिली. त्या मुलीने सॅनफ्रान्सिस्कोपासून लिफ्ट घेतली होती. टिपेची रक्कम लंपास केल्याबद्दल तिला कामावरून काढून टाकले होते. तिनं पाहिलं, गाडीची दारं लॉक केलेली नाहीत आणि किल्ली गाडीलाच आहे. ती गाडी हॉलिवूडमधली असल्याचं पाहताच तिनं तिचा ताबा घ्यायचं ठरवलं.''

''मिस झिकोस्कीचं यावर काय म्हणणं आहे?''

''ती म्हणतेय, हे सगळं हास्यास्पद आहे- फक्त तिची भाषा आलंकारिक आहे.''

''अपघातात सापडलेल्या त्या माणसाला कुणीही पाहिलं नाही?''

''नाही ना-''

मॅसनच्या कपाळावर आठ्या पडल्या. ''या मुलीशी बोलतो आणि बघतो काय म्हणतेय ते. पाठव तिला आत.''

डेला स्ट्रीटने हॉर्टन्स झिकोस्कीला मॅसनच्या खासगी कार्यालयात आणलं. मॅसननं काळजीपूर्वक तिचं म्हणणं ऐकून घेतलं. मैत्रिणीबद्दलची निष्ठा आवडल्याचं प्रशस्तीपत्रकही दिलं. त्यानं तिला सांगितलं, ''कदाचित काही काळानंतर मी यात काही करू शकेन. आता मात्र त्याची खात्री देता येणार नाही. खरं तर तुला एका चांगल्या गुप्तहेराची गरज आहे. याच मजल्यावर ड्रेक डिटेक्टिव्ह एजन्सीचं ऑफिस आहे. त्याला तू स्वत: जाऊन भेट. त्याला मी पाठवल्याचं सांग आणि अवाजवी फी घेऊ नकोस असंही सांग. त्या गाडीची अधिक काही माहिती मिळतेय का हे त्याला पाहू दे. गाडी चालवणाऱ्या माणसाला तो शोधू शकला तर तुझ्या मैत्रिणीवरचा आरोप दूर होईल. पुढच्या सीटवर दोन व्यक्ती बसल्याचं शपथेवर सांगणारा कुणी साक्षीदार त्याला मिळाला तरी ते पुरेसं ठरेल. या अपघातात सापडलेल्या कुणीतरी नक्कीच गाडीत दोघांना पाहिलं असणार.''

हॉर्टी साशंकतेनं म्हणाली, ''हं, तुम्ही तसा विचार करू शकता.''

''ड्रेकला मला रिपोर्ट द्यायला सांग. मला काय करता येईल ते मी बघतोच

आहे.'' मॅसनने तिला धीर दिला.

''हे छान झालं मि. मॅसन. आता तुमच्या फीचं...'' तिने आपली पर्स उघडली.

मॅसनने बेफिकिरीने ते पैसे दूर सारले. ''त्याची काळजी करू नकोस. मी काही या केसवर फार वेळ काम करणार नाही. ड्रेकला खर्चाला काही पैसे लागतील. दोन-तीन दिवसांचं काम असेल तर त्या केसमध्ये मी एक पैसुद्धा घेत नाही. मला वाटतं, तुला एवढ्याचीच गरज लागेल. पुढे काय होईल ते पाहून घेऊ.''

''हा तुमच्या मनाचा मोठेपणा आहे मि. मॅसन. लिफ्ट घेण्याची तिची योजना असल्याचं तिच्या सॅनफ्रान्सिस्कोमधल्या मैत्रिणीला माहीत आहे. तिच्या जबाबाचा काही उपयोग होईल का?'' हॉर्टीने विचारले.

''फारसा नाही. माझ्या समजुतीप्रमाणं तुझ्या मैत्रिणीनं बेकर्स फिल्डमधून ती गाडी चोरल्याचा दावा पोलीस करतील. ड्रेकला या मुद्द्यावर लक्ष केंद्रित करायला सांग. ती बेकर्सफिडलला किती वाजता आली हे सिद्ध करू शकली तर ते फार महत्त्वाचं ठरेल. ती बेकर्सफिल्डमध्ये थोडा वेळच होती याची खात्री पटली तर तिनं गाडी चोरल्याचा दावा पोलीस करणारच नाहीत. बेकर्सफिल्डपर्यंत तिला आणणारा माणूस कदाचित या केसमध्ये मदत करू शकेल.''

''ठीक आहे. मी तिला त्याविषयी विचारेन. ती म्हणते, तो अगदी ऐटदार होता. कदाचित आपण त्याला शोधू शकू. काहीतरी माहिती असेल त्याला.'' हॉर्टी म्हणाली.

''असं वाटतंय तरी. काय करायचं हे ड्रेकला माहीत असेल. आता या क्षणी तुला कशाची गरज असेल तर सगळ्या वस्तुस्थिती शोधण्याची. त्या मिळाल्या तर तुम्हाला वकिलाचीही गरज लागणार नाही; पण वस्तुस्थितीच नसतील तर वकील तुमचं काही भलं करू शकणार नाही. ड्रेकला मला रिपोर्ट द्यायला सांग. चल, बाय.''

ती बाहेर पडल्याबरोबर मॅसनने ड्रेकला फोन लावला. ''एक केस घेऊन एका मुलीला तुझ्याकडे पाठवतोय. पॉल, मला वाटतं, कदाचित मला या केसमध्ये रस वाटेल; पण तिला तसं सांगू नकोस. सगळ्या वस्तुस्थिती जमव आणि मला कळव.''

६

उंचनींच पॉल ड्रेक लेदरच्या भल्या मोठ्या खुर्चीत आडवा पसरला होता. खिशातून वही बाहेर काढत तो पेरी मॅसनला म्हणाला, ''ती वाहनांचा चक्काचूर झालेली केस रे पेरी...''

''ती कमनीय बांध्याची मुलगी असं म्हणायचंय का तुला?''

''तीच ती.''

“त्या केसचं काही समजलं का?”

“दोन दिवस त्या केसवर काम करतोय; पण पुढे काय करावं तेच समजत नाही. इथं त्यासाठी दोन चांगले कर्मचारी नेमलेत आणि सॅनफ्रान्सिस्कोमध्येही एक सहकारी काम करतोय.

“ठीक आहे पॉल; पण काय झालं ते कळू तर दे.”

“सुरुवातीलाच सांगतो पेरी, या केसभोवती मी पुन:पुन्हा घोटाळतोय आणि मला काहीतरी काळंबेरं असल्याचा वास येतोय. स्टीफन क्लेअर एक चांगली मुलगी आहे. तिचं आपल्या काकांशी भांडण झालं, तसं तिनं घर सोडलं आणि आपल्या पायावर उभं राहायला शिकली. संबंधित मुलगी अप्रतिम सौंदर्यवती आहे रे पेरी! प्लॅटिनम ब्यूटी म्हणतात ना त्या प्रकारची!

“आणि त्या हॉर्टीचं काय?”

ड्रेकची मान नकारार्थी हलली. “तिच्यातले तीस पौंड कमी केले ना, पेरी तर...”

“तर तिचा स्वभाव बिघडून जाईल.” पेरीने मध्येच तोंड घातले.

“तसंच काहीसं होईल म्हणा.” पॉलने कबूल केले. “ती खरोखर सुखी-समाधानी आहे. ती स्वत:ही सुखी आहे आणि तुम्हालाही सुखी करते. मिस क्लेअर म्हणते, तिच्याशी बोलणारे तिचे बॉयफ्रेंडस् लग्नाविषयीच बोलतात.”

“पैजेवर सांगतो, ती चांगली कूक असणार.”

“मीही तेच म्हणतोय, या केसमध्ये काहीतरी गडबड आहे. पेरी, जिल्हा वकिलाचं कार्यालय या केसमध्ये चांगलंच कामाला लागलंय. जखमी झालेल्या त्या इसमाचा मृत्यू झाला. याचाच अर्थ असा की, ते त्या मुलीवर सदोष मनुष्यवधाचा आरोप करणार आहेत.”

“ते तिचा तपास करताहेत का?”

“जिल्हा वकिलाचं कार्यालय करत नाही काही तपास.

ती गाडी चालवत होती या एकाच मतावर ते ठाम आहेत. त्यांनी तिची कथा कशी जुळवलीय ऐक. त्या मुलीच्या म्हणण्यानुसार, तिनं बेकर्सफिल्डपर्यंत लिफ्ट घेतली हे बरोबर आहे; पण त्यांच्या मते तिला लिफ्ट देणाऱ्या इसमाकडे मद्याची बाटली होती आणि ती मोकळी करायला स्टीफन क्लेअरची काहीच ना नव्हती. बेकर्सफिल्डला पोहोचेपर्यंत तिला बरीच चढली होती. दुसऱ्या चोरट्यानं सोडून दिलेली एक गाडी तिनं पाहिली, ती हॉलिवूडची असल्याचंही तिला दिसलं. तशी ती त्यात चढली आणि पुढच्या प्रवासाला लागली. इथंच तिच्या हातून घोडचूक झाली.”

“प्रकरण गंभीर दिसतंय.” मॅसन म्हणाला.

“तिच्या गोष्टीपेक्षा गंभीर नक्कीच नाही! वेल, ते काही असो पेरी, पण इथं

एक मुद्दा विचारात घेतलाच पाहिजे. ती गाडी जूल्स कार्न होमनच्या मालकीची होती. तो हॉलिवूडमधला एक बडा निर्माता आहे. तो स्वत:ला जितका महान समजतो त्याच्या अर्धा जरी असेल नं, तरी बरंच काही करू शकतो. दोन वर्षांपूर्वी त्याच्या विमा कंपनीबरोबर त्याचं वाजलं होतं. त्यानंतर आपल्या गाडीचा विमा आपण भरावा असं त्यानं ठरवलं. आता हे नीट लक्षात घे पेरी. ती गाडी जर त्याच्या परवानगीनं चालवली जात असेल, स्पष्ट किंवा गर्भीत, तर तो दहा हजार डॉलर्सची नुकसानभरपाई मागणारच मागणार! जर ती गाडी स्टीफन क्लेअर चालवत असेल तर तो ठामपणे सांगणार, ती त्याच्या परवानगीने चालली नसल्याने तो या कशालाही जबाबदार नाही. ती गाडी त्याचा एखादा एजंट वापरत असेल- त्याच्यासाठी काम करणारा किंवा त्याच्या विनंतीनुसार काम करणारा, तर तो सगळ्या नुकसानभरपाईसाठी अडून बसणारच. म्हणजे होमनच्या दृष्टीनं हा अपघात कसा आहे बघ. त्याच्या एका मतानुसार या गाडीची किंमत नगण्य आहे तर दुसऱ्या मतानुसार ती आहे दहा हजार डॉलर्स. गाडी चालवणारा त्याच्यासाठी काम करत असेल तर ती त्याच्यासाठी अतिशय मौल्यवान आहे-अन्यथा काहीच नाही...''

मॅसनचे डोळे अकुंचित झाले. ''ती गाडी त्याच्याच कामासाठी कुणीतरी चालवत होतं असं का म्हणतोस पॉल?''

''कारण जे काही घडलं त्यावरून मला तशी दाट शक्यता वाटते.''

''मला वाटतं, आपण यावर चर्चा केलेली बरी.''

''ठीक आहे. मी होमनला भेटायला गेलो. मला तो कुठेही दिसला नाही. तो अगदी वाईट स्वभावाचा आहे; इतरांना अत्यंत अपमानास्पद वागणूक देतो. होमनबद्दल काहीतरी अनाकलनीय आहे. पहिली शक्यता विचारात घेता त्या गाडीच्या बाबतीत काय घडलं याविषयीचं त्याचं मत न पटणारं आहे. त्याच्या दृष्टिकोनातून ते बरोबर असेल; पण जेव्हा मी स्वत:ला त्या गाडीचोराच्या जागी ठेवतो आणि त्या अंगाने घटनेकडे पाहतो, तेव्हा ते चुकीचे वाटू लागते. ती गाडी चोरीला गेली नसेल तर ड्रायव्हर कोण होता हे त्याला माहीत असायलाच हवं.

कहर म्हणजे ती गाडी भरदुपारी चोरीला गेली होती. क्लेअरच्या सांगण्यानुसार ड्रायव्हरने उंची सूट घातला होता. भरदिवसा पार्क केलेल्या गाड्या चोरायला जाणारे चोरटे काही सूट घालून जात नाहीत.

''तेव्हा होमन खोटं बोलत असेल अशी शक्यता गृहीत धरून मी थोडीफार गुप्त चौकशी केली. मी माझ्या एका माणसाला होमनचा बटलर बनवून टेलिफोनच्या ऑफिसात पाठवलं होतं. लांब अंतराच्या फोनबिलात काही चूक झाली असून होमन ते बिल भरायला तयार नाही असं काहीसं सांगून पाठवलं होतं त्याला. बेकर्सफील्डला केलेले किंवा तिकडून आलेले कॉल्स मला पाहायचे होते. टेलिफोन ऑफिसमधून

सांगितलं गेलं की, कॉल त्याच्या फोनवरून झाले असतील तर बिल भरावेच लागेल. माझ्या माणसाने बरीच वादावादी केल्यावर अखेरीस त्याला ते बिल बघायला मिळालं.

"बेकर्सफिल्डहून आलेले किंवा गेलेले कॉल्स काही त्यात नव्हते; पण अपघाताच्या आदल्या दिवशी होमनने सॅनफ्रान्सिस्कोला फोन केले होते आणि त्यालाही तिकडून फोन आले होते.''

"तुला ते नंबर मिळाले का?'' मॅसनने विचारलं.

"अर्थातच!''

"कुठून आलेले होते?''

"स्वस्तात खोल्या मिळणाऱ्या एका घरातून आले होते ते. एल. सी. स्पिनी या नावाने फोनची नोंदणी झाली असून या स्पिनीविषयी बरेच काही गूढ आहे.''

मॅसनला आता या माहितीत बराच रस वाटू लागला.

"पुढे सांग पॉल.'' तो म्हणाला.

"स्वस्ताई असणाऱ्या एका जिल्ह्यातल्या स्वस्त घरातल्या स्वस्तात मिळणाऱ्या खोलीत हा स्पिनी राहतो. त्याच्याकडे टेलिफोन आहे. तो लिस्टमध्ये न नोंदवलेला सिंगल लाइन फोन आहे. त्या खोलीत स्पिनी महिन्यातून एकदा कधीतरी उगवतो. त्याच्याकडे एक पोर्टेबल टाइपरायटर आहे. तो त्यावर पत्रे टाइप करतो आणि ती पोस्टाने पाठवतो.

तो ज्या क्रमांकांना फोन करायचा ते क्रमांक अद्याप आम्ही शोधू शकलो नाही; पण त्या इमारतीतल्या इतर रहिवाशांनी त्याला बोलताना ऐकले आहे. लांब अंतरावरील संभाषण असल्यासारखा त्याचा आवाज वाटायचा. त्यांनी त्याला नेहमी एका स्टेशनवरून दुसऱ्या स्टेशनवर असे लांब पल्ल्याचे फोन कॉल्स लावताना ऐकले आहे. टाइपरायटरवर टाइप केल्याचा आवाजही त्यांनी ऐकला आहे. स्पिनीला महिन्यातून एक-दोनदा टपाल यायचे. तो अधूनमधून कधीही ते टपाल गोळा करायचा. काही वेळा त्याचे टपाल मेलबॉक्समध्ये दोन-तीन आठवडे पडूनही राहते; नंतर कुठे ते काढले जाते.''

"पण हे लक्षात घे पेरी, आजवर कुणीही स्पिनीला पाहिलेले नाही.''

"वस्तुस्थिती ही अशी आहे. एका रात्री त्याने एका टॅक्सी ड्रायव्हरला काही पैसे आणि सामानसुमान घेऊन पाठवले आणि इथली खोली भाड्याने घेतली. त्याच्या खोलीला बाहेरच्या बाजूला एक खासगी प्रवेशद्वार आहे. तो येतोही रात्री अन् जातोही रात्री. तो आज रात्री येऊन पहाटेपूर्वीच निघून जाईल किंवा तीन आठवड्यांनंतर येऊन, अर्धा तास थांबून काही मजकूर टाइप करेल आणि निघून जाईल हे कुणालाच माहिती नसतं.

"हं- काहींनी त्याला ओझरतं पाहिलं आहे; पण मला वर्णन मिळू शकेल इतपत जवळून कुणीही पाहिलेलं नाही. तो तीस ते पन्नास या दरम्यानच्या वयाचा आहे. फार बारीकही नाही अन् फार जाडही नाही. तो ओव्हरकोट आणि फेल्टहॅट घालतो आणि बरेचदा इव्हीनिंग सूटमध्येही दिसतो. आलं लक्षात? स्वस्त खोल्यांच्या घरात राहणारा माणूस इव्हीनिंग सूट घालतो!"

एकतानतेमुळे मॅसनचे डोळे अर्धवट मिटले होते.

"या पत्रांपैकी एक आत्ता त्याच्या मेल बॉक्समध्ये आहे." ड्रेक पुढे सांगू लागला, "माझा कर्मचारी ते उघडायला घाबरला होता; पण त्याने ते पाकीट प्रखर प्रकाशासमोर धरले. त्यात त्याला एक मनीऑर्डर आणि एक पत्र दिसले. पाकीट न उघडता आम्ही त्या पत्राचा फोटो घेऊ शकलो."

"कसं काय?" मॅसनने विचारलं.

"अरे, सोपं आहे अगदी. त्या पाकिटासमोर फिल्मचा एक तुकडा ठेवायचा, क्लिप लावून तो घट्ट करायचा आणि लाइट सुरू करायचा मग ती फिल्म डेव्हलप करायची. त्या पत्राला घड्या असल्यामुळे आपल्याला तिरप्या रेषांची सरमिसळ पाहायला मिळते; पण जरा काळजीपूर्वक पाहिल्यास त्या पत्रात काय लिहिलंय याचा अंदाज येऊ शकतो." या पत्रात म्हटलंय, 'या महिन्यात मी फक्त पंधरा डॉलर्सच बाजूला काढू शकले. तेवढेच पाठवत आहे. तो मला पत्र लिहू शकेल अशी आशा आहे. त्याला सांग, माझे रडतखडत कसेबसे चालले आहे; पण तो खुशाली कळवू शकला तर मला खूप आनंद होईल.'

"सही काय होती त्या पत्रावर?"

"फक्त लोईस."

"मनीऑर्डर कुणाकडून आलेली आहे?"

"लोईस वॉरफिल्ड."

"तिच्यावर नजर ठेवली आहेस की नाही?"

"अर्थातच! तुला काय वाटतं, त्या माझी फी देतील?"

"ते मला माहीत असतं तर आणखी काय हवंय? पुढे सांग तू."

"माझ्या न्यू ओरलिअन्समधल्या संपर्ककर्त्यानं तिच्याशी संपर्क साधला तेव्हा ती खूपच घाबरली होती. तिच्या सोंडून शब्दही फुटत नव्हता. ती एका कॅफे टेरियामध्ये काम करते. त्याच कॅफे टेरियामधल्या एका मुलीनं माझ्या संपर्ककर्त्याला काही माहिती पुरवली. मिसेस वॉरफिल्ड न्यू ओरलिअन्समध्ये काही दिवसांपूर्वीच आली होती. दोन वर्षांपूर्वी नवऱ्याने तिला सोडलं. तिला मूल होणार आहे असं त्याला वाटलं; पण तसं काही नव्हतं. यावरून त्यांच्यात खडाजंगी झाली. एक वर्षाहून अधिक काळ ते एकमेकांपासून वेगळे राहिले. नंतर तिने त्याला सांगितलं,

तिचं अजूनही त्याच्यावर प्रेम आहे. ती पैसे साठवत असून पुरेसे पैसे साठल्यावर त्याच्याजवळ येऊन राहील. तो हॉलिवूडमध्ये काम करत असावा. काही दिवसांनी तिला तिच्या नवऱ्याच्या मित्रांपैकी एकाचं पत्र आलं. असं काहीतरी घडलं आहे, ज्यामुळे वॉरफिल्ड अडचणीत आला असून स्वत: होऊन तिच्याशी संपर्क साधू शकणार नाही असं त्यात म्हटलं होतं. खरं तर तो पोलिसांना चुकवत होता आणि त्यांची त्याच्या टपालावर नजर असावी याची त्याला भीती होती. त्या वेळी ती कनेक्टीक्यूटमधल्या रिजफिल्ड इथे होती. तिने त्या मित्राला कळवलं की, काही मदत करू शकते का हे पाहण्यासाठी ती पश्चिमेकडे येत आहे आणि ती पश्चिमेकडे जाण्याच्या तयारीस लागली. न्यू ओरलिअन्सला पोहोचल्यावर तिला एक पत्र मिळालं. त्यात म्हटलं होतं की, तिचा नवरा तुरुंगवासात होता. त्याने इतका अक्षम्य गुन्हा केला होता की, तिने त्याला विसरून जावं अशी त्याची अपेक्षा होती; पण ती आपल्या विचारांवर ठाम होती. याच कारणास्तव पदरमोड करून वकिलाची फी भरण्यासाठी ती पैसे पाठवत राहिली. तो वकील तिच्या नवऱ्याची शिक्षा दहा वर्षांपर्यंत किंवा अशीच काहीतरी कमी करण्याचा प्रयत्न करणार होता. माझ्या कर्मचाऱ्याला ही माहिती दुसऱ्याकडूनच मिळवावी लागली; कारण मिसेस वॉरफिल्ड काही बोलायलाच तयार नव्हती.''

''होमनला किती पगार मिळत असेल?'' मॅसनने विचारले.

''आठवड्याला तीन-चार हजार असावा. कदाचित कमी-अधिकही असेल; काही सांगता येत नाही. हे हॉलिवूडचे पगार एक तर पब्लिसिटीसाठी असतात आणि दुसरं म्हणजे इन्कम टॅक्ससाठी असतात.''

फिरती खुर्ची मागे ढकलत मॅसन उभा राहिला. त्याची नजर जमिनीवर एकटक खिळली.

''या केसवर मी जे मनापासून काम करतो ना, ते मला वाजवी वाटत नाही'' ड्रेक कुरकुरला. ''ती जाड मुलगी जराही हात सैल सोडायला तयार नाही. तारा करायला आणि इतर कामांना पैसा लागतो, पैसा...''

''स्पिनीचा काही तपास लागू शकला नाही?''

''आतापर्यंत मी शक्य ते सगळे प्रयत्न केले; पण त्यात यश आले नाही. तो येतो आणि जातो. जो जातो तो एकदम अदृश्यच होतो. काही दिवसांपूर्वी त्याला एक तार आली आहे.''

''त्या तारेची एखादी प्रत मिळू शकणार नाही का?''

''ते बेकायदेशीर आहे...''

''ते सोड रे! तू ती प्रत मिळवू शकशील का?''

''शक्य झालं तर तेही करेन.''

“जमेल असं वाटतंय?”

“काय की! पण सोपं नाही. कुणाला तरी तार ऑफिसमध्ये जावं लागेल. समज, तो स्पिनी असेल आणि...”

लॉ लायब्ररीकडून येणाऱ्या दारावर टकटक करून डेला स्ट्रीटने ते उघडलं. “हाय, पॉल. माझ्यामुळं तुमच्या कामात व्यत्यय तर नाही ना आला? माझ्याकडे एक निरोप आहे. नुकताच तुझ्या ऑफिसकडून आलाय.” तिने सांगितले.

घडी घातलेला एक कागद तिने ड्रेकच्या हाती सोपवला. तो उघडून, वाचून ड्रेकने मॅसनकडे दिला. “तारेची प्रत आहे” त्याने सांगितले.

मॅसन मोठ्याने वाचू लागला, “लॉस एंजेलिसमधल्या रीगल्स कॅफे टेरियामध्ये काम मिळालेय. मला त्याच्या जवळ जायचंय. भेटल्यावर सगळं सविस्तर सांगेन. लिफ्ट घेऊन सगळा प्रवास करेन -लोईस.”

त्या कागदाचे बारीक कपटे करून मॅसनने त्यांना केराची टोपली दाखवली. डेला स्ट्रीटकडे पाहून सांगितले, “रीगल्स कॅफे टेरियामधल्या कर्मचाऱ्यांची नियुक्ती करणाऱ्या प्रमुखाला बोलावून घे, डेला. खूप महत्त्वाचं काम असल्याचं सांग त्याला.”

होकार दर्शवत, फोन लावण्यासाठी ती आपल्या कार्यालयात गेली.

“सगळा साधक-बाधक विचार करून सांगतो, पेरी, या मुलीला सदोष मनुष्यवधासाठी अपशब्दांचा आहेर मिळावा हे मनाला पटत नाही” ड्रेक म्हणाला.

मॅसनने सहमती दर्शवली. “अगदी माझ्या मनातलं बोललास बघ.”

“ही केस घेतोस का?”

“घसरणीला लागलेल्या माणसासारखे शिव्याशाप तिला खावे लागणार नाहीत, तेही एका हॉलिवूड निर्मात्यासाठी, हे मी पाहून घेईन.”

“इथून बाहेर पडून तिच्याशी बोलण्याची कल्पना चांगली आहे तुझ्यासाठी. ती फार उदास वाटते रे पेरी आणि खिन्न होऊन उदासवाणं राहाण्याची तिला सवय असावी असं काही वाटत नाही बघ.”

“आतापर्यंत त्यांनी औपचारिक गुन्हाही दाखल केला नाही का?”

“आज दाखल करतील. तिला त्यांनी इस्पितळातच ताब्यात घेतलंय. जिल्हा वकिलाचं कार्यालय अगदी हात धुऊन या केसच्या मागं लागलं आहे. त्यांच्या उत्सुकतेचा अर्थच कळत नाही. त्यामागं नक्कीच काहीतरी काळंबेरं असणार.”

“तुम्हाला हवी असलेली व्यक्ती लाइनवर आहे सर; मि. किंबल” डेला स्ट्रीटने सांगितले.

मॅसनने रिसीव्हर हाती घेतला. आवाजात माधुर्य आणले.

“मी पेरी मॅसन बोलतोय मि. किंबल. मी वकील आहे. एका मुलीला तुम्ही नोकरी द्यायचं कबूल केलं होतं. तिची माहिती मिळवण्यात मला रस आहे.”

मि. किंबलच्या आवाजातही मार्दव होते. ''हो, चालेल मि. मॅसन. मी तुम्हाला आनंदाने शक्य ती सगळी मदत करेन. कुत्र्याच्या केसवर बोलताना मी तुम्हाला कोर्टात पाहिलं आहे. तुमचं ते सादरीकरण फारच प्रभावशाली होतं.''

''न्यू ओरलिअन्सवरून येणाऱ्या मिसेस वॉरफिल्डची माहिती हवी आहे मला.'' मॅसनने स्पष्ट केले.

''अच्छा!''

''तिच्या बाबतीत काय घडलं ते सांगू शकाल?''

किंबल दिलगिरीयुक्त स्वरात हसला. ''मि. मॅसन, या बाबतीत मी तुमची मदत करू शकेन याची खात्री नाही देता येणार. तिची एक मैत्रीण आमच्याकडे काम करते. तिच्या मैत्रिणीने इथेच तिला काम मिळवून देण्याचा प्रयत्न केला. मीही म्हटलं, ठीक आहे, देऊ तिला काम.''

''मग, कधी येतेय ती या शहरात?''

''ती येत नाही.

''येत नाही?''

''नाही.''

''का?''

''मी- खरं म्हणजे मी माझं मत बदललंय.''

''त्याच कारण मला सांगू शकाल का?''

मि. किंबलचा आवाज आता तणावग्रस्त आणि पेचात पकडल्यासारखा जाणवू लागला. ''तुम्ही मला हा प्रश्न विचारलात मि. मॅसन, पण माफ करा. इतर सगळं काही मी तुम्हाला सांगू शकतो; पण या विषयावर चर्चा करणं मला प्रशस्त वाटत नाही. जी जागा रिकामी होईल असं मला वाटलं होतं, ती प्रत्यक्षात रिकामी झालीच नाही; त्यामुळे तिचं काम होणार नाही हे मला तिच्या मैत्रिणीला सांगावंच लागलं; पण तुमची हरकत नसेल तर या विषयात तुम्हाला इतका रस का हे कळू शकेल?''

मॅसन हसला. ''माझ्या प्रश्नानं तुम्हाला जितकं अडचणीत आणलं. त्यापेक्षा जास्त अडचणीत सापडलोय मी तुमच्या या प्रश्नानं. माझ्या क्लायंटच्या केसविषयी मी चर्चा करू शकत नाही. याविषयी तुम्ही मला इतकंच सांगू शकता तर?''

''माफ करा मि. मॅसन, पण मी इतकंच सांगू शकतो.''

''तिच्याविषयी असं काही समजलं का की, ज्यामुळे तुम्ही आपला विचार बदललात?''

''नाही... मला वाटतं, आपण हा विषय इथंच थांबवावा. आमच्याकडे कुठली जागा रिकामी झालीच नाही ना...''

''ठीक आहे, ठीक आहे. धन्यवाद!'' मॅसनने फोन ठेवून दिला

"काही उपयोग नाही झाला तर?" ड्रेकने विचारले.

"नाही हं...काहीतरी घडलं, आणि त्यानं तिला गरम बटाट्यासारखं हातातून टाकून दिलं.

"आश्चर्यच आहे! हे काहीतरी म्हणजे हॉलिवूडमधली कुजबुजही असू शकेल!" ड्रेक म्हणाला.

"पॉल, एक तर तू माझं मन वाचतोस किंवा याविषयी अतिशय चांगला अंदाज बांधतोस." कपाटापाशी जात मॅसनने आपली हॅट आणि कोट उचलला. "चल डेला, आपण जरा स्टीफन क्लेअरला भेटून येऊ. यावर मला तुझी प्रतिक्रिया ऐकायला आवडेल, पॉल" पेरी म्हणाला.

"ती प्रामाणिक आहे." ड्रेक म्हणाला आणि क्षणभर थांबून त्याने आपले वाक्य पूर्ण केले, "आणि तिची मैत्रीण अगदी सच्ची आहे."

डेला स्ट्रीटने ड्रेकची ही टिप्पणी धुडकावून लावली.

"त्याचं बोलणं फार मनावर घेऊ नका, सर. ती प्लॅटिनम सुंदरी आहे आणि पॉलला तर तुम्ही ओळखताच..."

यावर मॅसनने मान डोलवली.

"खरंच डेला, ती खूप चांगली मुलगी आहे" ड्रेक म्हणाला.

"ते मी पाहीनच आता" तिने त्याचे तोंड बंद केले.

"पॉल, तुझ्या ऑफिसमध्ये एक जागा भरायची आहे, रिसेप्शनिस्टची" मॅसनने सांगितले.

"खरंच अशी जागा आहे माझ्याकडे?"

"हो, आहे!"

"काय बोलतोस तू? माझी रिसेप्शनिस्ट..."

"तिला एका मदतनिसाची गरज आहे" मॅसनने त्याचे वाक्य पूर्ण केले. "तात्पुरती का होईना, पण काहीही झाले तरी... तुझ्या न्यू ऑरलिअन्समधल्या संपर्ककर्त्याला लोईस वॉरफिल्डला निरोप द्यायला सांग. तिला म्हणावं, किनारी प्रदेशात ये, तिथे तुझ्यासाठी एक नोकरी आहे. बसभाडं तिला आगाऊ दे. सध्या तरी या लिफ्ट घेण्याच्या प्रकरणात माझे हात चांगलेच पोळलेत. ती सुरळीतपणे इथे येईल याची मला निश्चिंती हवी आहे."

"तू याची जबाबदारी घ्यायला तयार आहेस - आर्थिक? ड्रेकने विचारले.

"घेतली मी ती जबाबदारी आणि हॉलिवूड त्याची किंमत मोजणार आहे"

"ती हॉर्टी या पोकळीच्या अगदी तळाशी आहे रे बाबा."

"मी मात्र अगदी शिखरावर आहे." मॅसनने ग्वाही दिली.

"अशी सगळी जय्यत तयारी असताना मी हॉलिवूडमधल्या एखाद्याला याची

किंमत चुकवायला लावू शकलो नाही ना, तर कायद्याची प्रॅक्टिस सोडून देईन.''

ड्रेकने सुस्कारा टाकला. ''वाटलं होतं, या केसकडे तू वेगळ्याच अंगाने पाहशील'' आणि तो झटक्यात खुर्चीतून उठला.

अंगावर कोट चढवत मॅसन म्हणाला, ''ज्यूल्स कार्न होमनची एखादी छबी टिपण्याची कल्पना झकास आहे की नाही पॉल?''

''मलाही तसेच वाटते. याचसाठी मी गेले चोवीस तास धडपडतोय; पण जमू शकलं नाही ते.''

कपाटाच्या दाराशी उभे राहून मॅसनने पॉलकडे एकटक पाहिले. ''तुला असं तर म्हणायचं नाही ना की, हॉलिवूडमधल्या एक निर्मात्याने हॉलिवूडमध्ये सगळीकडे स्वत:चे फोटो लावले नाहीत?''

''अगदी बरोबर! होमन कॅमेऱ्याचे शत्रू असणाऱ्यांपैकी आहे.''

''तर मग फोटोप्ले स्टुडिओमध्ये जा. त्यांच्याकडे या व्यवसायातला एक उत्तम फोटोग्राफर आहे. एकही गोष्ट अशी नाही, जी त्याच्या लेन्सपासून लपली असेल- हं, आता त्यालाच एखादा फोटो बिघडवायचा असेल तर गोष्ट वेगळी; पण हॉलिवूडमध्ये कुणीही असलेल्या प्रत्येकाची छबी त्याला हवी असते.''

''कल्पना चांगली आहे'' ड्रेकने पसंती दर्शवली.

मॅसनने डेलाकडे पाहात मान उडवली. ''चल डेला. पटकन निघू या.''

७

महाकाय ट्रान्सकॉन्टिनेंटल बस घरघराट करत स्टँडमध्ये शिरली. प्रवासाने शिणलेले प्रवासी दारातून बाहेर पडले आणि आपापले सामान मिळवण्यासाठी डेपोत जाऊन थांबले.

व्यावसायिक गुप्तहेराचे कौशल्य बाणलेला ड्रेक प्रत्येक चेहऱ्याचे बारकाईने निरीक्षण करत होता. आपल्यावर कुणाची तरी पाळत आहे याची पुसटशी कल्पनाही त्यांच्यापैकी कुणाला आली नाही.

''ती कळकट कोट आणि चॉकलेटी हॅट घातलेली बाई दिसतेय का पेरी, तीच आपल्याला हवी असलेली बाई असणार'' त्याने मॅसनजवळ अंदाज वर्तवला.

ती मॅसनच्या दिशेने चालू लागली तसा मॅसन तिचे अवलोकन करू लागला. त्याने पाहिले, ती साधारण तिशीची, अतिशय सडपातळ, अनाकर्षक शरीरयष्टीची, लहानसर बांध्याची आणि नाजूक चणीची होती. तिच्या गालाची हाडं विशेषत्वाने उठून दिसत होती. कपाळावरची त्वचा घट्ट ताणलेली होती. तर नजर थकलेली

होती. केस गडद तांबूस रंगाचे होते. बऱ्याच दिवसांपासून त्यांना व्यावसायिक हेअरड्रेसरचा हात लगला नसावा हे स्पष्ट दिसत होते. तिने घातलेल्या छोट्याशा हॅटमधून बाजूने काही कुरळ्या बटा डोकावत होत्या. त्या एकमेकात गुंतलेल्या आणि धुळीने माखलेल्या होत्या.

"आता काय करायचं?" सिगार स्टँडकडे पाहात ड्रेकने विचारलं.

"जरा दमानं घे" मॅसनने त्याला दटावलं.

"तुला मी या सगळ्यात हवा आहे का?"

"हो तर!"

मिसेस वॉरफिल्ड कुणीतरी भेटण्याची वाट पाहात असल्यासारखी आजूबाजूला पाहू लागली.

"चांगले कपडे घातले आणि दोन तास ब्यूटी पार्लरमध्ये घालवले तर ती चांगली दिसू शकेल" ड्रेक म्हणाला.

"तिने खांदे थोडेसे वर उचलले ना, तर अगदी आत्ताही ती वाईट दिसणार नाही. ती फारच दमलेली दिसते रे. चल पॉल, कामाला लागू या. ती आपल्याकडेच पाहते आहे."

बस स्टँडवरच्या प्रत्येकाला न्याहाळत असल्याच्या आविर्भावात मॅसन पुढे चालू लागला. आपली नजर त्याने लोईस वॉरफिल्डवर स्थिरावू दिली आणि सावकाश तिथून मागे वळवली. अचानक थांबून, मागे वळून शंकित नजरेने वॉरफिल्डकडे पाहिले आणि क्षणभराने आपल्या डोक्यावरची हॅट किंचित उंचावली.

ती हसली.

मॅसन तिच्या रोखाने पुढे गेला. "तुम्हीच का मिसेस वॉरफिल्ड?" त्याने विचारले.

तिने मानेनेच होकार दिला. तिच्या थकलेल्या, निळसर डोळ्यांत चैतन्याची चमक दिसली.

"तो माणूस- ज्याच्याकडे माझ्यासाठी जॉब होता तो माणूस आपणच का?"

"कदाचित!"

तिच्या चेहऱ्यावर चटकन् निराशा पसरली. "पण मला तर वाटलं, मला ही नोकरी नक्की मिळणारच."

मॅसनच्या चेहऱ्यावर अस्वस्थ करणारे हसू फुलले. "काही काळजी करू नका, मिसेस वॉरफिल्ड. तुम्हाला ही नोकरी मिळेलही आणि नाहीच मिळाली, तर बसचं परतीचं भाडं देईन मी."

"पण मला परत जायचं नाही. इकडे येण्यासाठी मी तिकडची नोकरी सोडली. गरज आहे हो मला नोकरीची. मिनिटभरही कामाशिवाय राहणं मला परवडणार

नाही. खूप जबाबदाऱ्या आहेत माझ्यावर.''

''माझ्या मते तुम्ही मि. ड्रेकला भेटावं. पॉलऽ, या इथे आहेत बघ त्या'' त्याने पॉलला हाक मारली.

ड्रेक त्यांच्याकडे वळला. डोक्यावरची हॅट उंचावत अभिवादन केले आणि अस्पष्टपणे पुटपुटत ओळखीची पोचपावती दिली.

''डिनर घेतलंय का तुम्ही'' मॅसनने अचानक विचारले.

''मी... डिनर...''

मॅसन हसला. ''चला, खाताखाताच बोलू या.''

ती काहीशी संकोचली आणि म्हणाली, ''चालेल, चालेल; इथेच डिनर-काउंटर दिसतोय.''

मॅसनने पॉलकडे पाहत भुवया उंचावल्या. ''आपल्यासारख्या लांब पायाच्या लोकांना यापेक्षा अधिक जागा लागते. गुडघे टेबलाला खेटत असताना मी जेवणाचा आनंद लुटू शकत नाही. इथे जवळपास अशी कुठली जागा आहे का पॉल?''

''हो. पलिकडच्या गल्लीत.''

''थोडं फार चालायला तुमची काही हरकत नाही ना?''

मिसेस वॉरफिल्ड हसली. ''खरं तर दिवसभर मी बसून आहे. कित्येक मैल चालण्याचीही माझी तयारी आहे आत्ता.''

चालत चालत ते त्या रेस्टॉरंटपाशी आले. पडदे लावलेल्या एका सूटमध्ये बसले. ''मि. ड्रेकला त्या नोकरीविषयी मीच सुचवलं होतं.'' मॅसनने संभाषणाला सुरुवात केली.

''कसल्या प्रकारची नोकरी आहे ही? माझ्या समजुतीप्रमाणे मला एका ऑफिसात रिसेप्शनिस्टचं काम करायचं होतं.''

''अगदी बरोबर!''

तिचा चेहरा उजळून निघाला. ''आणि पगार ऐंशी डॉलर्स मिळणार ना?'' तिने उत्सुकतेने विचारले.

मॅसनने सावकाश मान हलवली. ''नाही. मला वाटतं, तुमचा काहीतरी गैरसमज होतोय.''

तिच्या नजरेत संतापाची एक सणक दिसली आणि त्यानंतर कडवट निराशा. फसवले जाण्याची सवय असलेल्या जखमी आवाजात ती म्हणाली, ''नाही का? मला तर ते नक्की आठवतंय; पण ते जाऊ दे. किती पगार देण्याची तुमची तयारी आहे ते तरी कळू दे...''

तिला न्याहाळत मॅसन म्हणाला, ''पगार असेल शंभर डॉलर्स. पॉलला त्याची रिसेप्शनिस्ट एकदम टापटीप हवी असते. ऐंशी डॉलर्सच्या पगारात तिला ते शक्य

होत नाही.''

मिसेस वॉरफिल्ड त्याच्याकडे एकटक पाहत होती.

''आम्हाला तुमची पार्श्वभूमी जाणून घ्यावी लागेल.'' मॅसन पुढे म्हणाला.

''मला वाटलं, तुम्ही ती या आधीच जाणून घेतली असेल.''

''इतकंच कळलं होतं की, तुम्ही आकर्षक आहात. नोकरी करायला इच्छुक आहात आणि तुम्हाला किनारी प्रदेशात नोकरी हवी आहे. तुम्ही विवाहितच असाल, नाही का?''

''हो.''

''पती जिवंत आहेत?''

ती क्षणभर थबकली आणि म्हणाली, ''हो.''

''घटस्फोटित आहात?''

''नाही.''

''नुकतेच विभक्त झालात का मग?''

''तसं नाही; पण तात्पुरते एकत्र राहत नव्हतो.''

मॅसनने ड्रेककडे पाहिले, तसे ड्रेकने आपले तोंड उघडले.

''हे काही फार बरे नाही झाले. मला वाटलं, तुम्ही एक तर विधवा असाल किंवा घटस्फोटित असाल. हे नवरे लोक काही वेळा फार त्रासदायक ठरतात.''

''माझा नवरा काही त्रास देणारा नाही.''

''त्याचं कसं असतं माहिती आहे का? समजा, तुम्हाला रात्री उशिरापर्यंत काम करावं लागलं आणि....'' मॅसन सांगू लागला.

''नोकरीसाठी जे काही करावं लागेल ते मी करेन'' ती मध्येच म्हणाली.

''तुम्हाला अर्थातच बाँड घ्यावा लागेल आणि बाँडिंग कंपनीला तुमच्या नवऱ्याची काही माहिती हवी असेल.'' मॅसनने सांगितले.

''माझ्या बाँडशी नवऱ्याचा काय संबंध?''

मॅसनच्या चेहऱ्यावर प्रसन्न हास्य फुलले. ''ते काही मला ठाऊक नाही; पण तुमच्या खासगी आयुष्यात ते नक्कीच नाक खुपसतात.''

''नेमका हा विषय निघाला की, ते फार कठोरपणानं वागतात. त्या बाईचा नवरा कोण आहे, काय करतो; यानं त्यांना काय फरक पडतो?'' ड्रेकने पुस्ती जोडली.

''मला वाटतं, काही विशिष्ट परिस्थितीत यामुळे फरक पडत असावा. कुणास ठाऊक, त्याची काही गुन्हेगारी पार्श्वभूमीही असू शकते. मिसेस वॉरफिल्ड, तुमचे पती कुठे आहेत?'' मॅसनने विचारले.

वेट्रेस त्यांची ऑर्डर घ्यायला आली.

''कॉकटेल?'' मॅसनने मिसेस वॉरफिल्डला विचारले.

ती काहीशी संकोचली.

"मला वाटतं, त्यांना याची गरज आहे. तीन ड्राय मार्टिनीज आणि बरोबरीनं भरपूर सलाड." मॅसनने ऑर्डर दिली.

ऑर्डर घेऊन वेट्रेस निघून गेली.

"वेल?" मॅसनने विचारले.

"माझ्या नवऱ्याविषयी का?"

"अगदी बरोबर!"

"तो... तो... मला काय म्हणायचंय, तो कुठे आहे हे जाणून घेण्यात कंपनीला काही रस नसावा."

मॅसनच्या चेहऱ्यावर निराशा आणि काहीसा संतापही दिसू लागला. "खूप विश्वास ठेवला आम्ही तुमच्यावर. न्यू ओरलिअन्समधला आमचा मित्र तुम्हाला ही नोकरी मिळवून द्यायला उत्सुक वाटला. खूप शिफारस केली त्यानं तुमची. तेव्हा आम्ही ठरवलं की..." तो म्हणाला.

"ओ, माफ करा; पण मला ते नीटपणानं स्पष्ट नाही करता यायचं" तिनं त्याचं बोलणं मध्येच तोडलं.

"तुम्हाला असाच पवित्रा घ्यायचा असेल तर मग काय, बोलणंच खुंटलं." मॅसनचा आवाज कठोर होता.

"तसं काही नाही हो. तुम्हाला कसं समजावू? सांगितलं ना, मी त्याचा नीट खुलासा नाही करू शकत."

"जशी तुमची मर्जी!" सिगारेट शिलगावत मॅसन औपचारिक सभ्यतेने म्हणाला. "तुम्हाला सिगारेट?"

डोळ्यांत आलेले अश्रू परतवत तिने मानेनेच नकार दिला. "नको, आभारी आहे."

ड्रेकच्या डोळ्यांत सहानुभूती दाटली. मॅसनने आठ्या घालून त्याच्याकडे पाहिले.

क्षणभरासाठी चमत्कारिक शांतता पसरली आणि मिसेस वॉरफिल्डने विचारले, "यासाठी मला नोकरीची किंमत मोजावी लागेल ना?"

मॅसनने पॉल ड्रेककडे एक कटाक्ष टाकला, किंचित खांदे उडवले आणि सिगारेट ओढत राहिला.

अचानक मिसेस वॉरफिल्ड भावपूर्ण स्वरांत बोलू लागली, "ठीक आहे. होऊन जाऊ दे तुमच्या मनासारखं. या असल्या प्रकारांनी मी कमालीची थकले आहे आणि उबगले आहे. प्रत्येक वेळी मी जेव्हा कुणासाठी काम करते, त्याचा पैसा वसूल करून देते; पण ज्या ज्या वेळी मी नोकरी मिळवण्याचा प्रयत्न करते तेव्हा समोरची

व्यक्ती भीक घालत असल्यासारखी वागते. खरे तर ती भीक नसते, एक देवाण-घेवाण असते. मी कुणासाठी तरी काम करते, त्याचा पगार मिळवते आणि तो इसम त्यातून नफा कमावतो. ठीक आहे, राहू दे तुमची नोकरी!''

तिने आपली खुर्ची मागे ढकलली.

तीन कॉकटेल्स घेऊन वेट्रेस तिथे आली.

''मिसेस वॉराफिल्ड, आम्ही तुम्हाला डिनर देऊ नये असं काहीही झालेलं नाही आहे. घ्या, ते कॉकटेल घ्या. बरं वाटेल त्यानं.'' मॅसन म्हणाला.

''नकोय मला. आभारी आहे.''

''असं काय करता? जे घडलं त्यासाठी मला खरंच वाईट वाटतंय आणि तुमच्या परतीच्या प्रवासाचंही बघावं लागेल नाही का?'' मॅसनने विचारले.

वेट्रेसने आळीपाळीने तिघांकडे पाहिले आणि मूकपणे ग्लास टेबलावर ठेवले. मिसेस वॉरफिल्ड क्षणभर थांबली. तिने आपला ग्लास उचलला आणि एका दमात रिकामा केला. चव घेण्यासाठी क्षणभरही न थांबता.

''जे काही घडलं त्याबद्दल माफ करा. इथे आल्यावर मला तुम्हाला मदत करता येईल असं वाटलं होतं.''

संतापाचे अश्रू मागे परतवत ती त्याच्याकडे वळली. ''ऐका तर, माझा नवरा गुन्हेगार आहे. तो एका सुधारगृहात आहे. कुठल्या सुधारगृहात तेही मला ठाऊक नाही. तो मला ते कळू देत नाही. तो माझ्यासाठी लायक नाही, तेव्हा मी त्याच्यापासून घटस्फोट घ्यावा असं त्याला वाटतं. तो एका मित्राकरवीच माझ्याशी संपर्क साधतो; स्वत: होऊन नाही. याच कारणासाठी मी तुम्हाला हे सांगू शकत नव्हते. बॉंडिंग कंपनीला मी हे सांगितलं तर मला बॉंड मिळण्याची शक्यता किती धूसर आहे हे तुम्ही जाणताच.''

''खरं सांगता आहात तुम्ही?'' मॅसनने विचारले.

तिने मान हलवून होकार दिला.

पॉल ड्रेककडे नजर टाकत मॅसनने मानेला हलकासा झटका दिला. ड्रेकने तत्परतेने खिशातून पाकीट बाहेर काढले.

''मिसेस वॉरफिल्ड, आताची परिस्थिती पूर्णपणे वेगळी आहे. तुमच्या नवऱ्याच्या कुकर्मासाठी तुम्हाला जबाबदार धरले जाणार नाही याची खात्री आहे मला. प्राप्त परिस्थितीशी जुळवून घेण्यासाठी तुम्ही जे प्रयास घेत आहात ते अतिशय स्तुत्य आहेत.''

ती पॉलकडे इतक्या साशंकतेने पाहू लागली की, तिच्या तोंडून शब्दही फुटेना.

ड्रेकने आपल्या पाकिटातून दोनशे डॉलर्स बाहेर काढले. ''तुमच्यासाठी जे पद रिकामे होणार होते ते अद्याप झालेले नाही; पण आठवडाभरातच होईल. मी तुमचा

पगार सुरू करतोय; हा घ्या दोन आठवड्यांचा पगार.''

मॅसन एकाएकी म्हणाला, ''पैज लावून सांगतो, चेकची अफरातफर केल्याबद्दल सॅनफ्रान्सिस्कोमध्ये ज्या वॉरफिल्डला शिक्षा झाली होती, तो वॉरफिल्ड तुमचाच नवरा असणार!''

''त्याला कशासाठी शिक्षा झाली तेही मला माहीत नाही. त्यानं मला कधीही ते सांगितलं नाही. त्याच्याकडून फक्त एकच पत्र आलं होतं. त्यात म्हटलं होतं की, तो संकटात सापडला असून बराच काळ माझ्याशी प्रत्यक्ष संपर्क करू शकणार नाही. त्याच्या एका मित्रामार्फतच मला त्याच्या संपर्कात राहावे लागेल. मि. स्पिनी या सॅनफ्रान्सिस्कोमधल्या मित्राचा पत्ताही दिला होता त्यानं मला.''

''चेक अफरातफरीच्या आरोपावरून शिक्षा भोगणारा हाच वॉरफिल्ड असला पाहिजे. व्यक्तिश: मला नेहमी वाटतं की, लोकांनी त्याच्याविरुद्ध कट रचला असावा. त्याविषयी काही बोलला का तो तुमच्याशी? मॅसनने विचारले.''

''असं काही घडल्याचा साधा उल्लेखही कधी केला नाही त्यानं.'' तिने पर्समधून कॉम्पॅक्ट बाहेर काढलं. त्याच्या आरशात डोळ्यांचं निरीक्षण केलं आणि चेहऱ्याला पावडर लावली.

मॅसनने ब्रीफकेस हाती घेतली. ''त्याचं काय आहे, मी त्याच केसवर काम करतोय. मिसेस वॉरफिल्ड, मी वकील आहे. मी जमवलेल्या वस्तुस्थिती बरोबर असतील तर पुढच्या तीस दिवसांत तुमचा नवरा सुधारगृहाच्या बाहेर असेल यात तीळमात्र शंका नाही. हाच का तुमचा नवरा?''

मॅसनने ज्यूल्स कार्न होमनचा एक फोटो ब्रीफकेसमधून बाहेर काढला. मूळ फोटोत काही नामवंत सिने-कलावंतांचाही समावेश होता. त्या फोटोचा मथळा होता, 'हॉलिवूडमधल्या नाइट स्पॉटवर निर्माता आणि कलाकार यांच्यात नव्या प्रयोगाविषयी शँपेनसह चर्चा.'

मॅसनने तो फोटो मधोमध कापला होता; त्यामुळे त्याचा मथळा नाहीसा झाला होता आणि होमन कॅमेऱ्याकडे हसतमुखाने पाहत असल्याची छबी तेवढी उरली होती.

''त्याला मदत करण्यासाठी तुम्ही इतकं धडपडताय याचा मला किती आनंद होतोय म्हणून सांगू! मला माहीतच होतं...'' मिसेस वॉरफिल्ड बोलताबोलता एकदम थबकली.

''काय झालं?'' मॅसनने विचारलं.

''मी या माणसाला आयुष्यात कधी पाहिलेलं नाही.'' ती म्हणाली.

मॅसन जाणीवपूर्वक तिचे निरीक्षण करू लागला. तिच्या चेहऱ्यावर अभिनयाचा लवलेशही नव्हता; होता तो फक्त घोर निराशा पचवावी लागल्याचा खट्टूपणा.

तरीही तिने थोडा वेळ तो फोटो उजव्या हातात आणि कॉम्पॅक्ट डाव्या हातात धरून ठेवला. काही वेळाने तो फोटो परत मॅसनच्या हाती सोपवला.

"कदाचित हा स्पिनीचा फोटो असेल" मॅसन म्हणाला.

"मी स्पिनीला कधीही पाहिलेले नाही."

"तुमच्या नवऱ्याने त्याची काही माहिती कळवली होती?"

"हो. मेर्विनने सांगितलं होतं की, प्रत्यक्ष मला पत्र लिहू नकोस. स्पिनीवर माझा पराकोटीचा विश्वास आहे. मेर्विन स्वत: कुठे आहे ते मला का कळू देत नाही कोण जाणे? मि. मॅसन सुधारगृहातल्या माणसाला पत्रे मिळू शकत नाहीत का?" तिने तावातावाने विचारले.

"मिळू शकतात, पण त्यांचे काही नियम आहेत. तो खरोखर सुधारगृहात आहे हे कदाचित तुमच्या नवऱ्याला तुम्हाला कळू द्यायचे नसेल."

"नाही, तसं नाही! तो अडचणीत असल्याचं त्यानं त्याच्या मित्राला, मला कळवायला सांगितलं होतं. मी त्याच्या मित्राला पत्रानेच त्याचा तपशील विचारला; तेव्हा कुठे त्यानं मला सांगितलं की, मेर्विनला सुधारगृहात पाठवलं आहे. मला वाटलं, तो कॅलिफोर्नियामधल्या एखाद्या सुधारगृहात असेल. फॉलसम आणि सॅन क्वेंटीन या दोन्ही पत्त्यांवर मी त्याला पत्रं पाठवली; पण ती परत आली."

"पण तो कॅलिफोर्नियातल्या सुधारगृहात असेल असं तुम्हाला का वाटलं?"

"कारण त्याचा तो मित्र... माफ करा, पण मला वाटतं, मी आता हा विषय थांबवावा."

"तशी ती कल्पना चांगलीच आहे म्हणा. कारण त्यानं तुमची भूक मरेल. आपलं सागरी खाद्य आलंच बघा..." मॅसन म्हणाला.

डिनर घेताघेता मिसेस वॉरफिल्डने तिच्या कामाविषयी, त्या ठिकाणाविषयी जाणून घ्यायचा प्रयत्न केला. ड्रेकने तिच्या प्रश्नांची उत्तरे द्यायचे टाळलेच. त्याने स्पष्टीकरण दिलं की, त्याची रिसेप्शनिस्ट लग्न करणार होती. चालू महिन्याच्या वीस तारखेला लग्न करायचा तिचा विचार होता; पण परिस्थितीच अशी उद्‌भवली की, तिला ते काही दिवस पुढे ढकलावं लागलं. अगदी शेवटच्या क्षणापर्यंत काम करायची तिची इच्छा होती.

मिसेस वॉरफिल्डने गेट व्ह्यू हॉटेलमध्ये उतरावं, रात्रभर तिथेच रहावं आणि सकाळी राहण्यासाठी दुसरी एखादी जागा शोधावी असं मॅसनने सुचवलं. पुढे त्याने हेही सुचवलं की, तिला जागा शेअर करणारं कुणीतरी मिळेल आणि एकत्र राहिल्यामुळं कमी भाड्यात त्यांना चांगलं अपार्टमेंट मिळेल. डिनर घेतल्यानंतर दोघांनी तिला गेट व्ह्यू हॉटेलवर नेलं. तिचं नाव तिथल्या रजिस्टरमध्ये नोंदवलं आणि तिला एक चांगली खोली मिळवून दिली.

"सकाळी मी कुठे आहे हे तुम्हाला कसं कळवणार?"

"कुणाला तरी कामावर ठेवून घ्यायला मी तयार आहे हे कळलं तर माझी रिसेप्शनिस्ट कदाचित ताबडतोब नोकरी सोडेल; तेव्हा तुम्ही ऑफिसमध्ये संपर्क न केलेलाच बरा. अगदीच नाईलाज होईपर्यंत तिला ही नोकरी सोडायची नाही. वर्षानुवर्षे ती माझ्याकडे काम करते आहे, तेव्हा तिला शक्य आहे तोपर्यंत तिने ते करतच राहावं असं मलाही वाटतं. आता काय करायचं ते सांगतो तुम्हाला. तुम्हाला राहायला जागा मिळाली रे मिळाली की, लगेच इथेच माझ्यासाठी निरोप ठेवा. "पॉल ड्रेकसाठी सूचना" असे त्या कागदावर लिहून तो कागद एका पाकिटात घाला आणि ते पाकीट क्लार्ककडे ठेवून द्या. मी ते त्याच्याकडून घेईन आणि नोकरीची जागा रिकामी झाल्याबरोबर तुम्हाला कळवेन."

तिने हस्तांदोलनासाठी हात पुढे केला. "अगदी देवदूतासारखे धावून आलात माझ्यासाठी, मि. ड्रेक."

"छे हो, तुमचं आपलं काहीतरीच!" तिची नजर टाळत ड्रेक म्हणाला.

तिला गुडनाइट विश करून दोघेही कारपर्यंत आले.

"मला अपराध्यासारखे वाटतेय बघ" ड्रेकने बोलून दाखवले.

"पण यातच तिची भलाई आहे." मॅसन मुद्द्याचे बोलला.

"पण तिच्या नोकरीचं काय?"

"ठेव तिला तशीच ताटकळत. तिला पगार देत राहा आणि तिला विश्रांती घेत राहू दे. बीचवर जाऊन निवांत पडून राहा म्हणावं, मस्त सुट्टी एंजॉय कर."

"किती वेळ तिच्यासाठी असा खर्च करत राहणार आहेस?"

"अगदी तिला नोकरी मिळेपर्यंत" मॅसनने निर्वाळा दिला.

ड्रेकच्या चेहऱ्यावर सुटकेचे भाव दिसले. "फारच छान!"

मॅसनने त्याच्या या टिप्पणीकडे दुर्लक्ष केले.

"पॉल, त्या फोटोविषयी ती खोटं बोलत होती असं वाटतं का रे तुला?"

"मला तरी तसं नाही वाटत पेरी. उलट ती तर निराश झाल्यासारखी वाटली."

"बरोबर डेला स्ट्रीट असती तर बरं झालं असतं. ती जे काही बोलली, नेमकी त्याच क्षणी माझी मान मी ब्रीफकेसमध्ये घातली होती."

"ती खोटं बोलत होती असं वाटतं तुला?" ड्रेकने शंका विचारली.

"प्रत्येक गोष्ट होमनकडे बोट दाखवतेय. ही केस कशी हाताळली जातेय ते बघ. त्या कॅफे टेरियाने तिला तापलेल्या विटेसारखं टाकून दिलं ती पद्धत बघ. मी तुला सांगतो पॉल, या गोष्टीचे बरेच परिणाम होणार आहेत आणि या शहरातल्या परिणामांचं म्हणशील तर जिल्हा वकिलाच्या कार्यालयाला कोलांटउडी मारून या कॅफे टेरियात शिरावं लागेल आणि कुणाला कामावर ठेवावं त्याची आज्ञा द्यावी

लागेल. या सगळ्या परिणामांचा स्रोत मात्र एकच असेल.'' मॅसनने मनातला विचार बोलून दाखवला.

''हॉलिवूड?'' ड्रेकचा प्रश्न.

''हॉलिवूड!''

''पेरी, ज्या अर्थी तिच्या नवऱ्याला इथं कॅलिफोर्नियात दोषी ठरवलं गेलं, त्या अर्थी आपण इथल्या नोंदी तपासू शकतो आणि...''

पण मॅसनने त्याला थांबवले. ''तिनं सॅन क्वेंटीन आणि फॉलसमला पत्र लिहिण्याचा प्रयत्न करून पाहिलाय, आठवतंय ना? उगाचच स्वत:ची समजूत घालू नकोस, पॉल. समज, हा वॉरफिल्ड किनारी प्रदेशात आला. त्याला काही कामधंदाही मिळाला- कदाचित सिनेसृष्टीत. त्यात तो चांगला पैसा कमावू लागला. योगायोगाने त्याला तिथे एक सुंदर स्त्री भेटली. या सिनेव्यवसायात कुठेही उतरण्यासाठी, अगदी कारकुनीत का होईना, स्त्रियांकडे असे व्यक्तिमत्त्व असावे लागते, ज्यामुळे त्या टवटवीत आणि उत्साही दिसतील. येडीगबाळी आणि निर्जीव बाहुलीसारखी यंत्रवत हालचाल करणारी एकही स्त्री तुला या सिनेसृष्टीत ऑफिसच्या अवतीभोवती फिरतानाही दिसणार नाही. इथल्या बायका कशा टकाटक वावरत असतात. स्वाभाविकपणे वॉरफिल्ड त्या स्त्रीच्या प्रेमात पडला. सुरुवातीला काही काळ त्याने तिच्याभोवती रुंजी घातली असावी आणि त्यानंतर त्याच्या आयुष्यातला तो महत्त्वाचा क्षण आला असावा. त्याला तिच्याशी लग्न करावेसे वाटले असणार. त्याआधी पहिल्या पत्नीकडून घटस्फोट हवा असणार; पण त्याच्या बायकोचं त्याच्यावर इतकं प्रेम होतं की, तिनं त्याला आपल्यापासून दूर केलंच नसतं; त्यामुळेच त्याच्यातही घटस्फोट मागण्याचं धाडस नव्हतं. तो कुठे आहे हे तिला कळलं असतं तर ती ताबडतोब त्याच्याकडे गेली असती. तो आता बडा आसामी बनला होता- आणि अशा भूतकाळाने झपाटलेला होता, जो कुणापुढेही उघड करायचे धाडस त्याच्या अंगी नव्हते.''

''या समस्येचं उत्तर शोधण्यासाठी त्यानं काय केलं, आपण जाळ्यात फसल्याचं आणि आपल्याला कोंडवाड्यात अडकवलं गेल्याचं ढोंग केलं.

बायकोला काही त्याला भेटता येणार नाही, तेव्हा तिने कॅलिफोर्नियात येऊच नये असं त्यानं तिला सांगितलं शिवाय, ती तसा प्रयत्न करणार नाही याची खात्री पटण्यासाठी त्यानं तिला शिल्लक राहिलेली पै न पै पाठवण्याची गळ घातली.''

''इतकं सगळं करायला तो समर्थ आहे असं वाटतं तुला?'' पॉलने विचारलं.

''नक्कीच! तो तेवढा चतुर होता; म्हणूनच तर त्यानं ते पैसे स्पिनीकडे पाठवायला सांगितलं.''

''पण होमनच तिचा नवरा आहे हे तुला काय माहीत?''

"स्पिनी त्या दोघांमधला मध्यस्थ आहे. त्याच्यावर या वॉरफिल्डचा विश्वास आहे. तो सॅनफ्रान्सिस्कोला जातो. अगदी सरळ आहे बघ, त्याच्या बायकोकडून येणारं टपाल त्याला तिथे मिळतं आणि काही घडलंच तर लॉस एंजेलिसमधल्या तिच्या नवऱ्याशी त्यानं संपर्क साधायचा हे ठरलेलंच असतं." मॅसनने सांगितलं.

"तुझं बोलणं तरी मुद्देसूद वाटतंय."

"तात्पर्य काय, तर स्पिनी या होमनच्या संपर्कात आहे."

"ते तर खरंच रे! या अंगानं पाहिलं ना की, सदर प्रश्नाचं उत्तर गणिती पद्धतीनं मिळवता येत. होमन हाच वॉरफिल्ड असला पाहिजे. अरे हो, या होमनचा एक लहान भाऊही आहे. तो त्याच्याच बरोबर त्याच्या घरात राहतो; पण अपघाताच्या दिवशी आणि त्याच्या आदल्या दिवशी तो घरातून गायब झाला होता." ड्रेकने माहिती पुरवली.

"आपण त्याच्यावर बारकाईने लक्ष ठेवलं पाहिजे. त्याच्याविषयी आणखी काय माहीत आहे तुला?" मॅसनने विचारलं.

"त्याचं नाव होरेस; तो ज्यूल्सपेक्षा सात-आठ वर्षांनी लहान आहे. तो उत्साही मच्छीमार आणि गोल्फपटू आहे. अगदी प्लेबॉय आहे म्हणेनास का..."

"काय काम करतो हा?"

"हॉलिवूडमधला प्रत्येकजण कसं काम करतो?" ड्रेकने विचारलं. "तसंच, रडतखडत... ज्यूल्स त्याला कुठेतरी लेखक म्हणून काम मिळवून देतो. तो आपल्या भावाला स्वत:च्या पायावर उभं करू पाहतोय. त्याच्याकडे शिडाची छोटी होडी आहे, खोगीरधारी घोडा आहे, गोल्फ क्लबची मेंबरशिप आहे आणि हॉलिवूडमधल्या भरभराटीनंतर येणारी प्रत्येक गोष्ट आहे. हा होरेस एखाद्या ठिकाणी थोडंफार काम करतो आणि उरलेला वेळ भावाच्या जीवावर घालवतो. कुठे मासेमारी कर, कुठे गोल्फ खेळ आणि..."

"थांब थोडं" मॅसनने त्याला मध्येच थांबवलं. "अपघाताच्या दिवशी होरेस हॉलिवूडमध्ये नव्हता?"

"नाही. तो होडीतून मासेमारीसाठी गेला होता"

"तो स्पिनीही असू शकतो." मॅसनने शक्यता वर्तवली.

"असेलही कदाचित."

"किंवा होरेस तिचा नवरा असेल आणि जूल्स त्याला वाचवू पाहात असेल."

ड्रेकच्या कपाळावर आठ्या पसरल्या. "मी या दृष्टीनं विचारच केला नाही बघ. पण जूल्स हॉलिवूडमध्ये बराच काळ काम करतोय. त्याचा भाऊ काय, कधीकधी उगवतो. तो आपल्या बायकोला पत्रातून लिहू शकतो, "हे बघ, मी हॉलिवूडमध्ये आहे, पण माझे फारसे बरे चाललेले नाही. भावाचा आधार आहे, म्हणून कसाबसा

तग धरलाय झालं; पण मला बायको असल्याचं कळलं तर तो कानाला धरून माझी हकालपट्टी करेल. आता या नशिबाला काय म्हणावं? मी तुला काही पैसे पाठवीन, आणि तुझं जसं चाललंय तसंच चालू दे.''

पॉल ड्रेकच्या अंदाजानं मॅसन विचारात पडला. ''होमनचा फोटो दाखवल्यावर ती ज्या सहजतेनं वागली त्याचा अर्थच लागत नाही बघ. पॉल, हा त्याचाच फोटो असल्याची तुझी खात्री आहे?''

''हो, मी बोललोय त्याच्याशी हा त्याचाच फोटो आहे आणि चांगल्यापैकी आहे.''

''आपण आता झोपू या.'' मॅसनने जाहीर केलं. ''आज रात्री मी स्टीफन क्लेअरला पुन्हा एकदा भेटतोय. एखादी चांगली बातमी देईन असं सांगितलं होतं मी तिला. आता अपयशी ठरल्याचं सांगायला जरा जडचं जाणाराय...''

''तिला ताटकळत ठेवणं तुला जमायचं नाही का?''

''या मुलीला तरी नाही. मला वाटतं, होमनची भेट घ्यावीच लागेल, पॉल.''

''रात्रीच्या या वेळेला तो भेटणं कठीणच दिसतंय.''

''दिवसाही तो भेटणं तितकंच कठीण आहे, नाही का?'' मॅसनने विचारलं.

''तसं वाटतंय तरी...''

''कुठे राहतो तो?''

''बेव्हरली हिलमधल्या एका आलिशान घरात.''

''त्याचा फोन नोंदवलेला नाही?''

''नाही, त्याची खात्री बाळग.''

''पण टेलिफोन कंपनीवर धाड घातलीस तेव्हा तुला तो नंबर मिळालाच असेल?''

मान हलवत ड्रेक खिसा धुंडाळू लागला. त्यातून एक वही बाहेर काढली आणि ती मॅसनकडे सोपवली. मॅसनने त्यातला टेलिफोन नंबर टिपून घेतला.

''सॅनफ्रान्सिस्कोमधल्या कनिष्ठ वस्तीतल्या स्वस्त घरात राहणाऱ्या या स्पिनीकडे एका सिनेताऱ्याचा न नोंदवलेला टेलिफोन नंबर असणं विचित्रच वाटतंय.'' मॅसन म्हणाला.

''पेरी, तो काही ताराबिरा नाही. आठवड्याला तीन हजार डॉलर्स मिळवणारा एक गरीब गुलाम आहे... त्याला सामाजिक सुरक्षेची आणि इतर प्रत्येक गोष्टीची किंमत मोजावी लागतेच.''

मॅसनने मान डोलवली, ''चल, मी त्याला भेटून जरा बोलून घेतो त्याच्याशी.''

''फारसं काहीही हाती लागणार नाही तुझ्या. तो मनातल्या गोष्टी कधीच उघड करत नाही.'' ड्रेकने त्याला इशारा दिला.

''मी फारसा चुकत नसेन ना पॉल, तर तो त्याच्या गत आयुष्याच्या भुतानं

पछाडलेला आहे. त्यानंच तो असा तऱ्हेवाईक झालाय; पण मी त्याला असं भलतं धाडस करू देणार नाही.'' मॅसन ठामपणे म्हणाला.

८

पांढराशुभ्र सनला केलेल्या स्पॅनिश पद्धतीच्या घराचा दर्शनी भाग रस्त्यावरच्या दिव्यांच्या उजेडात प्रकाशित झाला होता. त्या अस्पष्ट उजेडात अंगणातल्या लाल रंगाच्या फरशा काळपट भासत होत्या.

पांढऱ्या कोटातल्या फिलीपिनी मुलाने मॅसनच्या कॉलला प्रतिसाद दिला.

''मी मि. होमनना फोन केला होता. मी...'' मॅसनने ओळख सांगितली.

''या, मि. मॅसन आत या. आपली हॅट आणि कोट देता प्लीज?'' त्याने नम्रपणे विचारले.

मॅसनने अंगावरचा कोट आणि डोक्यावरची हॅट काढून त्याच्याकडे सोपवली. आणि तो त्याच्या मागोमाग चालू लागला. कॉरिडॉरमध्ये लाल रंगाच्या फरशा बसवलेल्या होत्या. वाटेतली भलीमोठी लिव्हिंग रूम छुप्या दिव्यांच्या मंद प्रकाशाने सजली होती. लिव्हिंग रूम पार करून दोघेही स्टडी रूममधे पोहोचले. या खोलीचे एक दार फरसबंद अंगणात उघडत होते. इथेच एका डेस्कवर होमन बसला होता. तो कपाळावर आठ्या घालून टाइपरायटरवरच्या मजकुराकडे पाहण्यात गढून गेला होता. मजकुराची पाने पेन्सिलीने केलेल्या फेरफारांनी भरून गेली होती. मॅसन तिथे येताच त्याने मान वर करून पाहिले आणि हातातली पेन्सिल पानावर टेकवत त्याचे स्वागत केले, ''ये. बस; पण प्लीज काही बोलू नकोस.''

डेस्कमागे बसलेल्या व्यक्तीला न्याहाळत मॅसन जागेवरच उभा राहिला. इथे आपली बरीच करमणूक होणार हे त्याच्या खट्याळ नजरेने ताडले. काही वेळानंतर जाडजूड उशा घातलेल्या खुर्च्यांपैकी एकीवर विसावला. शिकाऱ्याने सावजाला न्याहाळावे तशी त्याची नजर होमनवरून फिरू लागली.

काचेची तावदाने असलेल्या खिडक्यांचे पडदे मागे ओढलेले होते. त्यातून अंगणातले पामवृक्ष, रंगीबेरंगी प्रकाशात न्हाऊन निघालेले कारंजे आणि त्या मागचा स्विमिंग पूल नजरेस पडत होता. घरात ठायीठायी संपन्नता नुसती ओसंडून वाहत होती. घर नुसते राहण्यासाठीच नाही, तर दृष्टिसुख मिळण्यासाठीही बांधले होते. एका शोमनने त्याच्यासारख्या इतर शोमनसाठी बांधून ते सजवले होते.

होमन त्या हस्तलिखितावर ओणवा झाला होता. तो एकतर वाचनात इतका मग्न झाला होती की, त्याला आलेल्या अतिथीचा विसर पडला होता किंवा मग तो

अशा डौलात उभा होता की, त्याला आलेल्या अतिथीवर छाप पाडायची होती, आपले महत्त्व वाढवायचे होते.

हस्तलिखितावरून नजर न काढताच त्याने फर्मावले, "थोडंऽ सं थांब. एवढा एक सीन पूर्ण करतो, मग बोलू या." त्याचा आवाज इतका निर्जीव होता की, त्याची एकाग्रता अधिक सच्ची वाटू लागली.

होमन बोलून चालून एक शोमन होता. त्याच्या डोक्याच्या मध्यभागी टक्कल होते अन् त्याच्या अवतीभोवती खुरटलेले केस होते. ते केस वाढवून आणि मागे वळवून टक्कल झाकण्याचा प्रयास त्याने मुळीच केला नव्हता. कासवाच्या कवचाची भलीथोरली चश्म्याची फ्रेम त्याच्या नाकावर स्थिरावली होती. सरळ भुवया करड्या होत चाललेल्या कानशिलाच्या केसांना जाऊन मिळाल्या होत्या. त्याने त्याचे डोके किंचित कलते ठेवले होते. डोळे एकाग्रतेने स्क्रिप्टवर रोखले होते. एकाएकी, त्याने डेस्कमधून मऊ शिशाची एक पेन्सिल झटक्याने ओढली आणि उन्माद चढल्यासारखा समोरच्या हस्तलिखितावर तुटून पडला. त्याने त्यातले काही शब्द खोडले, तर काही समासात आणि इतरत्र घुसडले. हे करताना तो जराही थबकला नाही. हात मनोवेगाने चालावेत यासाठी तो धडपडत असल्यासारखा वाटला. या हल्ल्याच्या ओघात खालचे अर्धे पान पेन्सिलने केलेल्या नोंदीचे उभे पॅचवर्क बनले. त्यानंतर त्याने ज्या झटक्याने पेन्सिल ओढून घेतली त्याच झटक्याने टाकून दिली, स्क्रिप्ट मागे ढकलले आणि त्याचे लालसर तपकिरी डोळे मॅसनवर रोखले गेले. "माफ कर हं, तुला थोडं ताटकळावं लागलं. तू इतक्या लवकर इथं येशील असं वाटलं नाही. मूड असेपर्यंतच हातात घेतलेला सीन पूर्ण करावा लागतो. तुझ्या येण्यामुळं मी या मूडमधून बाहेरच फेकला जाणार आहे. तो डिटेक्टिव्ह तर वाईट होताच, तू त्याच्यापेक्षा वाईट असणार आहेस. खरं तर मला याचा तिटकारा आहे; पण ते करूनच त्यातून तरून जावं लागेल. चल बोल, काय हवंय तुला?"

सुरुवातीचे काही प्रश्न विचारून मॅसनने त्याला त्याच्या लिखाणाच्या मूडमधून बाहेर काढण्याचा प्रयत्न केला. "इतक्या उशिरापर्यंत काम करत असाल असं वाटलं नव्हतं."

"सदासर्वदा मी कामातच असतो. उशीर होईल तितका चांगलाच आहे. आजूबाजूचे लोक गाढ झोपलेले असतानाच माणूस सर्वोत्कृष्ट काम करू शकतो." हात झटकत तो म्हणाला, "म्हणजे शहरातल्या लोकांबद्दल म्हणायचंय मला. दिवसा खूपच टेलीपथी असते. वैयक्तिकच नाही, तर त्याच्या कैक पटींनी जास्त गटांची टेलीपथी. मनं एकमेकांवर आदळत असतात आणि तुम्हाला त्याच त्याच व्यावहारिक गोष्टींच्या रूढींमध्ये जखडत असतात; पण तुला काय हवंय?"

"मी तुम्हाला तुमच्या कामाच्या मूडमधून बाहेर काढलं ना?" मॅसनने विचारलं.

“कामाच्या मूडमधून नाही, तर हातातल्या स्क्रिप्टच्या सहअनुभूतीतून बाहेर काढलंस. यातली पात्रं त्यांच्या जीवनातल्या नाट्यपूर्ण घडामोडींना सामोरी जात आहेत. पात्रं खरी असल्याशिवाय असे प्रसंग कुणी पडद्यावर चितारू शकत नाही. त्यांच्याच अनुभूतीचा प्रत्यय आल्याशिवाय आणि त्यांच्या अंत:करणाचे दरवाजे उघडून थेट आत शिरल्याशिवाय पात्रं जिवंत होऊ शकत नाहीत. तो एक व्यक्तिगत विचार आहे. काय हवं ते नाव द्या त्याला. तू तुझ्या उद्दिष्टपूर्तीसाठी आला आहेस. मला तुझ्याशी वस्तुनिष्ठपणेच बोलावे लागेल. माहिती हवी असल्याचा तुझा फक्त बहाणा आहे. कदाचित तू मला जाळ्यात ओढू पाहत असशील; तुझ्याशी जरा जपूनच बोलावं लागेल.”

“का? अनावधनाने काही कबूल करण्यापासून स्वत:चा बचाव करण्यासाठी?” मिळालेल्या संधीचा फायदा उठवत मॅसनने विचारले.

“नाही, नाही. तू काहीतरी चुकीचा अर्थ लावून तो माझ्या माथी मारण्यापासून बचाव करण्यासाठी.”

“इतका काही वाईट नाही मी.”

“तुझा डिटेक्टिव्ह तर होता बुवा वाईट. त्याने माझ्या अर्ध्या दिवसाचा पुरता विचका करून टाकला. आता तुला काय हवंय.”

“तुम्ही तुमच्या कारचा विमा स्वत:च उतरवता?”

“हो; पण तुझा याच्याशी काय संबंध? अगदी काडीचाही नाही.”

“हा अपघात - याने बराच फरक पडतोय?”

“तो कसा काय?”

“वाहन तुमच्या प्रत्यक्ष किंवा अप्रत्यक्ष संमतीने चालवले जात होते का, कारण यामुळे तुमच्या कायदेशीर जबाबदारीत भर पडते.”

“नाही, ते माझ्या संमतीने चालवले जात नव्हते.”

“तरीसुद्धा, यातला कायदेशीर फरक तुम्ही जाणू शकता.”

“बरं, मानलं की, यात कायदेशीर फरक आहे. मग पुढे काय?”

“...आणि गाडी चालवणारा इसम तुमचा एजंट असल्याचं निष्पन्न झालं तर...” मॅसन म्हणाला.

“माझ्याकडे एकही एजंट नाही.”

“सामान्य लोक नेहमी असाच विचार करतात. समजा, तुम्ही एखाद्याला पोस्टात पत्र टाकायला सांगितलंत आणि त्यासाठी तुमची गाडी वापरायला दिलीत, तर त्या प्रवासापुरता तो तुमचा एजंट ठरतो.

“अच्छा! चांगला मुद्दा आहे. तुझ्या तोंडून ऐकून फार आनंद वाटला. मी तो लक्षात ठेवेन. आणखी काही?”

"आणखी म्हणजे... समजा, तुम्ही तुमच्या एखाद्या कामासाठी कुणाला तरी सॅनफ्रान्सिस्कोला पाठवलंत, तर त्या कामापुरता तो आपोआपच तुमचा एजंट बनतो." मॅसनने सांगितले. "त्यानं काय होतं?"

"समजा, तो गाडी चालवत असताना काही अपघात झालाच, तर तुम्ही स्वत: गाडी चालवताना त्यासाठी जितके जबाबदार ठरता, तितकेच याही वेळी जबाबदार ठरता."

"ठीक आहे, तू मला कुठेतरी घेऊन चालला आहेस तर, बोल पुढे. हा सगळा काय प्रकार आहे?"

"मि. होमन, मी एक वकील आहे. मी स्टीफन क्लेअरचं प्रतिनिधित्व करतोय. निष्काळजी मनुष्यवधातून तिची सुटका करणाऱ्या पुराव्याचा कण न् कण गोळा करण्यात मला स्वारस्य आहे."

"ते स्वाभाविकच आहे म्हणा."

"आणि इकडे तुम्हाला तुमची कायदेशीर जबाबदारी कमी करण्यात स्वारस्य आहे. कुणी खरोखरच ते वाहन चोरलं असेल तर ती वेगळी गोष्ट आहे. कुणी तुमच्या परवानगीने ते चालवत असेल तर तीही वेगळी गोष्ट आहे. शिवाय गाडी चालवणारा इसम खरोखर तुमचा एजंट असेल तर ती आणखी वेगळी गोष्ट आहे. तुम्हाला किमान आर्थिक झळ पोहोचेल असा त्या पुराव्याचा अर्थ लावण्यात तुम्हाला रस असणं स्वाभाविक आहे." "ते उघडच आहे."

"म्हणूनच आपल्या दोघांचं स्वारस्य एकमेकांच्या विरुद्ध जाणारं आहे."

"तेही स्वाभाविकच आहे. तू इथे येण्यापूर्वीच मी ते ओळखलं होतं. काहीतरी नवं सांग."

"मला असं समजलंय मि. होमन की, तुम्ही कणभर शहाणे आणि मणभर मूर्ख आहात." मॅसन अर्थपूर्ण स्वरात म्हणाला. "कशावरून?"

"कायदेशीर जबाबदारी म्हणून काही हजार डॉलर्स वाचवण्याच्या नादात तुम्ही घोर संकट ओढवून घेत आहात."

"कुणाकडून?" "माझ्याकडूनच!"

होमनचे तांबूस डोळे चश्म्याआडून मॅसनचा प्रदीर्घ आणि शोधक वेध घेऊ लागले. "बोल ना." तो म्हणाला आणि क्षणभर थांबून त्याने विचारले, "या कथेचा उरलेला भाग काय आहे?"

"स्टीफन क्लेअर तुमची गाडी चालवत नव्हती हे मला सिद्ध करायचंय आणि त्यासाठी ती कोण चालवत होतं तेही सिद्ध करावं लागेल. त्यासाठी मला तुमच्या खासगी व्यवहारात डोकवावंच लागेल आणि अशा प्रसंगी मी फार उत्कृष्ट कामगिरी करतो." मॅसनने सांगितले.

"ब्लॅकमेल करतोस मला?"

"नाही. सावध करतोय."

"झालं तुझं?"

"नाही. आता तर कुठे सुरुवात आहे."

फिरत्या खुर्चीत बसल्या जागी होमनने थोडीशी चाळवाचाळव केली. "मला वाटलं होतं, त्यापेक्षा हे नुकसानकारक ठरणार असं दिसतंय एकंदरीत." आखूड, मांसल, पण व्यवस्थित निगा राखलेल्या बोटांनी डेस्कच्या कडेवर हताशपणे ताल धरत होमन उद्गारला. त्याचा हात हलताच उजव्या हातातली हिऱ्याची अंगठी प्रकाशित झाली आणि तिचे असंख्य पैलू तेजाळून उठले.

"नक्कीच! ती गाडी तुमचा एजंट चालवत होता हे सिद्ध करणं माझ्यासाठी जास्तीतजास्त फायदेशीर ठरणार." मॅसनने सांगितले.

"गाडी चोरीला गेल्याचं मी खोटं सांगतोय असं का वाटतंय तुला?"

"मी जेव्हा माझ्या अशिलाचं प्रतिनिधित्व करतो ना, तेव्हा माझ्या अशिलाशी निगडित वस्तुस्थितीच्या विरोधात जाणारं जो बोलतो, तो खोटंच बोलतोय असं गृहीत धरतो मी." मॅसनने नम्रपणे सांगितले.

"त्यासाठी तुला दोष देता येणार नाही. व्यवसायच आहे तुझा तो, बोल, पुढे बोल."

पुढे झुकून, एकाएकी थेट होमनवर बोट रोखून मॅसन म्हणाला, "तर आता, काही कारणानं स्पिनीबद्दलची वस्तुस्थिती पुढे येऊ नये असं तुम्हाला वाटत असेल तर आता, अगदी या क्षणी सांगणं तुमच्या फायद्याचं ठरेल."

क्षणभरासाठीही होमनच्या चेहऱ्यावरचे भाव बदलले नाहीत.

"हा स्पिनी कोण आहे?"

"सॅनफ्रॅन्सिस्कोमधला एक सद्गृहस्थ."

"मी काही ओळखत नाही त्याला. तेव्हा त्याच्याविषयीची वस्तुस्थिती तू उघड केलीस तरी मला पर्वा नाही त्याची."

"आणि न्यू ओरलियन्समधल्या कॅफे टेरियातील वेट्रेसबद्दल तुम्हाला काही माहिती नको असेल तर तसे सांगण्यासाठी हीच वेळ अगदी योग्य आहे."

"एका बाईवरून मला धमकी देतोस?"

"हो. देतो."

"चालू दे तर मग तुझं. सगळ्यांना आण यात. मी कशाला त्याची काळजी करू? मी अविवाहित आहे. प्रत्येकजण म्हणतो, मी बाईलवेडा आणि स्वैराचारी आहे. मीही तसा नसल्याचं सोंग आणत नाही. शंभरजणींची नावं उघड केलीस तरी मला काही वाईट वाटायचं नाही. प्रत्यक्षात पकडले गेल्याशिवाय कुणालाही वाईट वाटत नाही. जेव्हा तुम्ही खुले आम सगळे धंदे करता तेव्हा तुम्ही पकडले गेलात

असं लोकांनाही वाटत नाही. आणि...''

"माझ्या बोलण्याचा चुकीचा अर्थ घेताय तुम्ही. जिच्याशी तुम्ही जवळीक साधली असावीत अशा कोणत्याही स्त्रीचा संदर्भ देत नाही मी.''

"मग कोण आहे ही बाई?''

"ती आपल्या पतीशी कदाचित एकनिष्ठ होती, जिने बऱ्याच काळापासून त्याला पाहिलेही नाही; आपण कुठे आहोत, काय करतो आहोत हे पत्नीला कळू नये यासाठी तिने न्यू ओरलियन्समध्येच राहावे असे ज्याला वाटते त्या पतीच्या पत्नीविषयी बोलतोय मी?''

"का?'' होमन गुरगुरला.

"कारण त्याला तिच्यापासून घटस्फोट हवाय.'' मॅसनने स्पष्ट केले.

"का?''

"कारण... कदाचित तो भरपूर श्रीमंत झाला असावा आणि त्याला दुसऱ्या कुणाशी तरी विवाह करायचा असावा.''

विचारात पडलेल्या होमनचे डोळे आकुंचित झाले. "मस्त कल्पना उचललीस, मॅसन. मला वाटतं, ती तू चांगली फुलवावीस. मी तर म्हणतो, या कल्पनेवर विचार कर. मानवी हितसंबंध, महान त्याग, नाट्य. त्या बाईला सोज्वळ, साधी रंगव; पण अति करू नकोस. नाही तर सगळंच मुसळ केरात जाईल. खरंच, तू ही कल्पना फुलवच.''

"त्याच विचारात आहे. मी.''

रत्नजडित हात हलवत होमन अचानक हसू लागला. "नाटकाचा विषय दिसतोय. माफ कर मला मॅसन; पण त्याचं काय आहे, अनेक लेखक आपल्या कल्पना घेऊन माझ्याकडे येतात, त्या माझ्यासमोर मांडतात आणि त्याबद्दल माझे मत विचारतात; त्यामुळे प्रत्येक गोष्टीकडे मी त्याच अंगाने पाहतो. क्षणभरासाठी वाटलं, तू एक अस्सल कल्पना मांडतोयस. नाटकासाठी विषय चांगला वाटतोय.''

"मी वस्तुस्थितीबद्दल बोलतोय.'' "अशी वस्तुस्थिती, जिच्याशी माझा काहीही संबंध नाही. आणखी काही बोलायचंय?''

"हो, तुम्हाला साक्षीदाराच्या पिंजऱ्यात उभं राहावंच लागेल आणि तुमची बाजू मांडावी लागेल. खोटंनाटं बोललात तर ती खोटी साक्ष ठरेल. कदाचित पहिल्यांदा जेव्हा तुम्ही या अपघाताविषयी ऐकलंत, तेव्हा विचार केलात, पोलिसांसमोर..'' आपली बाजू मांडून यातून आपलं अंग काढून घेऊ शकाल आणि पुन्हा एकदा आपल्या कामाला लागू शकाल; पण ही कल्पना आता बाद झाली आहे. आता असं करणं तुम्हाला शक्य नाही. तुम्ही एका तरुणीला जेलमध्ये पाठवू पाहाताय. खोटी साक्ष देताना मी पकडलं, तर सरळ जेलमध्येच रवानगी. मला वाटतं, माझं बोलणं तुम्हाला स्पष्टपणे कळलं असेल?'' मॅसनने विचारलं.

''थांब, अजून थोडा वेळ. मला जरा विचार करू दे.'' होमनने विनंती केली.

मॅसन होमनला न्याहाळत स्तब्धपणे बसला. तो निर्माता आपल्या डेस्कच्या पृष्ठभागाकडे टक लावून पाहू लागला. त्याने उजव्या हाताच्या बोटांनी धरलेला उदासवाणा ठेका सोडला तर ना त्याची काही हालचाल दिसत होती, ना चेहऱ्यावर कुठले भाव होते.

एकाएकी त्याचा ठेका धरलेला हात थांबला. वर पाहात, होमन मॅसनला सांगू लागला, ''माझी बाजू भक्कम आहे. मी खरं तेच सांगतोय. त्यात तू काहीही ढवळाढवळ करू शकत नाहीस. मी पोलिसांना वस्तुस्थितीची कल्पना दिलेली आहे. क्लेअरच्या बाबतीत जे घडलं त्याविषयी मात्र मला फार वाईट वाटतंय. तिनं माझी गाडी चोरली असेल असं मी ठामपणे सांगू शकत नाही आणि मॅसन, माझ्या लेखी तुझी किंमत शून्य आहे, शून्य! विचार करू लागलो की, मला त्या मुलीबद्दल सहानुभूती वाटू लागते. कापणं, खरचटणं, जखमा होणं, हॉस्पिटलमध्ये पडून राहणं, जवळ पैसा नसणं, नोकरी नसणं, मित्रांचा तुटवडा, बरं झाल्यावर भोगावा लागणारा तुरुंगवास, वृत्तपत्रांचा ससेमिरा. महाकठीण दिव्य आहे हे. यात मी मानवी चेहरा, नाट्य, शोकांतिका हे सगळं पाहू शकतो. म्हणूनच यावर विचार करणं मला परवडणार नाही. सध्या माझा स्टुडिओ मला अशा माणसाच्या समस्येवर लक्ष केंद्रित करण्यासाठी पैसा मोजतोय, जो अशा एका स्त्रीच्या प्रेमात पडला आहे, जिचे लग्न दुर्दैवाने दुसऱ्याच कुणाशी तरी झाले आहे. तिचा नवरा बायकोला गमवायला तयार नाही. तो तिच्यावर पाळत ठेवून आहे. त्यांच्यातली जवळीक वाढत जाते आणि एके दिवशी अचानक तो त्या दोघांना एकत्र पकडतो. त्याच्या नजरेतली खुन्नस, द्वेष... मला कशाची काळजी लागून राहिली असेल तर याचा त्या स्त्रीच्या चारित्र्यावर काय परिणाम होईल, तिला बळजबरीने खोटे जीवन जगावे लागेल, जुलूम सहन करावा लागेल...''

मॅसनने ताडकन खुर्ची मागे सारली. ''मला तुमच्या समस्येत काहीही रस नाही. एका मुलीला तुरुंगवासापासून दूर ठेवण्यासाठी मला पैसा मिळतोय आणि हे काम करायला मी अगदी समर्थ आहे.''

''हं... मला तुझी समस्या कळतेय. मला वाटतं, आता मी माझ्या स्क्रिप्टच्या मूडकडे वळावं. गुड नाइट मी. मॅसन, शक्यतो परत इकडे येऊ नकोस.''

''मी तुम्हाला सावधानतेचा इशारा दिलेलाच आहे.'' मॅसनने आठवण करून दिली.

''तेवढाच पुरेसा आहे. मला कळलाय तुझा इशारा.'' स्क्रिप्ट पुढे ओढत होमनने त्याचा निरोप घेतला.

मॅसन दरवाज्याकडे जाऊ लागला आणि जाताजाता अचानक मागे वळून पुन्हा एकदा होमनच्या डेस्कपाशी आला. ''उत्सुकता म्हणून विचारतो, तुम्ही ज्या

स्क्रिप्टवर काम करत आहात त्याचे नाव सांगू शकाल का? ते पडद्यावर पाहायला मला आवडेल आणि माझ्या आगंतुक येण्यामुळे त्यात काही लक्षणीय फरक पडलाय का हेही पाहता येईल..."

होमनने नकळत शीर्षक असलेले पान उचलले आणि सांगितले, "दोन वर्षांपूर्वी या स्टुडिओने एक कादंबरी खरेदी केली होती. त्यावर हे स्क्रिप्ट बेतलेलं आहे. कादंबरीचं शीर्षक आहे, "जिथे कुठे ढलप्या विखुरतात" एका जुन्या म्हणीचा भाग आहे तो. "रांग उद्ध्वस्त करा आणि मग ढलप्या विखरायच्या तिथे विखरू देत." त्यात एक चांगला बदल केलाय. कादंबरीचं शीर्षक म्हणून ठीक आहे; पण थिएटरमध्ये जाणाऱ्यांसाठी ते फारच गहन आहे बुवा. त्याला असं शीर्षक हवं असतं, ज्याचा अर्थ त्याला कळतो, ज्याच्याशी त्याचं नातं निर्माण होतं. वृत्तपत्रीय मथळ्यांसारखं नाट्यमय मसाल्याने भरलेलं असं काहीसं... पण मी हे सगळं तुला का सांगतोय?"

"ते मलाही माहीत नाही" म्हणत मॅसन तिथून उठला. पाठोपाठ त्याने हलकेच दार ओढून घेतले.

हॉलमध्ये पांढऱ्या कोटातील फिलीपिनी तरुण मॅसनची हॅट आणि कोट घेऊन त्याची वाट पाहात थांबला होता. अदबशीरपणे वावरण्याचे खास प्रशिक्षण त्याला देण्यात आल्याचे स्पष्ट दिसत होते.

मॅसनने त्या तरुणाच्या मदतीने कोट चढवला. त्याच्याकडून हॅट घेतली आणि लिव्हिंग रूममधल्या भल्या मोठ्या रेडिओकडे पाहात काही वेळ तिथेच रेंगाळला. अंधूक प्रकाशात रेडिओची डायल अस्पष्ट दिसत होती. त्याच्या माउथ-पीसमधून ऑर्गनची मंद सुरावट सुस्पष्टपणे कानी पडत होती.

मॅसनने आपली नजर रेडिओवरून फिलीपिनीकडे वळवली.

"मालक तुला रेडिओ लावू देतात?"

तो आपली पांढरीशुभ्र, एकसारखी दंतपंक्ती दाखवत मॅसनकडे पाहून निर्लज्जपणे हसला. "नाही, सर. पण ते कामात असताना त्यांच्या कानावर काहीच पडत नाही. तशी मी त्यांची थोडीशी फसवणूकच करतो म्हणा. मला इथे थांबून तुम्ही जाण्याची वाट पाहायची होती आणि हा माझा आवडता कार्यक्रम आहे."

"असं आहे का?" म्हणत मॅसन रेडिओजवळ गेला. "अशा प्रकारच्या रेडिओत मला फारच रस आहे." म्हणत तो त्याकडे टक लावून पाहू लागला.

फिलीपिनी तरुण अगदी अवघडून गेला.

"खूपच छान आहे हा रेडिओ; पण प्लीज आवाज मोठा करू नका. मालक खूप रागावतील." त्याने मॅसनला विनंती केली.

संगीत लक्षपूर्वक ऐकत मॅसन रेडिओपुढे उभा राहिला.

एकाएकी ऑर्गनच्या मंद सुरावटीत कर्कश खरखराटाचा व्यत्यय आला आणि

त्यापाठोपाठ खटकन् आवाज झाला. सहा वेळा याचीच पुनरावृत्ती घडली. घरातील कुणीतरी स्वयंचलित टेलिफोन वापरून नंबर डायल करत असावा, तसा त्या खरखराटाचा आवाज कमी-अधिक लांबीचा होता.

मॅसन पुन्हा एकदा दाराकडे वळला.

''थँक्यू व्हेरी मच, गुड नाइट.'' त्याने त्या तरुणाचा निरोप घेतला.

तो विचारपूर्वक मॅसनकडे रोखून पाहू लागला. ''प्लीज.'' मी हे मि. होमनना सांगणार आहे.'' तो म्हणाला.

''काय सांगणार आहेस?'' मॅसनचा प्रश्न.

''हेच की, ते टेलिफोन वापरतात का हे पाहण्यासाठी तुम्ही थांबला होता.''

मॅसन हसला. ''नक्की असंच कर.''

मॅसनबद्दलच्या संतापाने पेटलेला तो फिलीपिनी तरुण दरवाज्याची मूठ फिरवण्याच्या बेतात होता. मॅसनलाही त्याच्या या संतापाची जाणीव होती. तो दरवाज्यापासून काही इंच अंतरावर होता. फिलीपिनी तरुण दार उघडत असतानाच दाराबाहेर चटचट पायऱ्या चढणाऱ्या पावलांचा नाद उमटला. मॅसन दाराबाहेर पडू लागला आणि हुबेहुब पुतळ्यासारख्या दिसणाऱ्या एका तरुणावर आदळला. तो पायऱ्यांवरून दडदडत येऊन लॅचमध्ये किल्ली फिरवण्याच्या तयारीत होता.

''हॅलो, तुम्हाला धक्का मारायचा माझा हेतू नव्हता हं. माफ करा मला'' त्याने मॅसनकडे क्षमायाचना केली. मॅसनने त्याच्या नीटनेटकेपणाची, गडद डोळ्यांची, धारदार चेहऱ्याची, लांब उतरत्या कपाळाची आणि हॅट नसलेल्या डोक्यावरून मागे वळवलेल्या लहरेदार केसांच्या पट्ट्याची नोंद घेतली.

''मला वाटतं, तुम्ही मला भेटायला आला नसाल, नाही का?''

''तू होरेस होमन का?''

''हो.''

''मला तुझ्याशी थोडं बोलायला आवडेल.''

''मी प्रचंड घाईत आहे. बोललो नाही तर चालेल का?''

''नाही चालायचं. मी पेरी मॅसन. पेशाने वकील आहे. स्टीफन क्लेअरचं वकीलपत्र घेतलंय मी.''

''अरे देवा! वचनभंगाची आणखी एक फिर्याद! ठीक आहे, तिला सांग, तिला कोर्टातच जायचं असेल तर मी होकार देईन आणि तिच्याशी लग्न करेन. म्हणजे मग... एक मिनिट हं... स्टीफन क्लेअर काय? हंऽऽ आत्ता लक्षात येतंय तुझं बोलणं.''

''तुझ्या भावाची गाडी चालवल्याचा आरोप झालेली ती तरुणी.''

''आलं लक्षात माझ्या.''

''त्यावेळी तू मासेमारीला गेला होतास असं कळलंय...''

"बरोबर आहे- क्रूझवर होतो मी तेव्हा."

"मी तुझ्या भावाला आत्ता हेच सांगत होतो की, हा खूप गंभीर विषय आहे. पोलिसांना काहीतरी थातूरमातूर सांगून आणि पुन्हा एकदा आपल्या कामाला लागून तो या विषयाला वळसा घालू शकणार नाही. त्याला साक्षीदाराच्या पिंजऱ्यात जावेच लागेल आणि तो तिथे उभा राहिला की, मी त्याला असे कुठलेही प्रश्न विचारेन, जे या विषयाचा सोक्षमोक्ष लावतील."

"तुला काही दोष देता येणार नाही. माझी खात्री आहे, जूल्सला हे फारसं आवडलं नसणार-म्हणजे तुझं म्हणणं ऐकून घेण्यासाठी हातातलं काम बराच वेळ थांबवावं लागणं."

"त्यांनी हातातलं काम थांबवलं आणि माझं म्हणणंही ऐकून घेतलं; पण माझं बोलणं ऐकण्याकडे त्यांचं लक्ष होतं की नाही याची शंका वाटते."

त्याच्या धाकट्या भावाने मान डोलवली. "तुझ्या बोलण्यात त्याचं चित्त खचितच नसेल. तरीही, तू सांगितलंस, तुझं काम केलंस. जूल्सची काळजी करू नकोस. तो घेतो स्वत:ची काळजी. त्याची मतं तू बदलू शकणार नाहीस."

"पण फक्त गाडी निष्काळजीपणाने चालवण्याच्या फिर्यादीपासून बचाव करण्यासाठी अशी जोखीम पत्करणं, जी त्याला फार महागात पडू शकते, हे फारच मूर्खपणाचं वाटतं."

होरेस होमनने मनगटी घड्याळावर नजर टाकली. "हे बघ, मी फारच घाईत आहे. तरीही पाच मिनिटं देऊ शकतो. बोलू आपण. फिलीप, तू जरा बाहेर थांब."

"येस सर. मि. मॅसनना बाहेरपर्यंत पोहोचवायचंय. हाकेच्या अंतरातच राहीन मी."

"मी पोहोचवेन त्याला."

"माफ करा सर, पण मोठ्या सरांची तशी आज्ञा आहे, सर."

"ठीक आहे, जा तू फिलीप. आमचं बोलणं झाल्यावर तुला आवाज देईन. आपण बसायचं का?" त्याने मॅसनला विचारलं.

"अजिबात वेळ दवडायला नको. इथेच उभं राहून बोलू."

"ठीक आहे."

"या स्पिनीबद्दल तुला काय माहीत आहे?" संभाषणाचा धागा पुढे नेत मॅसनने विचारले.

"स्पिनी?" आठ्या घालत होमनने विचारले. "कुठेतरी ऐकल्यासारखं वाटतंय हे नाव. एक मिनिट हं... स्पिनी... नाही. नाही वाटत ऐकल्यासारखं. आणखी काही?"

"किंवा कदाचित न्यू ओरलिअन्समधल्या त्या स्त्रीविषयी काही माहिती असेल तुझ्याकडे?"

"न्यू ओरलिअन्स- त्याचा इथे काय संबंध? हे बघ, अनेकजण केवळ

सूडभावनेनं होमनचं नाव अनेक स्त्रियांशी जोडतात; पण तू त्यातला वाटत नाहीस.''

''नाहीच मी त्यातला.''

''माझ्या माहितीनुसार, प्रश्न असा आहे की, ती गाडी कोण चालवत होतं?''

''अगदी बरोबर!''

''बाप रे! माझं ग्रहमान भलतंच चांगलं दिसतंय. मी ती गाडी चालवत नव्हतो. आभार त्या ग्रह-ताऱ्यांचे! त्याचं काय आहे तुला सांगतो, मॅसन. प्यालेला असताना कधीही गाडी चालवायची नाही असं मी पक्कं ठरवतो. म्हणजे जेव्हा मी सावध असतो तेव्हा. प्यायल्यानंतर मला वाटू लागतं, मी गाडी चालवण्याइतपत सावध आहे; पण भरपूर प्यायल्यानंतर आपण गाडी चालवू शकू असे म्हणून मी स्वत:ला फसवू शकत नाही. भरपेट प्यायल्यानंतर वाटू लागतं, हे आयुष्य किती छोटं आहे आणि किती आनंददायक आहे. मग मी कसल्याही परिणामांची पर्वा करत नाही. आता मात्र याचा काहीतरी विचार केला पाहिजे.''

''पिणं सोडू शकतोस का तू?'' मॅसनने सुचवले.

''नाही, ते काहीतरी व्यावहारिक असलं पाहिजे.''

''प्यायला सुरुवात केल्यानंतर गाडीची किल्ली काढून ती स्वत:च्याच पत्त्यावर का पाठवत नाहीस?''

''छे, छे! मला ती गाडी वापरायची असते. पहिल्या बारसमोर उभी करून ठेवायची नसते.'' मॅसन हसला. ''मला नाही वाटत, मी तुला काही मदत करू शकतो आणि तूही मला मदत करशील असं वाटत नाही.''

''का, का बरं?''

''स्टीफन क्लेअर ती गाडी चालवत होती असं वाटत नाही मला. ती चोरलेली होती असंही वाटत नाही मला.''

''जूल्सचं म्हणणं आहे ती चोरीला गेली होती. नियमांच्या बाबतीत तो अगदी काटेकोर आहे; पण कामात असताना मात्र विसरभोळेपणाची परिसीमा गाठतो आणि बहुतेक वेळा तो कामातच असतो. उलटतपासणीसाठी तुम्ही त्याच्या मागे लागणार असं धरून चालायचं का?'' मॅसनने मानेनेच होकार दिला.

''त्याला ते आवडायचं नाही. लोकांनी डिवचलं, टोचलं की, तो हताश होतो. अर्थात याविषयी मला काही माहिती नाही याचा आनंदच आहे म्हणा... मॅसन, खरंच मला त्या मुलीविषयी वाईट वाटतं. जाऊन तिला भेटावं म्हणतोय. म्हणजे यात मी काही करू शकतो असं नाही; पण मला तिच्याविषयी वाईट वाटतं याची निदान जाणीव तरी करून देऊ शकतो. तिनं गाडी चोरली असावी असं काही मला वाटत नाही.''

''कुणी चोरली असेल मग?''

''असेल रस्त्यानं निरुद्देश भटकणारा एखादा रिकामटेकडा. भटकता भटकता

जूल्सनं लावलेल्या गाडीवर त्याची नजर पडली असेल.''

''असं असेल तर त्या माणसाला ओळखण्यासाठी तू काही अंदाज बांधू शकशील?''

होरेस होमनची मुद्रा विचारमग्न झाली. खालच्या आवाजात तो म्हणाला, ''तसं म्हणायचं झालं तरी...'' अचानक तो खो खो हसू लागला. ''थांब हं जरा. या घरासाठी तू एक दांडगा, दुष्ट कोल्हा बनून आला आहेस. बाप रे! कसले भयंकर सुळे आहेत तुझे! मि. मॅसन, मी काहीही अंदाज बांधू शकत नाही आणि बरोब्बर वीस मिनिटांत माझी भेट ठरली आहे. मस्त पाखरू आहे! आवराआवरी करायला दहा मिनिटं तरी लागतील मला. सॉरी मित्रा, माझी अवस्था तुझ्या लक्षात आलीच असेल. शिवाय मिस क्लेअरलाही भेटायचंय. याला तिची काही हरकत तर असणार नाही ना? तुला काय वाटतं?''

''तिच्याकडून काही माहिती मिळवायची अपेक्षा ठेवली नाहीस तर काहीच हरकत असणार नाही तिची. तुला काहीही सांगायचं नाही अशी सूचना तिला दिली जाईल.'' मॅसनने स्पष्ट केले.

होमनने संमती दर्शवली. ''वेल, या केसमध्ये माहिती देण्यासारखं असं माझ्याकडे काहीच नाही. तसं मी तुला काही सांगितलेलंही नाही. खरं की नाही?''

''एका शब्दानंही काही सांगितलं नाहीस.''

''ठीक आहे, निघू या आपण आता. तुला भेटून खूप आनंद झाला.''

सडपातळ, तांबूस बोटांनी मॅसनशी हातमिळवणी केली. उंच आवाजात त्याने हाक दिली, ''फिलीपऽ, हा जायला निघालाय आणि घरातली सगळी चीजवस्तू जागच्या जागी आहे.''

फिलीपिनी तरुण कमानीखालच्या रस्त्याने एका जाडजूड पडद्याआडून किंचितही आवाज न करता अलगद अवतीर्ण झाला. जवळच थांबून आपल्या संभाषणाचा शब्दन् शब्द त्याने ऐकला आहे याची मॅसनला जाणीव होती. नि:शब्दपणे त्याने या वकिलासाठी दरवाजा उघडून धरला आणि मॅसन मूकपणे रात्रीच्या अंधारात दिसेनासा झाला.

९

मॅसन हॉस्पिटलमध्ये पोहोचला तेव्हा हॉस्पिटलच्या डेस्कपाशी एक शिडशिडीत, करड्या केसांचा इसम उभा होता. त्याचे डोळे चश्म्याच्या वरच्या बाजूने सावधानतेने लुकलुकत होते. त्याच्या किंचित मागे, एका बाजूला करड्या ओव्हरकोटमधला एक तरुण होता.

मॅसनला त्याच्या रुंद खांद्यांची, काळ्याभोर केसांची, अणुकुचीदार हनुवटीची

अस्पष्टशी कल्पना आली.

कॅशियर- डेस्कवरच्या महिलेने करड्या केसांच्या इसमाला सांगितले, ''पोलिसांच्या परवानगीशिवाय कुणालाही मिस क्लेअरला भेटू द्यायची मुभा आम्हाला नाही.''

मॅसन प्रवेश बंद केलेल्या अडसराकडे वळला. मागे काय चालले आहे याकडे त्याचे पूर्ण लक्ष होते; पण त्याने तसे जाणवू दिले नाही.

''पेशंटला तुम्ही खासगी खोलीत हलवले आहे का?'' करड्या ओव्हरकोटमधील इसमाने विचारले.

''अच्छा, आपण मि. ओल्गर आहात तर?''

''अगदी बरोबर!''

''होय मि. ओल्गर, आम्ही तुमच्या सूचनांचे तंतोतंत पालन केले आहे. तुम्ही तिचे काका असल्याचं टेलिफोनवरून सांगितलं होतं.''

''खरंच.''

''नातेवाईक असल्यामुळे तुम्ही भेटू शकाल. थोडसं थांबा, मी एका मिनिटात शोधून काढते.''

''या सद्गृहस्थाचं नाव मि. स्टर्न. त्यालाही तिला भेटायचंय.''

''तो तिचा नातलग आहे का?''

''एक प्रकारे नातलगच आहे म्हणायचा.''

नर्स हसली. ''सॉरी, पण मला ते कळायलाच हवं. नक्की तो नातेवाईक आहे की नाही?''

करड्या ओव्हरकोटमधला तो तरुण अस्वस्थपणे म्हणाला, ''मॅक्स, माझं आत जाणं चांगलं दिसेल असं वाटतं नाही.''

''का नाही?'' दात-ओठ खात वृद्ध गृहस्थ खेकसला.

''माझ्यामुळे तिचं मन:स्वास्थ्य बिघडेल. वाईट वेळ आली असताना मी खिजवण्याचा प्रयत्न करतोय असं वाटेल तिला. आणि... नाही, मला सांगता नाही यायचं. कदाचित माझं इथे थांबणंच योग्य ठरेल.''

''मूर्ख आहेस!''

''मी थोडा वेळ इथंच थांबतो, तुम्ही तिची तब्येत बघून या.''

''हा नातेवाईक नाही का?'' कार्यालयीन नर्सने विचारले.

''त्या दोघांचं लग्न ठरलंय.''

''अच्छा!''

''एकेकाळी...''

''चूप बस...'' त्या तरुणाला थांबवत, ओल्गरने आपले लुकलुकते डोळे नर्सवर रोखले. त्याच्या हालचाली पक्ष्यासारख्या चपळ, बिनचूक असल्याचे मॅसनने

हेरले. सत्तरीला आलेला ओल्गर बारीक चणीचा, ताठ कण्याचा होता; पण तरुण स्टर्नपेक्षा तो खूपच जास्त प्रभावशाली होता. त्याची छाती खोल गेलेली आणि चेहरा सुरकुतलेला होता. त्याचा निर्णय होत नव्हता. पोषाखाला कॉलर असती तर तो अधिक रुबाबदार दिसला असता असे मॅसनला वाटले.

मॅसन कार्यालयीन नर्सच्या दृष्टीस पडला. "मि. मॅसन, तुम्ही इथे थांबण्याची गरज नाही, आत जाऊ शकता. तुमच्याबद्दल मला विशेष सूचना मिळाल्या आहेत."

मॅसनने होकार देत तिचे आभार मानले. दरवाज्यासमोर उभे राहून भराभर नंबर डायल करणाऱ्या नर्सचे निरीक्षण करणाऱ्या या पाहुण्यांच्या लेखी आपण कुणीही नसल्याचे मॅसनच्या लक्षात आले.

एका वॉर्डपाशी जाणाऱ्या, लिनोलियमचे आवरण घातलेल्या कॉरिडॉरमधून मॅसन चालू लागला. कॉरिडॉर नुकताच निर्जंतुक द्रावणाने स्वच्छ केलेला दिसत होता. त्याचा वास वातावरणात जाणवत होता. कडक स्टार्चचे कपडे घातलेली एक नर्स सळसळत त्याच्याजवळून गेली. मॅसनला पाहताच हसून म्हणाली, "मि. मॅसन, तुमच्या पेशंटला नुकतंच हलवलंय."

"कुठे?"

"बासष्ट नंबरच्या खासगी खोलीत. चला, मी दाखवते तुम्हाला."

काहीही न बोलता मॅसन तिच्या पाठोपाठ चालू लागला.

नर्सच्या पायातल्या रबरी चपलांचा हलका चटचट आवाज... त्याच्या बरोब्बर उलट मॅसनच्या पादत्राणांचा लिनोलियमवर उठणारा खाड ऽ ऽ खाड आवाज...

तिने हलकेच एका दारावर टकटक केली. "या, आत या." स्टीफन क्लेअरने प्रतिसाद दिला. हसून नर्सचे आभार मानत मॅसनने दरवाजा ढकलला.

स्टीफन क्लेअर बेडवर बसली होती. "कोण आहे हा सांताक्लॉज? ही खासगी खोली, ही फुलं..." तिने विचारलं.

"केव्हा घडलं हे सगळं?" मॅसनने विचारलं.

"अगदी आत्ताच, काही मिनिटांपूर्वी. त्यांनी मला वॉर्डमधून बाहेर काढलं, अंगावरचा कडक नाइटगाउन बदलून त्या जागी हे चांगले कपडे चढवले- की हीदेखील नाइटीसारखीच दिसते आहे, मि. मॅसन."

तिच्या खांद्यावरच्या लेसकडं, उरोभागाच्या उभारीवर दिमाखात विराजमान झालेल्या फिक्स निळ्या रंगाकडे पाहात हसून मॅसन म्हणाला, "छान दिसतोय ड्रेस आणि ही फुलं?"

"ती नुकतीच ठेवली आहेत इथं."

"हा सांताक्लॉज म्हणजे बहुधा मॅक्स ओल्गर नावाचे सद्गृहस्थ आहेत. सध्या

ते...'' एवढं बोलून होतंय न होतंय तोच तिच्या चेहऱ्यावरचे हावभाव पाहून मॅसन सटपटलाच.

''का, काही त्रास होतोय का तुला?'' त्याने विचारले.

''अंकल मॅक्स? त्यांनी मला कसं काय शोधून काढलं?''

स्टीफनने चकित होऊन विचारलं.

''जे काही घडलं ते म्हणजे 'हॉलिवूड निर्मात्याच्या गाडीला अपघात' या स्वाभाविक मथळ्याची कथा असणार या वस्तुस्थितीकडे तुझी डोळेझाक होत असावी. सोनेरी केसांच्या सौंदर्यवतीवर चोरीचा आरोप - लिफ्ट घेतली असल्याचा तिचा दावा. गूढ मनुष्य त्या सौंदर्यवतीशी अंगलट करतो आणि नाहीसा होतो. तुझ्या काकांच्या इथं येण्याला तुझी हरकत का असावी?''

''म्हणजे तसे चांगले आहेत ते; पण माझ्यावर वर्चस्व गाजवू पाहातात. मी मोठी झाल्याचं त्यांच्या डोक्यातच येत नाही.''

''तू त्यांना शेवटचं कधी पाहिलं होतंस?''

''साधारण वर्षभरापूर्वी''

''त्यांच्याविषयी मला काही सांगायची इच्छा आहे तुझी?''

''खरं तर नाही, पण सांगावंच लागेल.''

मॅसन बेडच्या एका टोकाला बसला. ''कुठल्याही क्षणी ते आत येतील असं वाटतंय. तेव्हा काय ते पटकन सांग. सध्या ते याच हॉस्पिटलच्या कार्यालयात आहेत.''

''काय? एकटेच आहेत?''

मॅसनने शोधक नजरेने तिच्याकडे पाहिले. ''त्यांच्या बरोबर रुंद खांद्यांचा, पिळदार शरीरयष्टीचा एक तरुण आहे; पण बहुधा तुला भेटायला त्याचं मन तयार होत नाही...''

''तो जॅक्सन असेल, त्याला बरोबर आणणारे मॅक्स अंकलच असू शकतात'' मॅसनला थांबवत स्टीफन म्हणाली.

''तुझ्या त्या अंकलविषयी तरी आधी सांग मला.''

''ते माझ्या वडिलांचे भाऊ पण वयानं त्यांच्यापेक्षा बरेच मोठे. मॅक्स अंकलनी खूप पैसा कमावला. डॅड आणि ममा गेल्यानंतर त्यांनीच माझा सांभाळ केला. आई-वडिलांनी त्यांच्या माघारी माझ्यासाठी काहीही ठेवले नव्हते. मलाही खूप चैनीत राहायची सवय नव्हती. सुरुवातीला मॅक्स अंकलच्या मनात शंका होती की, मी स्वतःला श्रीमंत मुलगी समजेन आणि भरपूर मौजमजा करेन. केवळ त्यांची मर्जी आहे म्हणूनच मी त्यांच्या बरोबर राहू शकते हे त्यांना माझ्या मनावर ठसवायचं होतं.''

"आणि ते तुला आवडत नव्हतं?"

"त्या दिवसांत मी खरंच चैनीत राहात असे. परिस्थिती तशीच राहिली जोपर्यंत सगळं चांगलं होतं. चांगली नोकरी मिळाली तसं मी स्वातंत्र्याचा आनंद लुटू लागले. यामुळे झालं काय, मॅक्स अंकलना पालकत्वाबद्दल न्यूनगंड वाटू लागला. ते माझी ममा, डॅड आणि अंकल अशी तिहेरी भूमिका निभावू लागले. माझ्यावर वारेमाप पैसा उधळू लागले. सेवक माझ्या आज्ञेसाठी तिष्ठत असत अन् माझा दिवसातला अर्धा वेळ कपड्यांची मापं देण्यात जात असे. ते पाम बीचवर जात तेव्हा त्यांच्याबरोबर जाता यावं म्हणून मी नोकरी सोडावी असा लकडाही लावला त्यांनी. मी नोकरी करण्यापासून परावृत्त व्हावं आणि त्यांच्या मनाजोगं आयुष्य जगावं यासाठी माझ्याभोवती त्यांनी अगदी भूलभुलय्याच उभा केला होता."

"आणि हा जॅक्सन स्टर्न कोण?" मॅसनने विचारले

"जॅक ही आणखी एक गोष्ट जी माझ्यासाठी चांगली आहे असं मॅक्स अंकलना वाटे; तो..." हसून स्टीफनने सांगितलं.

दरवाज्यावर टकटक झाली.

मॅसनकडे कटाक्ष टाकत ती हलकेच म्हणाली, "या आत."

कडक स्टार्चच्या निळ्या-पांढऱ्या गणवेशातील तत्पर नर्सने दरवाजा ढकलला. लवचीक, छोटीछोटी पावले टाकत कवायत केल्यासारखे मॅक्स ओल्गर खोलीत दाखल झाले. अरुंद चश्म्यातून त्यांची नजर स्टीफनवर रोखलेली होती.

"अरे वा वा वा! पळून जाणारी माझी चिमुरडी इथे आहे तर!"

"हो, इथेच आहे" स्टीफनने रुकार दिला.

"कशी आहेस बाळा? कायमची अपंग तर नाही ना झालीस? तुला काही..."

"मी अगदी छान आहे. थोड्याफार वेदना आहेत तशा. अंगावर काही काळे-निळे डाग पडले आहेत आणि काही ठिकाणी टाकेही पडले आहेत; पण त्यात विशेष काही नाही. मी अगदी आताही डिसचार्ज घेऊ शकते."

"तर मग इथेच का राहिली आहेस?"

"पोलिसांनी लिहिलेलं एक छोटंसं चिटोरं..." तिने सांगितलं. "मॅक्स अंकल, हे पेरी मॅसन वकील - माझे वकील."

"मॅसन" म्हणत त्यांनी उजवा हात झटकन् पुढे केला. त्यांचे दक्ष, लुकलुकते डोळे स्टीफनच्या वकिलाचे काळजीपूर्वक निरीक्षण करू लागले.

हिरमुसलेल्या त्या ठेंगण्या-ठुसक्या इसमाशी मॅसनने हस्तांदोलन केले.

"मि. मॅसन, मी फार निष्ठुरपणे वागतोय असं समजू नका; पण अगदी आत्तापासून या जबाबदारीतून तुम्हाला मुक्त करतो. तुमचं काय बिल असेल ते द्या, मी चेक देतो." मॅक्स ओल्गरनी सांगितले.

"मॅक्स अंकल!" स्टीफन किंचाळली.

"काय विचार आहे तुमचा?" मॅसननं विचारलं.

"तुम्हाला स्पष्ट शब्दांत ऐकायचं असेल तर अगदी स्पष्ट शब्दांत सांगतो मि. मॅसन. पैसा देऊन सर्वोत्कृष्ट असं जे काही खरेदी करता येईल ते स्टीफनला मिळेल. वकिलांविषयी थोडंफार मीही ऐकून आहे. एक पै जवळ नसलेल्या मुलीला मिळणारा वकील..."

"मॅक्स अंकल, थांबा! तुम्हाला काही माहीत नाही. तुम्हाला काही कळतही नाही!"

"स्टीफन, मला फार चांगलं कळतं. तुझा ताबा आता मी घेतोय. तू माझ्यासाठी फार मौल्यवान आहेस बेटा. कशासाठी ही डोकेदुखी सहन करतेस?"

"मॅक्स अंकल, मि. मॅसन फार प्रसिद्ध वकील आहेत. राज्याच्या या भागातले ते सर्वाधिक फी घेणारे वकील आहेत."

मॅक्स ओल्गरनी आपले डोके किंचित एका बाजूला घेत मॅक्सकडे रोखून पाहिले. 'हूं!' म्हणत ते तुरुतुरु टेलिफोनजवळ गेले. रिसीव्हर उचलून बोलू लागले. "मॅक्स ओल्गर बोलतोय. सगळे चार्जेस भरायला तयार आहे मी. मला ताबडतोब शिकागोमधल्या पिटकर्न, रॉक्सी आणि हंगरफोर्ड यांच्या लॉ फर्मला जोडून द्या. आणि... नाही नाही, एक मिनिट थांबा. त्याचं ऑफिस आता बंद झालं असेल. आधी जे माझ्या लक्षातच आलं नाही. आता असं करा, अलेक्झांडर पिटकर्नच्या घरच्या नंबरला जोडून द्या. तो घरी नसेल तर मात्र कुणाशीही बोलायचं नाही मला."

मॅक्स ओल्गरनी रिसीव्हर ठेवला.

स्टीफन क्लेअरने मॅसनला सांगितले, "मि. मॅसन, तुम्हाला हे चालवून घ्यावेच लागेल. त्यांच्याशी वाद घालण्यात फारच शक्ती वाया जाते. त्यापेक्षा त्यांना त्यांच्या मनासारखं वागू देणंच चांगलं! कृपा करून त्यांचं वागणं मनाला लावून घेऊ नका!"

मॅसन पुन्हा एकदा बेडच्या पायाशी बसला.

मॅक्स अंकलच्या पलीकडे स्टीफनकडे पाहात मॅसनने आश्वासन दिले, "अजिबात मनावर घेणार नाही! मि. ओल्गर आता काय करणार आहात तुम्ही? तुमचा स्वत:चा वकील इथे येऊन हे प्रकरण सांभाळणार आहे का?"

"कदाचित. प्रकरण किती गंभीर आहे याची कल्पना नाही; पण मी स्टीफनवर कसलाही आरोप होऊ देणार नाही."

"हे प्रकरण तिला अवघड जाईल असं दिसतंय." मॅसनने कबुली दिली.

"तू केलेल्या मदतीला दाद देतो मी! पण गैरसमजूत करून घेऊ नकोस. तुझी फी देताना हात आखडता घेणार नाही मी." मॅसनने मान डोलवली.

“मीही नाही.”

आपल्या डोक्यावर चापट्या मारत त्या वामनमूर्तीने प्रत्युत्तर दिले, “यातलं काहीही तू माझ्यावर ढकलू शकणार नाहीस, आधीच सांगून ठेवतोय.”

“तुम्हीही माझ्यावर काही ढकलू शकत नाही. एखाद्या कार्पोरेट वकिलाकडून तिची कत्तल होऊ नये, एवढ्या एकाच कारणासाठी मला या केसमध्ये इतका रस घ्यावा लागला.”

“मीही त्याचं बिल देणार आहे आणि...”

“माझं बिल तुम्ही देत नाही.”

“नाही?... हं... मग कोण देतंय?”

“ती गाडी चालवणारा इसम- जेव्हा मी त्याला शोधून काढेन तेव्हा.” मॅसनने स्पष्ट केले.

मॅसनच्या बोलण्याचा अंदाज घेत असलेल्या ओल्गरचे डोळे झपकन् लकाकले. “त्यातून तुलाही काही मिळणार असेल. मी पिटकर्नला विचारून घेईन. मी...”

टेलिफोनची रिंग वाजली. ओल्गरने रिसीव्हर उचलला. “हॅलो, पिटकर्न. सर्व्हिस उत्तम आहे तुमची. तुला कदाचित इथं यावं लागेल असं बोललो होतो मी. आता फोनवर कसं सांगावं तेच कळत नाही बघ! मॅसन, पेरी मॅसन नावाचा एक वकील ही केस चालवतोय. हे काम अर्धवट टाकणार नाही, म्हणतोय तो; पण त्याला मी ही केस गमावू देऊ का? स्टीफनही मला काही मदत करणार नाही. तिचा काहीही भरवसा नाही. सतत हेकेखोरपणानं वागत आलीय ती... काय म्हणालास...? तुझी खात्री आहे...? वेल, पण ती गोष्ट वेगळी होती... मध्यरात्र कुठली? नुकतेच दहा तर वाजताहेत... हं, ते बरोबर आहे. मीच विसरलो. ठीक आहे. बिल पाठवून द्या या कॉलचं. गुड बाय!”

रिसीव्हर दाणकन् आपटत मॅसनकडे वळून त्याने सांगितले, “पिटकर्न तुझ्याबद्दल ऐकून आहे. तू देशातल्या उत्कृष्ट उलटतपासणी घेणाऱ्यांमध्ये गणला जातोस असं म्हणतोय. हे क्रिमिनल काम सोडून दुसरी योग्य प्रॅक्टिस केलीस तर नशीब फळफळेल तुझं, असंही म्हणतोय.”

“आभारी आहे” मॅसन कोरडेपणाने म्हणाला. “मि. पिटकर्न ज्याला योग्य प्रॅक्टिस म्हणतात त्याची मला पर्वा नाही.”

“नाही, अगदी हेच शब्द नाही बोलला तो; पण ते त्याचं मत होतं.”

“ठीक आहे; पण मला या मताचीही पर्वा नाही.”

“बरं बाबा. प्रत्येकाची आपापली तऱ्हा असते. आता मोर्चा हलव आणि कामाला लाग. खर्चासाठी पैसे लागतील तुला. चिक्कार पैसा आहे माझ्याकडे. कुठलीही गोष्ट हवी असेल तर मला फोन कर; पण मि. मॅसन, तुझ्या खर्चाच्या

खात्याची वर्गवारी कर. मला त्याची पद्धतशीर वर्गवारी लागेल. माझं म्हणणं लक्षात येतंय का?''

''मी काही कारकून नाही. मी...''

''वेल, तसं असेल तर तुला ते शिकावं लागेल. मला त्याची वर्गवारीच हवी आहे. मि. मॅसन. फार लावून धरतोय यासाठी माफ कर; पण तेच योग्य आहे. ते म्हणजे कसं...''

स्टीफन क्लेअर वैतागून म्हणाली, ''हे असं आहे मि. मॅसन! मी काय म्हणाले होते? दिवसातले चोवीस तास त्यांच्याच संगतीत राहण्याची कल्पना करून पाहा जरा. रस काढायच्या यंत्रातून सफरचंद पिळावं तसं ते तुमचं स्वातंत्र्य पिळून काढतात.''

''असलं काही करत नाही मी'' ताडकन् मॅक्स ओल्गर उद्गारले. आपलं नाव बदलून काय साधलंस गं स्टीफन? तुझा फोटो बघेपर्यंत मूर्खात काढलंस मला. चांगला आहे फोटो. सॅनफ्रान्सिस्कोमधल्या नाइट स्पॉटवर हॅटचेकिंगची नोकरी पत्करायची याचा अर्थ कळतो का तुला?

''मी केलेल्या कामांपैकी काहींना हेच बिरुद लावलं जातं.''

''हं. कसंही करून हे पेपरात छापून येता कामा नये. किती वाईट दिसतं ते. मॅक्स ओल्गरची पुतणी एक हॅटचेक गर्ल! अं.''

''जॅक कुठाय?'' तिने विचारलं.

तिच्याकडे रोखून पाहताना त्याचं डोकं चटकन् एका बाजूला कललं. ''मला काय माहीत?''

''तुम्ही त्याला शेवटचं कधी पाहिलंत?'' आपल्या वकिलाकडे सूचक कटाक्ष टाकत तिने विचारलं.

''अं... आता कसं सांगू तुला. सांगायची वेळ आली की, माझा सगळा गोंधळ उडतो. सगळं एकात एक मिसळून जातं; कशातला फरकच कळेनासा होतो...'' एकाएकी थांबत त्यांनी पटकन् मॅसनकडे पाहिलं. ओठांना मुरड घालत अंदाज व्यक्त केला. ''अच्छा, याने तुला सांगितलं वाटतं. विचार केल्यावर लक्षात आलं, मला पाहून तू चकित झाली नाहीस. हो, तुझं नाव घेतल्याचं याने सहजपणे ऐकलं, आणि तुझा वकील असल्यानं जवळपास रेंगाळत आमचं बोलणं लक्षपूर्वक ऐकलं. याला तिथे पाहिल्याचं आता आठवतंय मला... ठीक आहे, जॅक बाहेर थांबला आहे. तो आत येण्यापूर्वी तुझ्या-माझ्यात बोलणं झालेलं चांगलं या विचारानं तो बाहेरच थांबलाय.''

''त्याने हा निर्णय एकाएकी घेतला की सोयीस्करपणे?''

''स्टीफन, या जॅकची थट्टा करू नकोस हं. तो तुझ्या भल्याचाच विचार करतो. फार जागरूक आहे तो त्याविषयी.''

''तो परंपरावादी आहे. जणू काही निर्जीव पाणकोळी.''

"स्टीफन, तो कधी धोकादायक ठिकाणी पाऊल टाकत नाही की अंधारात उडी घेत नाही. फारच चांगला मुलगा आहे तो. चांगले शिष्टाचार बाणवलेला, चांगली बैठक असणारा, चांगल्या वातावरणात वाढलेला, चारित्र्यवान, संयमी, ज्याच्यावर अवलंबून राहावं, विसंबून राहावं असा. अशी गुंतवणूक, जी सतत वाढत जाते; पण जिला कधीही सूज येत नाही."

"आता इथे आलाच आहे तर भेटून घेते त्याला. खाली जाऊन त्याला वर घेऊन या. पण दहाएक मिनिटांनी या हं. मला मि. मॅसनबरोबर थोडं बोलायचंय."

क्षणार्धात ओल्गरची नजर संशयास्पद झाली. "या प्रकरणातलं काही काळबेरं माझ्यापासून लपवायचा तर प्रयत्न करत नाहीस ना? तसं करू नकोस. मी गुप्तहेर नेमेन आणि सगळी बित्तंबातमी शोधून काढेन."

"नाही. तसं काही नाही; पण मॅसनचा वेळ किमती आहे. ते दमलेले आहेत. त्यांनी खूप केलंय माझ्यासाठी. मला आता त्यांच्याबरोबरचं बोलणं संपवायचंय. म्हणजे त्यांना घरी जाता येईल." स्टीफनने सांगितले.

"मी व्यत्यय नाही आणणार तुमच्या बोलण्यात. निघून जातो इथून."

स्टीफन हसली. "गेलात तर चांगलंच आहे की! जाऊन सांगा त्या जॅकला, मला भेटायचंय त्याला; पण फार आपुलकीनं नका हं सांगू."

"इकडे येताना रस्ताभर तो फारच नरम होता. आम्ही विमानानं आलो आणि ...." ओल्गर सांगत राहिला.

"हो, मला कळलंय ते सगळं."

"तुला काहीतरी झालंय या विचारानं तो किती निराश झाला होता, तुला नाही कळायचं... तुला सांगतो स्टीफन, तू तिथून निघून गेल्यावर तो इतका कोलमडून गेला होता की सांगायची सोय नाही. तो... "

"हं. मी समजू शकते."

"तुला कळतंय, पण वळत नाही. तुझ्यात पराकोटीच्या गुंतलेल्या मुलासाठी ही गोष्ट किती धक्कादायक असेल याची तुला काही पर्वाच नाही..."

"अरे वा! पराकोटीचा गुंतलेला काय!"

"खरं तर तो सतत तुझ्याच विचारात गढलेला असतो."

"ठीक आहे, आणा त्याला बोलावून. मला मि. मॅसनबरोबर बोलू द्या आता."

ओल्गर उठून लुटुलुटु पावले टाकत दरवाजाकडे जाऊ लागला. मध्येच वळून मॅसनकडे पाहून म्हणाला, "पिटकॉर्नेला कॉल केल्याबद्दल माफ करा हं मि. मॅसन." पण स्टीफनला सर्वोत्तम तेच मिळायला हवं. मला तुझ्यावर नजर ठेवावीच लागेल. ठीक आहे, भेटू नंतर."

टुणकन दाराबाहेर उडी मारून ओल्गर दिसेनासा झाला.

स्टीफनने सुटकेचा नि:श्वास टाकला. "खोलीत छोटंसं कुत्र्याचं पिल्लू केकाटत असताना कुणी निवांतपणे पेपर वाचू शकेल का?"

मॅसन हसला. "हे कुठली गोष्ट सोडून देत नाहीत का?"

"काही म्हणता काही नाही! त्यातलं त्याचं सारस्य जराही कमी होत नाही - पण आता मुद्द्याचं काय ते सांगा ना... "

"काय सांगू आता?"

खांद्याभोवती हलकीशी शाल ओढून घेत बेडवर ती अधिक सावरून बसली. "सांगण्यासारखी काही बातमी आणतो म्हणाला होतात ना?"

"बातमी मिळेल असं वाटलं होतं खरं."

तिने त्याच्या चेहऱ्याचा अंदाज घेण्याचा प्रयत्न केला आणि लगबगीने आपली नजर तिथून हटवली. "बरं बरं राहू दे. फार मनाला लावून घेऊ नका."

"मी योग्य मार्गावर आहे. मला माहिती आहे, मी योग्य मार्गावर आहे; पण मला हवा तिथं हा रस्ता मात्र जात नाही."

"का, काय बिघडलंय?"

"तेच समजत नाही. हव्या असलेल्या मुक्कामाच्या दिशेने जाताना वाटेत एक वळण येतं- काम चालू, रस्ता बंद- असा फलक मिरवणारं आणि ते वळण परत त्या रस्त्याला येऊन मिळतच नाही. भलत्याच कुठल्यातरी दिशेला भरकटत जातं."

"यानं कितपत बिघाड झालाय?"

"आता तरी हे फारसं उत्साहवर्धक नाही; पण यात सुधारणा होणार हे नक्की! प्रत्येक लहानसहान घटनेचं वर्णन मला तुझ्याकडून हवंय. प्रत्येक गोष्ट जी आपल्याला धागेदोरे देऊ शकेल. घडलेल्या घटनेचा पुन्हा एकदा काळजीपूर्वक विचार कर. मला काही सांगायला विसरत तर नाहीस ना ते पाहा. तुला बेकर्सफिल्डपर्यंत आणणाऱ्या इसमाचं नाव किंवा लायसन्स नंबर यापैकी काहीच आठवत नाही का?"

"नाही. तो इसम चाळिशीचा होता. त्याची गाडी जुनी फोर्ड होती. साधारण ३४-३५ सालची असावी. मॉडेल कुठलं होतं हे फारसं आठवत नाही; पण गाडी फार वापरात नसावी. तशी बरी चालत होती; पण आतल्या उशा अगदी विरल्या होत्या. धावताना बरीच कुरकुरत होती ती. रंगही उडालेला होता."

"त्यानं आपलं नाव नाही का सांगितलं?"

"नाही, म्हणजे आडनाव नाही सांगितलं. माझं नाव विचारल्यावर मी त्याला स्टीफन म्हणून सांगितलं, म्हणून त्यानंही फक्त जीम असंच सांगितलं. तेवढंच मला कळलं. विनंती करून सीट मिळवायची म्हणजे काय ते तुम्हाला माहीतच आहे. एखादा माणूस आपल्याला गाडीत घेतो. त्यानं पूर्वी कधी आपल्याला पाहिलेलं नसतं आणि आपण परत कधी त्याला पाहणार नसतो. एखाद्याच्या गाडीत

बसून फार सलगीनं बोलणं बरं नाही दिसत. मूर्खपणा वाटतो. म्हणूनच लिफ्ट देणाऱ्यानं नाव विचारलं तर मी फक्त पहिलंच नाव सांगते आणि तोही तेवढंच सांगतो आणि नेहमी यातून काय साध्य होतं तर एकाच वेळी जवळीकही ठेवता येते आणि दुरावाही साधता येतो.''

''पण अशी माणसं चलबिचल होत नाहीत का?''

''नक्कीच. त्यांच्यापैकी काहीजण नक्कीच होतात.''

''काहीजण म्हणजे पुष्कळजण नाहीत तर?''

''नाही नाही. बरेचजण खूपच सभ्य असतात. एक पुरुष स्त्रीच्या सान्निध्यात येतो तेव्हा काय घडतं हे आपण जाणतोच. पुरुष काही सूचक बोलतात. कोण फक्त संभाषण वाढवण्यासाठी बोलतंय आणि कोण आडमार्गाने बोलतंय हे आपल्याला नेहमीच जाणवतं.''

''बरं बरं; पण तुला बेकर्सफिल्डमध्ये लिफ्ट देणारा इसम कसा होता? त्याच्याविषयी काही सांगू शकतेस?''

''हं. त्यावेळी चार गाड्या येत होत्या. - सगळ्या अगदी भरधाव होत्या - आणि ही गाडी त्यांच्यामागून येत होती.''

''हे सगळं त्या ट्रॅफिक सर्कलजवळ घडलं का?''

''हो.''

''तर मग ती गाडी बेकर्सफिल्डहून आली नव्हती असं सांगितलं असशील तू.''

''त्या ट्रॅफिक सर्कलपासून जेवढे रस्ते बाहेर पडतात त्यावरून तरी मला तसं वाटलं नाही.''

''होमन खोटं बोलण्यात अगदी पटाईत आहे. तो खोटं बोलत असेल तर त्याची गाडी चोरीला गेली ती नेमकी वेळ कळली पाहिजे. गाडी चालविणाऱ्याविषयी मला परत एकदा सांग बरं.''

''तो एकतीस-बत्तीस वर्षाचा असावा. तो एखाद्या मूर्तीसारखा कोरीव होता. काही मुलींना अशी माणसं आवडत असावीत. मला मात्र कधीही आवडत नाहीत. सुरुवातीला तो मला इशारे करू लागला. त्याची नजर माझ्यावरून फिरत होती याचा अंदाज आला मला. नंतर त्यानं ते थांबवलं आणि मी त्याच्याजवळ सरकावं असा हट्ट धरला. माघार घ्यायलाच तयार नव्हता पठ्ठ्या. त्याची नजर माझ्या उघड्या पायांकडे गेली तशी मी सावध झाले. स्वत:बद्दल दांडगा आत्मविश्वास होता त्याला. प्रत्येक मुलीनं आपल्यावर फिदा व्हावं अशी अपेक्षा असावी त्याची. त्याचं वागणं नक्की कसं होतं ते सांगणं कठीण आहे. सभ्यतेचा लवलेशही नसणारा अविचारीपणा होता त्याचा. अशी माणसं कशी असतात, जीवनात त्यांना काय हवं असतं ते ओळखतोच आपण.''

''कळलं मला; पण मला अधिक तपशील हवा आहे. त्याच्याविषयी प्रत्येक

गोष्ट जाणून घ्यायचीय मला. त्याच्याशी झालेल्या संभाषणातून त्याचा चरितार्थ कसा चालत असावा याचा काही अंदाज नाही का आला?'' मॅसननं विचारलं.

''नाही, तसं काही बोलला नाही तो. मला इतकंच कळलं की, लॉस एंजेलिसला जायला तो अगदी उतावीळ होता; तिथं काही काम होतं असं म्हणाला तो. त्याचे डोळे गडद रंगाचे होते. संपूर्ण काळे होते असे नाही; पण तपकिरी रंगाची गडद छटा होती त्यात. मी त्याला नीटसं पाहिलंही नाही. त्याने छोट्या काळ्या मिशाही ठेवल्या होत्या. डोक्यावरच्या चॉकलेटी हॅटच्या झालरीत छोटे हिरवे पीस खोवले होते. काळ्या कोटाच्या आतून डिनर जॅकेट घातले होते. त्याने पहिल्यांदा माझ्याशी जवळीक साधली तेव्हा त्याच्या चेहऱ्यावर माझ्या लिपस्टिकचा डाग उमटला. पुढच्या वेळी मी किल्ली काढून घेतली तेव्हा त्याच्या शर्टाच्या पुढच्या बाजूला लिपस्टिकची रेघ ओढली गेली. माझ्या करंगळीवरच्या लिपस्टिकची रेघ. त्याच्या कडक स्टार्च केलेल्या शर्टावर माझा चेहराही दाबला गेला होता. माझ्या ओठांचा शिक्का त्यावर नक्कीच उमटला असणार.''

''तुझ्या लिपस्टिक पेन्सिलचं काय झालं पुढे?''

''ती मी पर्समध्ये ठेवून दिली. मुली लिपस्टिक कशी लावतात माहीत आहे का? सुरुवातीला एकदा ओठांवरून फिरवतात आणि नंतर बोटाच्या टोकावर घेऊन ती लावतात. पुरुषांना लिपस्टिकच्या शिक्क्यांनी रंगून जायला आवडत नाही. इकडे हा माणूस सूचक अंगविक्षेप करत होता आणि आता हा काय करेल या भीतीने माझे मन दाटले होते. म्हणूनच मी लिपस्टिकचा शक्य तितका जाड थर लावला. माझी करंगळी त्या रंगात न्हाऊन निघाली होती.''

''पण अपघाताच्या वेळी ती लिपस्टिक तू परत पर्समध्ये ठेवून दिलीस?''

''होय, अपघात होण्यापूर्वी काही क्षण.''

''त्यानंतर तू गाडीच्या किल्ल्या काढून घेतल्यास?''

''अगदी बरोबर.''

''आणि पुढे त्याचं काय केलंस?''

''मी... मला वाटतं, मी त्या पर्समध्ये टाकल्या.''

''कुठे आहे तुझी पर्स?'' मॅसनने विचारलं.

''थोडा वेळ ती त्यांच्याकडे होती. नर्सने काल ती मला परत आणून दिली.''

''तू ती तपासून पाहिलीस?''

''मला हव्या असलेल्या वस्तू तेवढ्या पाहिल्या. माझं कॉम्पॅक्ट आणि...''

''कुठाय ती पर्स?''

''कपाटाच्या खणात.''

मॅसनने खण उघडला, विरलेली काळी पर्स त्यातून बाहेर काढली आणि ती स्टीफनकडे दिली. तिने ती उघडली, आत बरीच उचकपाचक केली आणि त्रासिक

उद्‌गार काढत खणात ती पर्स उपडी केली. त्यातला किल्ल्यांचा जुडगा उचलत म्हणाली, "ही पाहा किल्ली."

एका रिंगमध्ये अडकवलेल्या त्या तीन किल्ल्यांचे मॅसनने काळजीपूर्वक निरीक्षण केले. "ही किल्ली गाडीची दिसते. बाकी दोन घराच्या असाव्यात."

"मलाही तसंच वाटतं."

"यापैकी एखादी किल्ली तुझी तर नाही?"

"नाही."

"तू तपास अधिकाऱ्यांना या किल्ल्यांविषयी काही बोलली आहेस?"

"त्या माझ्याकडे असल्याचं नाही सांगितलं. घडलेली घटना मी एका गुप्तहेराला तेवढी सांगितली आहे. त्याला मी सांगितलं, हा माणूस माझ्या अंगचटीला येत होता, मी गाडी बंद केली आणि किल्ल्या ओरबाडून घेतल्या."

"किल्ल्या कुठे आहेत हे त्याने तुला विचारलं का?"

ती हसली. "नाही, कारण मी बोललेल्या एकाही शब्दावर त्याचा विश्वास बसला नाही. ऐकायचं म्हणून त्याने माझं ऐकून घेतलं, झालं."

"तू किती चांगली अभिनेत्री आहेस?" मॅसनने विचारलं.

"काय माहीत! का?"

"आता या किल्ल्या मी तुझ्याकडून घेतल्या आणि पोलिसांना दिल्या तर ते संशयास्पद दिसेल."

"याबद्दल त्यांना तू आधीच का सांगितलं नाहीस असंही वाटेल त्यांना."

"माय गॉड, मि. मॅसन! मी भयानक ठेचले गेले होते हो!"

"पाहातोय मी ते." मॅसन सांगू लागला. "माझं बोलणं लक्षपूर्वक ऐक. समज, तू साक्षीदाराच्या स्टँडमध्ये उभी आहेस. मी तुला त्या रात्री घडलेल्या प्रसंगाची उजळणी करायला सांगतोय. मी असं सोंग आणेन की, माझ्या मते अपघाताच्या प्रसंगी त्या किल्ल्या तुझ्याच हातात होत्या आणि नंतर गायब झाल्या. त्यानंतर तुला मी अगदी सहजपणे विचारेन की, असंच घडलं होतं ना? आणि त्यावर, तू आता जसे गोंधळून गेल्याचे भाव दाखवलेस, अगदी तसेच दाखवू शकशील? आणि म्हणू शकशील की, त्या किल्ल्या पर्समध्ये टाकल्याचं अंधुकसं आठवतंय आणि ज्यूरींसमोर त्या तुझ्या पर्समधून शोधू शकशील?" त्याने विचारले.

"काहीच समजत नाही मला; पण मी प्रयत्न करेन. अभिनय शिकल्याशिवाय एखादी हॅटगर्ल 'तसे' आविर्भाव करत फार काळ काम करूच शकणार नाही."

"तसे आविर्भाव म्हणजे कसे?"

"अहोऽ, एखाद्या नाइट स्पॉटमध्ये सिगारेट गर्ल, हॅट गर्ल आणि तत्सम कामे करत असताना मुलींकडे कामगार म्हणून पाहिलं जातं आणि शोभेची बाहुली

म्हणूनही पाहिलं जातं. लोक त्यांच्याकडे पाहून अचकट विचकट इशारे करतात आणि त्याही त्यांना खेळवतात.''

''मॅसनने किल्ल्या पुन्हा एकदा तिच्या पर्समध्ये टाकल्या. अच्छाऽ असं होय! बरं, थोडी फुरसत मिळाली की, परत एकदा या प्रसंगाची रंगीत तालीम करून पाहू. कृत्रिम वाटेल इतकाही सराव करवून घ्यायचा नाही मला. मला ते तुझ्याकडून उत्स्फूर्त आणि स्वाभाविकपणे व्हायला हवंय. आता थोडं पुढे जाऊ. त्या माणसाविषयी आणखी काही आठवायचा प्रयत्न कर, जे या केसमध्ये दुवा ठरू शकेल.''

''तसं काहीच आठवत नाही''

''ते डिनर जॅकेट. त्याविषयी तो काही बोलला नाही का? ते घालून कुठे चाललाय, का घातलंय किंवा असंच काही?'' मॅसनने विचारले.

''नाही नंऽऽ त्या वेळेला मी त्याचा फारसा विचारच केला नाही.''

''त्याचा अर्थ कसा लावायचा हे ओळखता आलं ना, तर तो कळीचा मुद्दा ठरू शकतो'' मॅसनने स्पष्ट केलं.

''असं का म्हणता कुणास ठाऊक. असे सूट काही आगळेवेगळे, असामान्य नाहीत.''

''रात्री दहा वाजता रिज रोडवरून जाणाऱ्या पहिल्या पाच हजार गाड्या थांबव, आणि पाहा किती वाहनचालकांनी असा सूट घातलाय?''

विचारात पडल्याने तिचे डोळे बारीक झाले. ''हो, हो. आला लक्षात तुमच्या बोलण्याचा अर्थ. खरंच हे काहीतरी वेगळं आहे.''

''आणि हेच गुन्ह्याच्या उलगड्याचं रहस्य आहे. असामान्य दिसणाऱ्या गोष्टी शोधून काढा; अशा गोष्टी ज्या सामान्य किंवा सरासरीपेक्षा वेगळ्या आहेत. महत्त्वाचे दुवे म्हणून त्यांचा वापर केल्याने आपण सामान्यीकरणापासून थोपवले जातो आणि त्या विशिष्ट व्यक्तिगत केसपर्यंत पोहोचतो.'' मॅसनने आपले मत नोंदवले.

''तुम्हाला काय म्हणायचंय ते कळतंय; पण मी तुम्हाला काहीच मदत करू शकत नाही. त्यानं तो सूट का घातलाय याविषयी अवाक्षरही बोलला नाही तो.''

''तुम्ही बेकर्सफिल्ड दहाच्या सुमारास सोडलं असणार.''

''हो.''

''आणि तुला वाटतंय की, तो बेकर्सफिल्डच्या दक्षिणेकडच्या एखाद्या ठिकाणाहून आलाय?''

''त्याची खात्री नाही देता येणार. माझं लक्ष दुसऱ्या गाड्यांकडं होतं. नाही, त्यानं ट्रॅफिक सर्कलला वळसाही घातला असेल.''

''त्या गाडीत काही सामान असल्याचं पाहिलंस?''

"नाही, मी नाही पाहिलं. असेलही कदाचित; पण माझं तिकडे लक्ष गेलं नाही. अर्थातच काही सामान डिकीतही असू शकेल.''

"मागच्या सीटवर काही सामान असावं असं वाटतंय का?''

ती विचारमग्न झाली. "नव्हतं, बहुधा काहीही.''

अपघात झाल्यावर मागे जाऊन, डिकी उघडून तो त्यातलं काही सामान बाहेर काढूच शकणार नाही. एवढंच काय, किल्ल्याही तुझ्याच पर्समध्ये होत्या.

"खरं आहे.''

"त्याच्या हातात काही अंगठ्या-बिंगठ्या होत्या का?''

"हो, उजव्या हातात एक हिऱ्याची अंगठी होती. गिअरवर त्याचा हात असताना ती पाहिल्याचं आठवतंय मला. त्यानं हातांची चांगली काळजीही घेतली होती. त्याचे हात आखूड होते, बोटे मांसल होती आणि त्यांची व्यवस्थित निगराणी केलेली होती.''

"हातमोजे घातले नव्हते का त्यानं?''

"नाही.''

बाहेरच्या दारावर टकटक झाली. "मॅक्स अंकल आणि माझा बॉयफ्रेंड आला असणार. या आत या ऽ'' स्टीफनने आवाज दिला.

बेडपर्यंत चालत जाऊन तो तिला निरखत राहिला. बेडच्या काउंटरपॅनवर स्थिरावलेला तिचा हात हळुवारपणे उचलून, काही क्षण तो त्यावर दुसऱ्या हाताने थोपटत राहिला. "हॅलो बेबी, कसं वाटतंय आता?''

"छान!''

"मी तुझ्या मागावर होतो असा विचारही करू नकोस. हे मला तुला सांगायचंच होतं. मी इथं आलोय ते तुला मदत करायला. तुझ्या अंकलनी तुझा शोध घेण्यासाठी गुप्तचर नेमले आहेत. मी काहीएक केलेलं नाही. एवढंच कशाला, तू कुठे गेली आहेस हे मला जाणूनही घ्यायचं नव्हतं. तुला जायचं होतं, म्हणून तू गेलीस हे मी ओळखलं होतं. यावर मला काहीही करायचं नव्हतं- मला काय म्हणायचंय हे कळलं असेल तुला.''

"थँक्स, जॅक्स.''

"फक्त तुला मदत करण्यासाठी काय करता येईल हे पाहण्यासाठी मी इकडे आलो. तुला त्रास नाही देणार मी. मी मॅक्स अंकलना सांगितलंय, मी दुसऱ्या एखाद्या हॉटेलात राहीन आणि...''

आपला हात त्याच्या हातातून काढून घेत ती म्हणाली, "हे मि. मॅसन, माझे वकील.''

तो तरुण मॅसनकडे वळला. तो मॅसनइतकाच उंच आणि त्याच्यापेक्षा तीस

पौंडांनी अधिक वजनदार होता. तरीही त्याची कंबर बारीक होती. त्याचा प्रशस्त तळवा मॅसनच्या लवचीक बोटांमध्ये गुंतला. "कसे आहात, मि. मॅसन? मि. ओल्गार तुमच्याविषयी सांगत होते. हिच्यासाठी जे सर्वोत्कृष्ट करता येईल ते करा. केसचा एकंदरीत रागरंग कसा दिसतोय?"

"अजून तरी काही सांगता येत नाही." हस्तांदोलन करत मॅसनने सांगितले.

"खरंच, आता हे सगळं कसं वाटतंय?" स्टीफनने विचारले.

"आत्ता तरी सगळा अंधारच दिसतोय. सगळ्या केसेसमध्ये सुरुवातीला असंच होतं."

"सुरुवात होऊन आता बराच काळ लोटलाय."

"आणि संपायलाही बराच वेळ आहे." मॅसन म्हणाला. "काय काय घडलं ते मिस क्लेअरनं अगदी थोडक्यात सांगितलं तर चालेल ना तुम्हाला? साक्षीदाराच्या स्टँडमध्ये उभं राहिल्यावर सतत सराव केल्यासारखी वाटेल इतक्या वेळा तिनं आपली कथा इतरांना सांगू नये अशी माझी इच्छा आहे."

मॅक्स ओल्गरनी आवेशात येऊन मान डोलवली. "छान कल्पना आहे, मॅसन. उत्तम योजना आहे तुझी. अनेकदा मी कोर्टात गेलो आहे. अगदी तोंडपाठ केल्यासारख्या आपल्या कथा सांगताना लोकांना ऐकलंय मी तिथं."

"कदाचित त्यांनी पाठही केल्या असतील. चला, आता मी निघतो."

"मी स्टीफनला इथून बाहेर काढू शकतो का?" मॅक्स ओल्गरनी विचारले.

"नेऊ शकता, जर रोख दहा हजार डॉलर्सचा जामीन देण्याची किंवा वीस हजार डॉलर्सचा बॉंड लिहून देण्याची तयारी असेल तर..."

"बाप रे, मि. मॅसन! मी इतकी मोठी गुन्हेगार आहे की काय? कधी घडलं हे सगळं?" स्टीफन क्लेअरने विचारलं.

"आज दुपारनंतर." मॅसनने सांगितलं.

मॅक्स ओल्गरनी जाहीर केलं. "पुढच्या तीस मिनिटांत मी कॅश हजर करतो. नक्की किती लागतील याची कल्पना नव्हती, म्हणून मी प्रत्येकी दहा हजार डॉलर्सचे दहा सर्टिफाइड चेक्स घेऊन आलोय."

"जामिनाची रक्कम बरीच मोठी असणार याचा अंदाज आलाच असेल तुम्हाला." मॅसन म्हणाला.

"नाही; पण प्रसंगच इतका बिकट होता की, मी तयारीने आलो."

"आज रात्री तुला इथून बाहेर पडायचंय की नाही?" मॅसनने स्टीफन क्लेअरला विचारले.

"नक्कीच पडायचंय! मी काही बोलले नाही कारण ज्याचा काहीच उपयोग नाही अशी निष्फळ चर्चा करण्यात काय अर्थ आहे? पण कुणाच्या तरी ताब्यात

राहाणं एखाद्या भयंकर स्वप्नासारखं आहे.''

"ठीक आहे. जामिनाची रक्कम भरा आणि हिला इथून घेऊन जा. कुठं राहाता तुम्ही?'' मॅसनने मॅक्स ओल्गरना विचारले.

"हॉटेल ॲडिरोडॅक. तिथला सूट मिळेल आम्हाला.''

"स्टीफन, मी दुसऱ्या एखाद्या हॉटेलात राहातो. मला तुमच्यात ढवळाढवळ नाही करायची. मि. मॅसन, जवळपासचे चांगले हॉटेल सुचवू शकाल?'' जॅक्सन स्टर्नने विचारलं.

"हॉटेल गेट व्ह्यूला प्रयत्न करायला हरकत नाही. ॲडिरोडॅकपासून दोन-तीन गल्ल्या सोडूनच आहे ते. अगदी निवांत जागा आहे; छोटीशीच, पण आरामशीर.''

"जॅक्स, तू इतका अंगचोर नसतास तर मला अधिक आवडला असतास. माझं चुंबन नाही घेणार?'' स्टीफनने धारदार शब्दांत विचारले.

"खरंच तुला असं म्हणायचंय का? घेऊ?''

तिने गर्रकन मान वळवली. "नाही!''

मॅसन घाईघाईने तिथून निघाला. जाता जाता दार ओढून घेतले आणि हॉस्पिटलच्या कॉरिडॉरमधून झपाट्याने चालू लागला. थंडगार, बोचरे वारे सुटले होते. आता त्याने आपल्या कोटाची बटणे लावली, कुणी पाळतीवर नसल्याची खात्री केली आणि कोपऱ्यावरच्या एका औषधाच्या दुकानात शिरला. तिथून ड्रेकच्या ऑफिसला फोन लावला. ड्रेक नुकताच तिथे पोहोचत होता.

"पॉल, माझ्या मते आपलं एका गोष्टीकडे साफ दुर्लक्ष झालंय.'' त्याने सांगितलं.

"कुठली गोष्ट?''

"मिसेस वॉरफिल्डकडे.''

"तिच्या कुठल्या गोष्टीकडे?''

"आपण तिच्यावर पाळत ठेवलेली नाही.''

"तुझी इच्छा असेल तर मी ते करू शकतो.''

"माझ्या मते ते चांगलं राहील. दोघांना अगदी त्याच हॉटेलमध्ये ठेव. तिथं ते एक खोली घेतील आणि आळीपाळीनं लक्षही ठेवतील आणि झोपही घेतील.''

"अर्ध्या तासात नेमतो बघ मी त्यांना.''

"माझ्या अपार्टमेंटमध्ये परत फोन लाव मला आणि कामाला लागण्यापूर्वी मिसेस वॉरफिल्ड तिच्या खोलीत असल्याची खातरजमा करायला सांग त्यांना.'' मॅसनने सूचना दिली.

"नक्की.''

फोन ठेवून मॅसन गाडीने आपल्या अपार्टमेंटपाशी पोहोचला. शर्ट, पँट व कोट

काढून स्लॅक्स आणि जॅकेट अंगावर चढवले. तो पाइप शिलगावणार, इतक्यात फोन वाजला.

"ड्रेक बोलतोय. गेट व्ह्यूला सगळं काही आलबेल आहे." पॉलने सांगितले.

"ती तिच्या खोलीत आहे?"

"हो. हो. तिथला लाइट अजूनही चालू आहे."

"तुझी माणसं कामाला लागली का?"

"हो तर! पण मला असं काहीसं कळलंय, जे फारसं चांगलं नाही."

"काय घडलंय असं?"

"ती तिच्या खोलीत गेली. नंतर काही मिनिटांतच पुन्हा खालच्या लॉबीत आली. न्यूजस्टँडवरची मुलगी स्टॉल बंद करायच्याच बेतात होती. मिसेस वॉरफिल्डला तिच्याकडून फोटोप्लेच्या काही जुन्या प्रती हव्या होत्या."

मॅसनने शीळ घातली. "त्या होत्या का त्या मुलीकडे?"

"नव्हत्या."

टेलिफोनकडे पाहता पाहता मॅसनच्या कपाळावर आठ्यांचे जाळे पसरले. "होमनचा तो फोटो फोटोप्लेमध्येच छापून आला होता. नाही?" त्याने विचारले.

"मलाही तसंच वाटतंय."

"कधी आला होता याची काही कल्पना?"

"मागच्या उन्हाळ्यात केव्हा तरी."

"तिनं एखाद्या विशिष्ट तारखेचं मासिक नाही मागितलं."

"नाही. फक्त फोटोप्लेच्या जुन्या प्रती मागितल्या."

"मिसेस वॉरफिल्डवर आता आपल्याला अधिकच करडी नजर ठेवावी लागणार."

"तुझा हा मुद्दा पटला मला." ड्रेकने कबुली दिली. "तिचं नाव काढलं तरी माझा नुसता संताप होतो बघ; पण ती काही फार हुशारीनं वागली नाही. कुठल्याही कामाला हात घालावा आणि रिकाम्या हातानं परतावं, अशी सवय जडलेल्या बाईसारखी वाटते ती मला."

"स्पिनीला दरमहा पैसे पाठविण्यासाठी पगारातून ती ज्या काटकसरीने भागवते, त्यावरून तरी तसं वाटतं खरं."

"त्याची काही खात्री नाही, पेरी. ती तिची फक्त लबाडी आहे. ती दरमहा अठरा डॉलर्स पाठवत असेल तर वर्षाला किती होतील, दोनशे सोळा डॉलर्स. खोटा निधी उभा करण्यासाठी ही रक्कम अगदीच किरकोळ आहे."

"न्यू ओरलियन्समधील कॅफेमध्ये काम करणाऱ्यांसाठी ही रक्कम काही किरकोळ नाही. डोळे सताड उघडे ठेव, पॉल. काळोखातून चालत असावं आणि रस्त्याकडेला केळीच्या साली पडलेल्या असाव्यात तसं वाटतंय मला." मॅसनने अस्वस्थता

व्यक्त केली.

"अरे बाबा, या कामावर मी ज्या दोघांना नेमलंय ते काही फार सिधेसाधे नाहीत."

"चालू राहू दे त्यांचं काम" म्हणून मॅसनने फोन ठेवून दिला.

१०

साडेसातला मॅसनला जाग आली. खिडक्या बंद करून त्याने वाफेवरचा हीटर सुरू केला, वृत्तपत्राच्या मथळ्यांवर नजर टाकली आणि नंतर कोमट पाण्याने अंघोळ केली.

पोषाख चढवल्यावर बुक शेल्फपाशी जाऊन त्याने पांढऱ्या वेष्टनाचे एक जाडजुड पुस्तक निवडले आणि ते खिडकीसमोरच्या टेबलावर उघडून ठेवले.

त्या पुस्तकात चित्रपटसृष्टीत ओळखल्या जाणाऱ्या प्रसिद्ध व्यक्तींची जीवनविषयक माहिती समाविष्ट होती. त्या माहितीचा संदर्भ घेत, त्याने ड्रेकने त्याला जूल्स कार्ल होमनची जी माहिती दिली होती ती पुन:पुन्हा तपासून घेतली. चौतीस वर्षांच्या या निर्मात्याने हायस्कूल शिक्षणाबरोबरच दोन वर्षांचे महाविद्यालयीन शिक्षणही घेतले होते. त्याने लिहिलेल्या अनेक चित्रपटकथांची आणि तो निर्माता असलेल्या नाटकांची लांबलचक यादी त्यात होती. त्या पुस्तकात तसे स्पष्टपणे म्हटले नसले तरी होमनची हॉलिवूडमधली कारकीर्द दोन वर्षांपेक्षा अधिक कालावधीची असावी असे वाटत नव्हते. लेखक म्हणून त्याची कारकीर्द सुरू झाली आणि त्या अफाट वेगाने त्याने प्रगती केली ती पाहता त्याच्या यशामागे नक्कीच काहीतरी नाट्य असावे याबद्दल मॅसनची खात्री पटली; पण ते नाट्य काय असावे याचा दुवा मात्र त्याला मिळाला नाही.

आपल्या ब्रीफकेसची चेन उघडून आतल्या जूल्स कार्न होमनच्या फोटोकडे रोखून पाहात तो उभा राहिला. फोटो उलटून त्याच्या पृष्ठभागावर नजर टाकली. तिथे 'फोटोप्ले मॅगझीन' असा शिक्का मारलेला होता. मॅसनने पडदे ओढले, डेस्कवरचा दिवा लावला आणि त्यासमोर तो फोटो निरनिराळ्या कोनांत धरून पाहू लागला. फोटो थेट प्रखर दिव्यासमोर धरल्याखेरीज त्याच्या पृष्ठभागावर छापलेले ते शब्द दिसून येत नव्हते. सव्वा तासाने कार्यालयात पोहोचल्यानंतरही विचारात गढल्याने त्याचे कपाळ आठ्यांनी भरून गेले होते.

डेला स्ट्रीटने सकाळचे टपाल त्याच्यासमोर आणून ठेवले. "कशी झाली तुमची मुलाखत?" तिने विचारले.

"फारसे काही हाती नाही लागले." मॅसनचे उत्तर.

''काही बोलली नाही ती?''

''कदाचित तिच्याकडे बोलण्यासारखे काही नसेलच; पण या प्रकरणाची एक बाजू आहे, जी मला कळलेली नाही.''

''काय म्हणायचंय तुम्हाला? एखादं उदाहरण?''

होमनचा फोटो मॅसनने डेलाच्या हातात दिला. ''हा फोटो पाहा.'' त्याने सांगितले, ''अजिबात उलटू नकोस. फक्त त्याकडे पाहा. फोटोप्ले मॅगझीनच्या फोटोग्राफरने तो घेतला होता हे तुला कसे कळेल?'' त्याने विचारले.

''नाही कळणार मला?''

''पण तिला ते कळलं आणि ते ओळखलंही.''

''खात्री आहे तुमची?''

''या केसमध्ये मला कशाचीही खात्री नाही. आपण लख्ख प्रकाशाच्या वाटेने जायला निघावे, जी हमरस्त्यासारखी रुंद भासते आणि अचानक ती वाट अंधारात विरून जावी आणि आपण दलदलीत फसावे. असं काहीसं...''

''एक मिनिट थांबा हं.'' फोटोच्या रोखाने जात डेला म्हणाली, तिने तो प्रकाशाच्या दिशेने धरला.

''नाही. मी तेही करून पाहिलंय. हा कागद खूप जाड आहे. त्यातून प्रकाश जाऊ शकत नाही. झालंच तर त्या टेबलावर एखादा दिवाही नव्हता. तिनं तो उलटलाही नाही. फक्त उजव्या हातात धरला, त्याकडे पाहिलं आणि माझ्याकडे परत दिला.''

''तिनं तो दोन्ही हातांनी धरला नाही हे किती मजेशीर आहे.'' डेला स्ट्रीट म्हणाली.

''त्याच वेळी ती काही स्त्रीसुलभ चाळे करत होती. पर्समध्ये काहीतरी शोधत होती.''

डेला स्ट्रीटचे डोळे चमकले. ''नाकाला पावडर तर लावत नव्हती.''

''हो. नक्की तेच करत होती का?'' मॅसनने विचारले.

''ये बात है।''

''विचार काय आहे तुझा?''

तिने आपली पर्स उघडली, त्यातून कॉम्पॅक्ट काढलं, झटकन ते उघडलं आणि म्हणाली, ''धरा तो फोटो हातात.''

मॅसनने फोटो तिच्यासमोर धरला. डेला स्ट्रीटने हातातलं कॉम्पॅक्ट तिरकं धरलं. ''समजलं?'' तिने विचारलं.

''काय समजलं?... ओ ऽ माय गॉड!'' मॅसनने आ वासला.

''तुम्ही मला बरोबर न्यायला हवं होतं. अशा कामांना स्त्रीचा स्पर्श लागतो.''

डेला स्ट्रीटच्या स्वरात नाराजी होती.

"मी फक्त वकील आहे; पण पॉल ड्रेक स्वतःला गुप्तहेर म्हणवतो.

"थांब तो येईलच इतक्यात."

दारावर टकटक झाली. "आला पॉल" ती म्हणाली.

मॅसन हसला. "त्याला सगळं सांग, डेला. महत्त्वाचं ठरेल ते."

ड्रेक लगबगीने कार्यालयात आला. प्रशस्त कातडी खुर्चीत हात-पाय ताणून देत म्हणाला. "हॅलो, गँग."

हसतहसत मॅसनने विचारले, "आजच्या सुप्रभाती महान गुप्तहेर कसे आहेत?"

ड्रेकने खेदभरल्या नजरेने मॅसनकडे पाहिले, "आपला कपाळमोक्ष होण्याची पूर्वतयारी झाली आहे."

"आपली समस्या काय आहे सांगू का पॉल, आपल्याला एका पालकाची गरज आहे. काल रात्री डेलाला बरोबर नेलं नाही त्याची योग्य शिक्षा मिळाली आहे आपल्याला."

"आता हे काय नवीन?"

"काल रात्री मिसेस वॉरफिल्डला आपण तो फोटो दाखवला तेव्हा ती काय करत होती, आठवतंय तुला?" मॅसनने विचारले.

"टेबलाजवळ बसली होती." पॉलने उत्तर दिले.

"तिने फोटोची मागची बाजू पाहिली?"

"नाही. मला आठवतंय, तिनं तो मिनिटभर हातात धरला आणि परत दिला."

"मी तिला तो फोटो दाखवला तेव्हा ती काय करत होती ते आठवत नाही तुला?"

"नाही अजिबात नाही, हे सगळं आपण कॉकटेल घेण्यापूर्वी घडलं की घेतल्यानंतर?"

"ती तिचा चेहरा नीटनेटका करत होती." मॅसनने आठवण करून दिली.

"मला वाटतं, बरोबर आहे तुझं. थोडा विचार करू दे मला- हो हो, ती तेच करत होती."

"दाखव त्याला, डेला." मॅसनने सांगितले.

त्या वकिलाने ड्रेकसमोर तो फोटो धरला. डेला स्ट्रीटने फटदिशी आपलं कॉम्पॅक्ट उघडलं. क्षणभर ड्रेक गोंधळलेला दिसला, नंतर डेलाने आरसा एका बाजूकडून दुसऱ्या बाजूला तिरपा धरताच त्याच्या तोंडून हलकी शीळ बाहेर पडली.

"काय मग?" आपला सगळा पैसा प्रियकराला पाठवण्याइतपत ती बधीर असेल कदाचित; पण आपल्याला तिनं अनुभवशून्य ठरवलंय, हे नक्की. आपल्या जवळच्या आरशात फोटोवरची अक्षरे पाहण्यासाठी तिला मनातल्या मनात बरीच

जुळवाजुळवीही करावी लागली असणार यात काही वाद नाही. तरीही तिने आपली नजर फार काही तिरपी केली नव्हती.'' मॅसन म्हणाला.

''ठीक आहे, पण आपण याचा सोक्षमोक्ष लावायचाच. यावेळी खरोखर असा धडा शिकवायचा की, ती विचारातच पडली पाहिजे.'' ड्रेकने सांगितले.

''ती चाणाक्ष आहे.''

''ती हुशार आहे हे तर खरंच. त्या फोटोत किंचितही रस असल्याचं तिनं कधीही दाखवलं नाही; पण फोटोप्लेचे भूतकाळातले सगळे मुद्दे घसास लावायचे. बित्तंबातमी वाचून काढायची, असा निश्चय मात्र मनातल्या मनात केला. त्यापुढे काही विचारायची गरजच भासली नाही तिला.''

''तयार आहेस निघायला?''

''हो तर!''

मॅसनने ड्रेला स्ट्रीटला सांगितले, ''तुझ्या सगळ्या वस्तू गोळा कर. डेला, या बाईला हाताळण्याच्या कामगिरीसाठी आम्हाला तुझी गरज आहे.''

डेला स्ट्रीट कोट आणि हॅट चढवत असताना मॅसनने पॉल ड्रेकला सांगितले, ''आणखी एक गोष्ट, पॉल हॉलिवूडमधल्या होमनच्या करियरविषयी वाचून घे. कुणीतरी शिडीवर चढवणारा असल्याशिवाय तो इतक्या दूरवर आणि इतक्या झपाट्याने गगनभरारी घेऊ शकणार नाही.''

''कोण?''

मॅसन हसला. ''याच गोष्टी शोधून काढण्यासाठी मी तुला पैसा मोजतोय.''

''चला, सगळी तयारी झाली'' डेला म्हणाली.

''कोट आणि हॅट घ्यायला माझ्या ऑफिसपाशी थांबावेच लागेल. केवढा मोठा दिलासा मिळालाय आज. यावेळी तिच्याबद्दल जराही सहानुभूती वाटत नाही. काल रात्री मात्र तिचा खिसा रिकामा करतोय की काय असं वाटत होतं मला.'' ड्रेक म्हणाला.

''आणि ती बया मात्र मोठाल्या रकमांची पाकिटं मारत होती.''

''पेरी, तुझी गाडी की माझी?''

''टॅक्सी कॅब. वेळ वाचेल त्यामुळे.''

''ओके. चला, निघू या.''

गेट व्ह्यू हॉटेलपाशी पोहोचायला त्यांना दहा मिनिटांपेक्षाही कमी वेळ लागला. ''पॉल, तुझ्यासाठी काही निरोप आहे का याची जरा चौकशी कर.'' मॅसनने सूचना केली.

''एक मिनिट, पेरी आधी मला माझ्या कर्मचाऱ्यांशी बोलू दे. ती खाली डेस्कपाशी आली होती का हे शोधून काढू आपण.''

ड्रेक एका बाजूला वळला. वृत्तपत्र वाचण्यात गर्क असल्यासारखे वाटणाऱ्या एका माणसाने वृत्तपत्र खाली घेतले, ड्रेककडे पाहिले, कळत नकळत मान हलवली; बसण्याची स्थिती बदलली आणि पुन्हा एकदा तो वाचनात गढून गेला.

ड्रेक पुन्हा एकदा मॅसनकडे वळला. ''ती तिच्या खोलीत आहे.''

''माझा सल्ला विचाराल तर सांगते, तिला रिंग देऊ नका. तुमचं येणं तिला अपेक्षित की आहे?''

''नाही.''

''तिला आश्चर्याचा धक्का का देऊ नये?''

मॅसनने ड्रेककडे पाहिले. ''जाऊ या आपण.''

''खोली क्रमांक मिळाला का?'' मॅसनने ड्रेकला विचारले.

''सहाशे अठ्ठावीस.''

मॅसनने घड्याळाकडे नजर टाकली. ''तिनं व्यवस्थित कपडे घातले नसतील. तसे ते नसतील ना डेला, तर तुला दरवाजा ढकलावा लागेल आणि...''

''न्यू ओरलिअन्स कॅफेमध्ये काम करणारी मुलगी साडेनऊपर्यंत उठली असेल.'' डेलाने उत्तर दिले.

तिघेही लिफ्टने वर जाऊन कार्पेट घातलेल्या कॉरिडॉरमध्ये नि:शब्दपणे उतरले. खोली शोधल्यावर मॅसनने दारावर टकटक केले. काही क्षण उलटल्यावर पुन्हा एकदा दार ठोठावले, अधिक जोराने.

''तू हरलीस वाटतं डेला. ती अजूनही झोपली आहे.'' तो डेलाला म्हणाला.

मॅसनने दाराची मूठ फिरवण्याचा प्रयत्न केला. ते लॉक केलेले होते. त्याने अधीरपणे आणखी एकदा दार ठोठावले. दारापलीकडून कसलाही आवाज आला नाही.

ड्रेक मॅसनकडे वळला. ''अरे देवा, पेरी... तुला कळतंय का... आपण तिला इतकं घाबरवलं नव्हतं की नाउमेदही केलं नव्हतं... काय सांगावं... ती आत झोपलेली नसेलही...''

''मला थोडं वर चढव'' मॅसनने सांगितले.

ड्रेक खाली वाकला, मॅसनच्या गुडघ्यांभोवती हातांचा विळखा घातला आणि त्याला वर उचलले. आता तो व्हेन्टिलेटरपर्यंत पोहोचू शकत होता. मॅसनने शरीर ताणून फटीतून आत पाहण्याचा प्रयत्न केला. ''काहीही दिसत नाही पॉल. फक्त विजेचे दिवे उजळलेले दिसताहेत. चल, आपण मॅनेजरला बोलावून आणू या.''

मॅनेजर यापासून अलिप्त राहण्याच्या प्रयत्नात होता, तर मॅसन आपल्या संशयाचे निरसन करण्यासाठी तत्काळ पावले उचलत होता. स्पष्टीकरणार्थ त्याने मॅनेजरला सांगितले, त्याची मेहुणी या शहरात आली होती. ती आठ वाजेपर्यंत

त्याच्या कार्यालयात पोहोचणार होती आणि तिला तो तिला गाडीतून शहराची सैर घडवणार होता. पण ती त्याच्या कार्यालयात आलीच नाही. तिला हृदयविकार होता, त्यातून ती एकटी होती. तिला कुणीतरी ताब्यात घेतले असण्याची शक्यता धूसरच होती; पण मॅसनला तशी खात्री करून घ्यायची होती.

अखेरीस मॅनेजरने बेलबॉयला बोलावून घेतले. "वर जा आणि सहाशे अठ्ठावीस क्रमांकाची खोली बघून घे." त्याने त्याला आज्ञा दिली. मॅसनही पाठोपाठ जाऊ लागताच त्याला फटकारले, "तुम्हाला जाता येणार नाही, इथेच थांबावे लागेल."

डेस्कपासून दूर होत ड्रेक दोनदा खोकला. वृत्तपत्र वाचणाऱ्या इसमाने वृत्तपत्र खाली केले. लिफ्टपाशी वाट पाहणाऱ्या बेलबॉयकडे पाहून ड्रेकने त्याला इशारा केला. त्याने सहजपणे वृत्तपत्राची घडी केली, सिगारेटच्या टोकाशी जमलेली राख झटकली, आळोखेपिळोखे दिले, जांभई दिली आणि लिफ्टचे दार उघडून बेलबॉयने आत प्रवेश करताच उठून उभा राहिला.

"मलाही वर जायचंय!" म्हणत आळसावल्यासारखा लॉबी ओलांडून तो लिफ्टपाशी पोहोचला.

पाचच मिनिटांत बेलबॉय रिपोर्ट घेऊन आला, "दरवाजा बाहेरून लॉक आहे. मी बनावट चावी वापरली. खोलीत कुणीही नाही. झोपण्यासाठी कुणी बेडचा वापर केलेला नाही. खोलीत काही सामानही नाही. टॉवेलचा वापर झालेला नाही. पडदे ओढलेले आहेत आणि दिवे चालू आहेत."

असिस्टंट मॅनेजरने थंड आविर्भावात मॅसनकडे पाहिले. "ती तुमची मेहुणी असल्याचं तुम्ही सांगितल्याचं मला आठवतंय. हॉटेलचं बिल भरण्यात तुम्हाला काही अडचण तर नाही?"

"इथं थांबून मी आताच्या आता बिल चुकते करतो. कदाचित एखाद्या रेस्टॉरंटमध्ये तिला हार्टअॅटॅक आला असेल आणि तिला हॉस्पिटलमध्ये दाखल केले असेल." त्याने सांगितले.

"मध्येच कधीतरी रात्री, ती झोपायला जाण्यापूवी?" असिस्टंट मॅनेजरने खोचकपणे विचारले.

मॅसनने सहजपणे उत्तर दिले, "हो. चहा पिण्यासाठी बाहेर जात असल्याचं सांगितलं होतं तिनं मला. बिच्चारी मुलगी. देव करो अन् तिची अवस्था गंभीर नसो. मी हॉस्पिटलला फोन लावतो. डेला, इथे थांबून बिल चुकते करायला तुझी काही हरकत नाही ना?... ती इथं आलीच तर सगळ्यात आधी तिला मेव्हण्याशी संपर्क करायला सांगा. प्लीज, तिला एवढा निरोप द्याल का?"

"मला त्यात आनंदच वाटेल, पण थांबा थोडंसं" त्याने सांगितलं.

डेस्कवरचा फोन उचलून त्याने ऑपरेटरला सांगितलं, "सहाशे अठ्ठावीस

क्रमांकाच्या खोलीत सगळं जागच्या जागी आहे का ते पाहून घे. काही सामान आहे का तेही बघ. मी होल्ड करतो.''

रिसीव्हर कानाला लावून तो खुर्चीत बसला. ऑपरेटरची वाट पाहता पाहता त्याची नजर अभ्यागतांचा संशयितपणे वेध घेत होती. काही वेळाने फोनवरून सांगितले, ''ठीक आहे, ते माझ्याकडे आणून दे... तुझी खात्री आहे? छान! छान!''

रिसीव्हर जागेवर ठेवत त्याने मॅसनला विचारले, ''सूटकेस आणि हॅटबॉक्स घेऊन ती खोलीत गेली होती. या वस्तू आता खोलीत नाहीत. तिने त्या रेस्टॉरंटमध्ये बरोबर नेल्या असतील का?''

मॅसन संतापला. ''बिल भरायचं टाळण्यासाठी माझ्या नातेवाईकानं हॉटेलमधून पोबारा केला असं सुचवताय का तुम्ही?''

मॅनेजर अवघडून अस्वस्थ झाला. ''चमत्कारिक आहे सगळं; पण ठीक आहे.''

त्याच्यापुढे झुकून मॅसनने त्याला सुनावले, ''तुमच्या मते हे चमत्कारिक आहे हे खरंच आहे; पण तुमचं वागणं आणि सुचवणं हेही तितकंच चमत्कारिक आहे. एक अशिक्षित, अननुभवी स्त्री एका मोठ्या शहरातल्या हॉटेलात उतरते, तिथून गूढरीत्या नाहीशी होते आणि मदतीचा हात पुढे करण्याऐवजी तुम्ही तिच्या बिलाविषयी तर्कवितर्क लढवताय? तिचं बिल भरलं जाणार आहे. मी भरणार आहे ते; कळलं? आणि ती कशासाठीही इथून निघून गेली असेल तरी ते मला चालणार आहे.''

''अगदी तसंच नव्हतं म्हणायचं मला; पण परिस्थिती संशयास्पद आहे, हे खरंच!''

''यात काय संशयास्पद आहे?''

''सांगतो. तिनं तिचं सामान उघडपणे लॉबीतून नेलेलं नाही. ते शक्यच नाही तिला. कुणाही पाहुण्याला सामान लॉबीतून नेऊ द्यायचं नाही अशा सूचना सगळ्या कर्मचाऱ्यांना दिलेल्या आहेत. बेलबॉय त्यांचं सामान उचलतो आणि डेस्कवर आणतो. नंतर तो पाहुणा हॉटेलातून बाहेर पडतो किंवा ड्यूटीवरच्या कारकुनाकडून तशी परवानगी मिळवतो.''

मॅसनने ड्रेकला हलकेच कोपरखळी मारली. ''आता याचं काय करावं कळेना बाबा'' तो पुटपुटला.

''तुमच्या मेहुणीला स्मृतिभ्रंशाचे झटके तर येत नाहीत?''

''मी तरी तसं कधी ऐकलं नाही.''

''मी आपलं सहजच विचारलं'' मॅनेजर म्हणाला.

''मागच्या बाजूनं एखादा रस्ता आहे का?''

''खाली तळघर आहे आणि सामानसुमान ठेवायची एक खोली आहे.''

''त्याला लागून असणाऱ्या बोळातून बाहेर पडायचा मार्ग आहे का?''

"आहे; पण त्यासाठी भंगार ठेवलेल्या लिफ्टने जावं लागतं आणि लिफ्टमनला सांगितल्याशिवाय ती लिफ्ट वापरता येत नाही. त्यातून सामान नेलं जात असेल तर डेस्कवर कळवायची सूचना दिलेली आहे त्याला."

"म्हणजे कुणाला बाहेर पडायचं असेल तर ते लॉबीतूनच? त्याशिवाय अन्य मार्ग नाही?"

मॅनेजरच्या घशातून नापसंतीचा, तिरस्काराचा हुंकार बाहेर पडला. "आग लागली तर सुटका करून घेण्यासाठी एक मार्ग आहे."

मॅसन उसन्या सभ्यतेने म्हणाला, "माझी मेहुणी तिच्या खोलीच्या खिडकीवाटे बाहेर पडून फायर एस्केपमध्ये जाईल याची मी कल्पनाही करू शकत नाही..."

"अर्थातच नाही." मॅनेजरने त्याला थांबवले आणि पुस्ती जोडली, "फक्त तुमच्या माहितीसाठी सांगितलं आणि यासाठीच स्मृतिभ्रंशाविषयीही विचारलं."

"थँक यू!" तशाच कृत्रिम सभ्यतेने मॅसनने त्याचे आभार मानले. "आतापर्यंत माझ्या सेक्रेटरीनं बिलं चुकतं केलं असेल. गुड मॉर्निंग."

मॅसन आणि ड्रेक मॅनेजरच्या कार्यालयातून बाहेर पडले तेव्हाही तो त्यांची संशयित नजरेने पाहणी करत होता.

लॉबी पार करून जाताना मॅसन त्रासिक स्वरात म्हणाला, "जणू काही जंगलात तान्हं मूलचं हरवलंय!"

११

जिल्हा वकिलाच्या कार्यालयातला फ्रँक रसेल गोड बोलणारा पण आग्रही मताचा होता. "स्टीफन क्लेअरची केस मार्गी लावावी म्हणतोय. मॅसन, शुक्रवारी प्राथमिक सुनावणीची तयारी करून तिला कोर्टासमोर आणण्याची कल्पना कशी वाटते?"

"तिच्याविरुद्ध दाखल करण्याजोगी कुठलीही केस तुमच्या आढळात आलेली नाही."

रसेलने वादात पडायचे नाकारले. "त्याविषयी फार काही माहिती नाही माझ्याकडे. मी स्वत: ती केस हाताळणार नाही. कार्यालयाच्या मते अशी केस आहे. शुक्रवारी दहा वाजताची वेळ ठीक आहे?"

मॅसन विचारात पडला.

"अर्थातच आम्हीही पुढाकार घेऊन तिला न्यायाल्यात हजर करू शकतो.

न्यायाधिशांना ठरवायची ती वेळ ठरवू दे. तिला जामीन मंजूर झाल्याचं कळलंय मला. तत्काळ सुनावणीला तिची हरकत असेल तर आम्हाला जामिनाची मुदत वाढवून घ्यावी लागेल.''

''ठीक आहे.'' मॅसनने कबूल केले. ''शुक्रवारी दहा वाजता. त्यावेळी संपूर्ण केस आम्ही कायद्याच्या कसोटीवर हाताळू शकू आणि प्राथमिक सुनावणीला थेट सामोरे जाऊ.''

सगळे प्रतिवादी वकील लुच्चे असतात असे समजणाऱ्या त्या डेप्युटी जिल्हा वकिलाने आत्मसंतुष्ट होत मॅसनचे आभार मानले, ''थँक यू!''

रिसीव्हर जागेवर ठेवत मॅसनने डेलाला सांगितले, ''हॉलिवूडमधल्या बड्या धेंडाला वाचवण्यासाठी त्यांनी तिला पेचात पकडलं तर मला आश्चर्य वाटायचं नाही.''

''याची काही कल्पना आहे तुम्हाला?''

डेस्कवरची पुस्तके एका बाजूला सारत त्याने रिकाम्या केलेल्या जागेत बसकण मारली. ठामपणे डेलाला म्हणाला, ''त्या डिनर जॅकेटचा या केसशी काही ना काही संबंध आहे, डेला.''

''कळलं नाही तुमचं बोलणं.''

''गाडी चालवण्यासाठी कुणी संध्याकाळचा पोषाख परिधान करत नाही. एक तर या माणसाला लॉस एंजेलिसमध्ये येऊन एखादी पार्टी अटेंड करायची असेल किंवा मग निघण्यापूर्वी असा पोषाख परिधान करण्यासारखे काही कारण घडले असेल. आता वेळेचच पाहा ना. मध्यरात्रीनंतर कधीतरी तो इथे उगवला असता. त्यानंतर पार्टीला जाणं अशक्यच आहे. याउलट, त्यानं बेकर्सफिल्ड सोडलं ते दहाच्या सुमारास. आता तो बेकर्सफिल्डहून आला की सॅनफ्रान्सिस्कोच्या हायवेवरून हाही एक प्रश्नच आहे म्हणा. शिवाय ज्या कार्यक्रमांसाठी लोकांना औपचारिक पोषाख करण्याचा त्रास सोसावा लागतो. असे कार्यक्रम संध्याकाळी लवकर आटोपत नाहीत.''

''बरोबर आहे तुमचा मुद्दा. योग्य मार्गावर आहात तुम्ही.'' डेलाने कबुली दिली.

''बेकर्सफिल्ड फार काही मोठं नाही; पण आपल्याला स्थानिक वृत्तपत्रांच्या संपादकांशी संधान साधून संध्याकाळचा पोषाख घालण्यासाठी आगळेवेगळे काही घडले असेल तर ते शोधता आले पाहिजे. त्यानंतर, आपल्याला पाहुण्यांची यादी तपासता येईल आणि कुणी लवकर निघाले होते का तेही पाहता येईल.''

''छानच!'' डेला उद्‌गारली.

''याची नोंद करून ठेव. पॉल ड्रेकवर आपण हे काम सोपवू.''

वहीत विशिष्ट नोंदी करत तिने विचारले, ''आणखी काही बेत?''

''शिवाय यावर होमनचाही काही प्रभाव आहे. त्याने एखाद्या अवकाशयानासारखी

भरारी घेतली आहे.''

''हॉलिवूडमधल्या लोकांना कधीकधी असं करणं जमतं; नाही का?''

''क्वचित प्रसंगी जेव्हा असं घडतं, तेव्हा नेहमी त्याच्या मागे कुणीतरी असतं. असं कुणीतरी, ज्याला आधाराचा दोर माहीत असतो. हॉलिवूडमध्ये कसं असतं माहीत आहे ना? जो डोकूला कित्येक वर्षे याचना करावी लागते. नंतर हॉलिवूडमधल्या पार्टीत कुणीतरी पसरवतं की, एमजीएम त्याच्याशी एक भला मोठा करार करण्याच्या तयारीत आहे. पुढच्या चोवीस तासांत जो डोकूला चार-पाच कॉल येतात.''

''पण त्या गाडीविषयी काही सिद्ध करेपर्यंत होमनचं काय झालं याने काय फरक पडतोय? तो स्वत: तर ती गाडी चालवत नव्हता की चालवत होता?''

''नाही, नसावा बहुधा. त्यानं तर त्या गाडीचं वर्णनही दिलेलं नाही.''

''त्याच्या हॉलिवूडमधल्या यशामागचं रहस्य तुम्हाला काय मदत करणार आहे, मला काहीच कळत नाही.''

''मलाही कळलेलं नाही ते, मॅसनने मान्य केलं.'' अजून तरी. पण मला त्याच्याविषयी अधिक जाणून घ्यायचंय, त्याच्या चारित्र्याच्या आणि व्यक्तिमत्त्वाच्या सगळ्या बाजू समजून घ्यायच्या आहेत. म्हणजे त्यावर मला काम करता येईल. मला हवा असलेला माणूस अर्थातच स्पिनी आहे. एकंदरीत असं दिसतंय, मला होमनच्या माध्यमातून स्पिनीपर्यंत पोहोचावं लागेल, कारण स्पिनीला कुठंतरी लपवून ठेवलंय. तिथून मी त्याला मोकळ्या पटांगणात आणण्याचा मार्ग शोधू शकलो तर...''

कार्पेटकडे रोखून पाहत मॅसन स्तब्ध झाला.

''सर, मला एक कल्पना सुचली.'' डेलाने सांगितले.

''सांगून टाक.''

''तुमचा सिद्धांत खरा असेल तर, स्पिनी निव्वळ सांगकाम्या आहे, जो सगळ्या गोष्टी जमवून आणतो आणि होमनचा मार्ग मोकळा ठेवतो. होमनची कुकर्मे उघडी पडणार नाहीत याची काळजी घेतो आणि त्याची सगळी कामेही करतो.''

''हो, बरोबर.''

''आणि तुम्ही स्पिनीच्या मागावर आहात हे होमनने ओळखले आहे.''

''स्पिनी आपल्याला किती प्रकर्षाने हवा आहे हे कदाचित त्याला कळले नसेल; पण काही काळ त्याला दृष्टीआड ठेवावं हे त्यानं पक्कं ओळखलंय.''

''पण होमन संकटात सापडला तर स्पिनीचा धावा करेल, नाही का?''

''करेल कदाचित. का?''

डेला स्ट्रीटचे डोळे चमकत होते. ''आपण असं का करू नये...''

''आपल्याला त्याची काळजीही करायचं कारण नाही, डेला.''

मॅसनने तिचे बोलणे तोडले ''स्पिनीला उघडं पाडण्यासाठी आपण कुठलाही डावपेच आखू शकलो तरी त्याला त्याहीपेक्षा मोठ्या संकटाचा सामना करावाच लागेल.''

''ठीक आहे, पण तुम्ही काही विचार केलाच असेल ना?''

''आपण आता होमनच्या दृष्टीने याकडे पाहण्याचा प्रयत्न करू. तो नक्कीच काळजीत असणार. कुठंही, कसंही त्या स्पिनीचं नाव त्याच्या नावाशी जोडता आलंच पाहिजे. त्याला या गोष्टीची भीती असणारच.''

''आणि त्या मिसेस वॉरफिल्डचं काय? तिच्या बाबतीत काय घडलं असावं? काही अंदाज?''

''तिने स्वबळावरच हॉटेल सोडलं असणार. कुठेही अडवणूक झाल्याशिवाय हॉटेलबाहेर पडणं, तेही सामानसुमानासह तिला शक्य नाही असं म्हणताहेत ते सगळे. ते योग्यही वाटतं. एक व्यक्ती लॉबीतून न जाता हॉटेल सोडू शकत असेल आणि सामान बाहेर नेऊ शकत असेल तर इतरही असंख्य लोक हॉटेलचं बिल चुकतं करणं टाळू शकतात; त्यामुळे मधला एखादा दुवा हातून निसटतोय असं वाटतं.''

''ती राहिलीही नाही आणि तरी बाहेरही पडू शकली नाही. ती...''

''तुला ते सापडलंय डेला, तुला ते सापडलंय'' टुणकन डेस्कवरून उडी मारत मॅसन म्हणाला.

''काय सापडलं मला?'' गोंधळलेल्या डेलाचा प्रश्न.

''प्रश्नाचं उत्तर. पाहिलं नाहीस का? सगळं काही कळलंय तुला.''

''हो, खरंच की, अगदी काळोखाइतकं स्वच्छ. क्षमा करा; पण मी तुमच्या उत्साहात सहभागी होऊ शकत नाही.''

''ड्रेकला बोलाव,'' उत्तेजित मॅसन म्हणाला, ''फोन-बिन करत बसू नकोस. सरळ त्याचं ऑफिस गाठ. अरे देवा, आपल्याला मेख सापडली. यावेळी, होमननं आपली मान सोडवून घेतली आणि आपण तर... जा डेला, लवकर बोलावून आण त्याला.''

''हे काय, चाललेच. पन्नास यार्ड अंतर कापण्याचं जागतिक रेकॉर्ड. स्टॉप वॉच लावून ठेवा, चीफ.''

डेला तीरासारखी दारातून बाहेर पडली. कॉरिडॉरमधून पळणाऱ्या तिच्या पावलांचा आवाज मॅसनच्या कानी पडत होता.

त्या वकिलाने जमिनीकडे टक लावलं. हताश अधीरतेने, वेळोवेळी बोटे मोडत राहिला. अधूनमधून त्याची मानही हलत होती.

धापा टाकणाऱ्या डेलासह ड्रेकने त्याच्या कार्यालयात प्रवेश केला आणि

विचारले, "कसला एवढा उत्साह, पेरी?"

"तिच्या हॉटेलमधल्या नाहीशा होण्याचं उत्तर दिलंय मला डेलानं."

"तुम्हालाही न कळलेलं काहीतरी तुम्ही सांगता, ते असं. कर्जबाजारी राष्ट्रांनी आरमारासाठी निधी उभा करावा तसं झालं हे." डेलाने स्पष्टीकरण दिलं.

"हे इतकं सोपं आणि इतकं धाडसी आहे..." मॅसन सांगतच होता.

"नीट सांग पेरी. काय आहे हे सगळं?"

"तुला दिसत नाही का, पॉल? तुझी माणसं लॉबीत होती; त्यामुळे ती चेकआउट करू शकली नसणार. कुणाशी साधं बोलायलाही ती खाली लॉबीत आली नाही-अगदी कारकुनाशीही नाही. खोलीत तिचं सामानसुमान नाही. मॅनेजरचं म्हणणं आहे की, मागच्या रस्त्याने बाहेर पडणं तिला अशक्य आहे- विशेषत: सामानासह. त्यानं फायर एस्केपचं सूतोवाच केलं खरं; पण तिथून ती खाली सामान नेऊ शकली नसणार."

"बरं मग?" ड्रेकने विचारलं.

"ती अजूनही त्या हॉटेलमध्येच आहे. समजत कसं नाही तुला?"

"नाही, अजिबात नाही कळत. त्यांनी तिच्या खोलीत शोध घेतला. माझी माणसं सांगतात की त्यांनी..."

"कळत नाही का तुला? ती दुसऱ्या खोलीत आहे."

ड्रेक क्षणभर विचारात पडला. कपाळावर आठ्या घालत, मान हलवत म्हणाला, "नाही, दुसरी खोली मिळवण्यासाठी तिला खाली डेस्कवर यावंच लागलं असतं. त्याशिवाय ती..."

"जागा हो, पॉल. त्या हॉटेलमध्ये जाताना कुणीतरी आपल्या पाळतीवर होतं. प्रत्येक पावलागणिक कुणीतरी मागोमाग येत होतं. आपल्याला तिचा खोली क्रमांक मिळाल्यावर त्या "कुणीतरी" हॉटेलमध्ये प्रवेश केला आणि एक खोली घेतली. आपल्या खोलीत गेल्यानंतर तो मिसेस वॉरफिल्डच्या खोलीत गेला आणि आपण इथून बाहेर पडल्यानंतर अगदी थोड्याच वेळात तो तिथे गेला असणार. त्याने तिला असं काही सांगितलं असेल, जे तिच्यासाठी तू देऊ केलेल्या नोकरीपेक्षा अर्थपूर्ण असणार. असं काहीतरी, ज्यामुळे तिनं तुला डबल क्रॉस करण्याचा आणि त्याच्याबरोबर जाण्याचा निर्णय घेतला."

"म्हणजे ती तिच्या खोलीबाहेर पडली?"

"अगदी बरोबर आणि त्याच्या खोलीत गेली. आपल्या बरोबर तिनं तिचं सामानही हलवलं."

ड्रेकने लोकप्रिय गाण्याच्या काही ओळी शिळेवर वाजवल्या.

"बरोबर आहे तुझं. हे इतकं उघड आहे, तरीही आपलं त्याकडे दुर्लक्ष झालं."

"आणि हे अनुमान अचूक आहे. तेच तर आपल्या योजनेचं मर्मस्थान आहे- अगदी स्वाभाविक आहे ते.''

"मला एक लाथ घाल, पेरी. काल रात्रीच मी असा विचार केला असता तर? याचा सगळा दोष मी माझ्याकडे घेतो. मी गुप्तहेर आहे. सगळ्या घडामोडींची बित्तंबातमी माझ्याकडे असणं अपेक्षित आहे. माझाही पाठलाग होऊ शकतो याचा विचार करणं...''

"रस्त्यात चिक्कार गर्दी होती रे तेव्हा. डझनभर लोकही आपला पाठलाग करू शकले असते.'' मॅसन म्हणाला.

"पहिल्यांदा जेव्हा आपण तिथे गेलो, त्या सकाळी काय घडलं असू शकतं याचा अंदाज लावण्याची अक्कल माझ्यात असती तरी आतापर्यंत काहीतरी शोधता आलं असतं.''

"अजूनही शोधू शकतो आपण.''

"काय, म्हणायचंय काय तुला?''

"मिसेस वॉरफिल्ड तिच्या खोलीतून बाहेर पडली. एक तर तिला काही आमिष दाखवून दुसऱ्या खोलीत नेलं असेल किंवा ती स्वेच्छेनं गेली असेल. हे काम करू शकणाऱ्या व्यक्ती फक्त दोनच आहेत. एक तिचा नवरा आणि दुसरा स्पिनी. तिचा नवरा तिच्यापासून दुरावलेला आहे. तो तुरुंगात तरी असेल किंवा आपण तुरुंगात असण्याच्या विचाराने तिला भारावून टाकण्यासाठी त्याने बराच त्रास घेतला असेल. म्हणूनच, तो माणूस स्पिनी आहे.'' मॅसनने स्पष्ट केलं.

"ट्रिगर दाबला की, प्रत्येक वेळी नेम साधतोस रे, पेरी. चालू राहू दे तुझी नेमबाजी.'' ड्रेक म्हणाला.

"आता ती अनिच्छेने दुसऱ्या खोलीत गेली असं समजू.''

मॅसन पुढे सांगू लागला. "समजा, तिनं तिचं सामान हलवलं नव्हतं. याउलट कुणीतरी तिच्या खोलीपर्यंत गेलं, दरवाजा ठोठावला, तिच्यासाठी निरोप असल्याचं सांगितलं; तिला आपल्याबरोबर येण्याची विनंती केली आणि तिला दुसऱ्या खोलीत नेलं. तिथून ती बाहेर पडलीच नाही. काही वेळानं तो इसम परत तिथं गेला, तिचं सामान उचललं आणि ते त्या खोलीत नेऊन ठेवलं. दाराला बाहेरून कुलूप लावलं, आणि निघून गेला.''

ड्रेकच्या चेहऱ्यावर वैषम्य दिसू लागलं. "पेरी, या गोष्टीचा मी जितका जास्त विचार करतोय, तितकं जाणवतंय, आपल्याला याची जबर किंमत मोजावी लागेल. टॉवेलचा वापर झाला नव्हता ही वस्तुस्थिती आहे... मला नाही आवडलं हे सगळं.''

मॅसन त्याची समजूत काढू लागला. "ठीक आहे पॉल, आपल्याला काय

करावं लागेल ते तरी कळलं. त्या हॉटेलपर्यंत कुणी आपला पाठलाग केला ते शोधून काढावं लागेल. आपल्याला तिची खोली सापडल्यानंतर रजिस्टरमध्ये कुणाकुणाची नोंद झाली त्या प्रत्येकाची चौकशी करावी लागेल. आठवतंय, आपण कुठलं हॉटेल निवडणार आहोत हे आपल्यालाही ठाऊक नव्हतं. म्हणजेच, आपल्या पाठोपाठ ताबडतोब तो तिथं आला असणार.''

"ताबडतोब का बरं? काही वेळानं का नाही?'' ड्रेकने विचारलं

"तुला कळत कसं नाही पॉल? ही सगळी हालचाल अतिशय वेगानं झाली होती. टॉवेल वापरले गेले नव्हते. ती दहा मिनिटं- कदाचित पाच मिनिटंही त्या खोलीत नव्हती... आपण इथून बाहेर पडायची वाट पाहिली तिनं, नंतर खाली न्यूजस्टँडवर जाऊन फोटोप्लेच्या जुन्या प्रती मागितल्या. त्यानंतर ती परत एकदा...''

"आता कळलं मला.'' ड्रेकने त्याला मध्येच थांबवलं.

'बरं का पेरी, माझे हस्तक अजूनही त्या हॉटेलमध्ये आहेत. त्यांच्या खोलीचं भाडं अगोदरच चुकतं केलेलं आहे. मी त्यांना त्यांचं काम संपल्याचं सांगितल्यावरही काही तास तिथेच पाळत ठेवायचं ठरवलं होतं त्यांनी. फोन करून मी त्यांना पुन्हा एकदा कामाला लागायला सांगतो आणि...''

"मग कसली वाट बघतोस? चल, सुरू कर'' मॅसनने फर्मावले.

"माझ्या ऑफिसमधून करीन मी हे काम. तिथे जाऊन मी...''

"ठीक आहे, निघ आता. प्रत्येक सेकंद बहुमोल आहे. मला ती माहिती हवी आहे आणि त्वरित हवी आहे तेव्हा कामाला लाग.''

दहाच मिनिटांत ड्रेक परतला. "पेरी, आपल्याला त्याचा ठावठिकाणा लागलाय.''

"छान काम केलंस पॉल. इतक्या झटकन कसं काय जमवलंस?''

"माझा कर्मचारी झोपलेला नव्हता. मी त्याला फोन केला तेव्हा तो लॉबीत उभा राहून तिथल्या कारकुनाशी गप्पा मारत होता. दोन कारणांनी आम्ही त्या माणसाला ओळखलं. पहिलं म्हणजे मिसेस वॉरफिल्ड वर- तिच्या खोलीत गेल्यावर पाचच मिनिटांत त्यानं रजिस्टरमध्ये नाव नोंदवलं आणि दुसरं म्हणजे ती खोलीत गेल्यानंतरच्या तासाभरात फक्त दोन लोकांची नावं नोंदवली गेली. पहिला इसम हा होता आणि त्याच्यानंतर नाव नोंदवणारी एक स्त्री होती. नंतर तासभर कुणीच नव्हतं. नंतर एक जोडपं आलं आणि त्यानंतर...''

"ड्रायव्हरचं वर्णन केलंस की नाही?''

"हो, मी तिथंच होतो. दोन्ही कारणांनी आम्ही त्याला ओळखलं...''

"ते सगळं खड्ड्यात जाऊ दे. आता कुठाय तो?'' मॅसनने अधीरपणे विचारलं.

ड्रेकच्या चेहऱ्यावर विजयी हास्य फुललं. "त्याच्या खोलीत.''

"खात्री आहे तुझी?''

"अगदी पक्की! लॉस एंजेलिस शहरातील वॉल्टर लॉसन या नावानं नोंद केलीय त्यानं. सकाळी संचालकांची मीटिंग असल्यानं रात्रभर इथे राहायचं ठरवल्याचं सांगितलं त्यानं. काहीही सामान नव्हतं त्याच्याकडे. या खोलीचं भाडं आगाऊ भरून तो वर गेला..."

"कुठल्या खोलीत?"

"पाचशे एकवीस क्रमांकाच्या."

"तो अजूनही तिथंच आहे असं का वाटतंय तुला?"

"कारण दारावर 'डोन्ट डिस्टर्ब'चा बोर्ड लावलाय."

"त्याला फोन करायचा प्रयत्न केला नाहीस का?"

"नाही. मी माझ्या कर्मचाऱ्याला फक्त परिस्थितीवर नजर ठेवायला सांगितलं."

पँटच्या खिशात दोन्ही हात खुपसून मॅसन क्षणभर तसाच उभा राहिला. त्याच्या पायांमध्ये अंतर होतं आणि डोकं पुढे झुकलेलं होतं. "अरे देवा! पॉल, मला हे नाही आवडलं. 'डोंट डिस्टर्ब'चा बोर्ड ही आपल्यासाठी धोक्याची सूचना आहे."

"कशी? मला नाही कळलं."

"मिसेस वॉरफिल्ड आहे त्या खोलीत. दारावर 'डोंट डिस्टर्ब'चा बोर्ड आहे. तिनं आपल्याशी संपर्क साधलेला नाही. त्या खुणेला काही अर्थ आहे, पॉल. तो खूनही असू शकतो." मॅसनने सांगितलं.

ड्रेकने परिस्थितीचा आढावा घेतला. "खरंच रे, काहीतरी वेगळंच दिसतंय."

"पॉल, तू हॉटेलवर जा. लेफ्टनंट ट्रॅगला मी कामाला जुंपतो. तसंही आजपर्यंत आपण अनेक मृतदेह शोधले आहेत."

"थांब थोडं, पेरी. लेफ्टनंट ट्रॅगला विचार करू दिल्याशिवाय तू त्याला तिथे जायला भाग पाडू शकत नाहीस."

"ते माझ्यावर सोड. ट्रॅगची काळजी मी घेतो. मी त्याला बोटभर बातमी पुरवीन, जी त्याला तिथे घेऊन जाईल. एक लक्षात ठेव पॉल, सगळं काही ठीक असेलही कदाचित. आणि सगळं सुरळीत असेल तर स्पिनी कोण आहे आणि त्या गाडीचा ड्रायव्हर कोण होता हे आपण शोधणार आहोत."

"ते दोघेही एकच आहेत असं म्हणायचंय का तुला?"

"वाटतंय तरी तसंच."

"ट्रॅगबरोबर तुझी खरी कसोटी लागणार आहे, पेरी. लक्षात घे, हॉटेलमधल्या त्या खोलीत मिसेस वॉरफिल्डला 'आपण' शोधलंय. जर ती..."

"विसर ते. ट्रॅगला माझ्यावर सोडून दे. तू तुझी तू मुसंडी मार" पेरीने पॉलला आश्वस्त केले.

१२

लेफ्टनंट ट्रॅगने नजर वर उचलली, कोण हाकारतंय ते पाहिलं, अभिवादनात्मक मान डोलवली आणि रिपोर्ट देणाऱ्या त्या गुप्तहेराला पिटाळून लावले.

"हॅलो, मॅसन. अनपेक्षित लाभ झाला म्हणायचा..."

दोघांनी हस्तांदोलन केले. ट्रॅग साधारणपणे मॅसनच्याच वयाचा, उंचीला एक-दोन इंच कमी, वजनाला एक-दोन पौंड हलका होता; पण जवळून निरखणाऱ्याला प्रभावित करेल असे काहीतरी साम्य होते दोघांत.

मनुष्यवध पथकातली सार्जंट होलोकोंबची जागा आता ट्रॅगने घेतली होती. मांसल मानेच्या होलोकोंबपेक्षा ट्रॅगचे भव्य कपाळ, वळणदार काळे केस, तरतरीत नाकडोळे आणि विचारी नजर प्रकर्षाने वेगळे होते.

"आणखी काही मृतदेह शोधले की काय?" ट्रॅगने विचारले.

मॅसन हसला. "पोलिसांना विश्वासात न घेता मी एकटाच काम करतो असा दावा करतोस तू नेहमी. या वेळी मात्र मी तुम्हालाच रणांगणावर पाठवणार आहे."

"बरं बरं. बस आणि निश्चिंतपणे काय ते सांग."

ट्रॅगच्या डेस्कशेजारच्या खुर्चीत बसकण मारत मॅसनने सिगारेट शिलगावली.

"स्टीफन क्लेअरच्या मनुष्यवधाच्या केसविषयी बोलतोय मी."

"हो, हो. त्याविषयी मला फारसं काही माहिती नाही. दुसऱ्याच कुणाकडे तरी ती केस आहे. जिल्हा वकील पुढे जाण्याच्या तयारीत असल्याचं कळलंय मला. काउंटी केस आहे ही."

"प्राथमिक सुनावणी शुक्रवारी आहे." मॅसनने सांगितले.

"आता ते काही माझ्या हातात नाही."

"त्याची आवश्यकताही नाही. योग्य न्याय दिला जाईल यातच तुला रस आहे. नाही का?"

ट्रॅगचे हास्य काहीसे तऱ्हेवाईक होते. "खरं सांगू का मॅसन, मला त्यात रस आहेही आणि नाहीही. न्याय म्हणजे काय याबद्दल त्या विभागाचे स्वतःचे विचार आहेत. जिल्हा वकिलाच्या केसला पुष्टी देईल असा काही पुरावा आम्ही शोधू शकलो तर तो न्याय होईल. पुष्टी न देणारा पुरावा आम्ही शोधला तर... हे कसं असतं तुला माहीत आहेच."

"समजा, गुन्हा दुसऱ्या कुणावर तरी रोखला जाईल असा पुरावा तुम्ही शोधू शकलात तर?"

ट्रॅगने आपला तळवा कपाळावर घासला, तोच हात केसांवर फिरवून मागे

मानेपर्यंत आणला. बोटाच्या टोकांनी मान चोळली. ''वर्षाच्या या काळातही हवा कशी प्रसन्न आहे.''

''ठीक आहे. मीच या केसचं रहस्य सांगतो. स्टीफन क्लेअर ती गाडी चालवत नव्हती. दुसराच कुणीतरी चालवत होता. आता या क्षणी गेट व्ह्यू हॉटेलवर त्याने वॉल्टर लॉसन या नावाने खोली घेतलीय. मी चाललोय त्याला भेटायला. ती गाडी चालवल्याचा आरोप ठेवणार आहे मी त्याच्यावर. तोच ड्रायव्हर होता हे सिद्ध करण्याइतका सबळ पुरावा आहे माझ्याकडे.'' मॅसनने सांगितले.

''ठीक आहे. प्राथमिक सुनावणीसाठी तू त्याला बोलावू शकतोस. तू त्याच्याकडून गुन्ह्याची कबुली घेतलीस तर मग काय संपलंच सगळं. ही केस आता जिल्हा वकिलाच्या हातात आहे.''

''तुम्हाला रस नाही यात?'' मॅसनने विचारले.

ट्रॅगने सावधपणे उत्तर दिले, ''मला रस नाहीच असं नाही मी म्हणणार, मॅसन. मला रस नेहमीच असतो; पण माझ्याकडं कामं भारंभार कामं आहेत. हे खरोखर माझ्या कार्यक्षेत्राबाहेरचं आहे. मनुष्यवधाच्या न सुटलेल्या असंख्य केसेसवर काम चालू आहे माझं. डिपार्टमेंट माझ्यावर हे काम सोपवेल असं वाटत नाही... डिपार्टमेंटचं सगळं तुला माहीत आहेच...''

मॅसनने खुर्ची मागे ढकलली. ''त्याचं काय आहे, तुम्ही नेहमी आळ घेता की, मी पोलिसांपेक्षा शॉर्टकट मारतो आणि तुम्हाला सहकार्याची संधी देत नाही.''

ट्रॅग काहीसा अस्वस्थ झाला. पुन्हा एकदा केसांवरून हात फिरवून तो कानाची पाळी खाजवू लागला.

''ही स्टीफन क्लेअर चांगली मुलगी वाटते रे.''

''आहेच ती चांगली.''

''का कोण जाणे; पण गाडी चोरू शकेल अशी मुलगी वाटत नाही ती मला. आणि...हा माणूस आता गेट व्ह्यू हॉटेलवर आहे म्हणतोस?'' ट्रॅगने विचारले.

''हो. एवढंच कशाला, मिसेस वॉरफिल्ड म्हणून माझा एक साक्षीदारही आहे तिथे. माझ्या मते या लॉसनला ती स्पिनी या नावाने ओळखते. शिवाय सॅनफ्रान्सिस्कोच्या पोलिसांनाही तो हवा आहे वाटतं.''

ट्रॅगने मोठ्या आवेशात खुर्ची ढकलली. ''मी यात का लक्ष घालू मॅसन? पण तुला मात्र मी एक संधी देईन. एक लक्षात ठेव, जिल्हा वकिलाच्या कार्यालयाने एखाद्या गुन्ह्यासाठी दोषी धरले की, तो दोषी असल्याचा निवाडा देणं हे त्यांचं काम आहे आणि त्यांना मदत करणं आमचं काम आहे. दुसऱ्या एखाद्या पक्षकाराकडून गुन्ह्याची कबुली घेण्याच्या प्रयत्नात असलेल्या प्रतिवादीच्या वकिलाभोवती मी रुंजी घालण्याची कल्पना त्यांना सहज पचनी पडणार नाही. तुला कळलं पाहिजे हे.''

''फिर्यादीच्या भावना जाणू शकतो मी.'' मॅसनने कबूल केलं.

''तेच सांगतोय. तुला एवढं कळलं म्हणजे झालं. मी माझी मान सोडवून घेणार आहे यातनं. तू केस उभी करू शकलास, तर मी काहीतरी करू शकेन; पण केस उभी करण्याचं काम तुझं.''

''माझी कॅब थांबली आहे दारात'' मॅसनने सांगितले.

''कॅब राहू दे बाजूला. कॅबच्या निम्म्या वेळेत आपण जाऊ तिथे. बाहेर माझी गाडी आहे.'' दात विचकत ट्रॅगने शेरा मारला.

ट्रॅगने आपली लाल दिवा आणि सायरनने सुसज्ज असलेली टू सीटर काढली. ''चल, उडी मार आणि हॅट घट्ट धरून ठेव.'' त्याने मॅसनला सूचना दिली.

लेफ्टनंटने गाडीची मोटार सुरू करून काही सेकंद गरम होऊ दिली. नंतर अडणीपासून वळवून घेऊन रहदारीच्या रस्त्यावर आणली. कोपऱ्यावर डावीकडे वळण घेऊन सिग्नलसाठी थांबून राहिला. पुढे जोमदार वेग पकडून दूरचा छेदरस्ता पार करताच लाल दिवा आणि सायरन सुरू केले. बंद असलेला सिग्नल कर्कशपणे किंचाळत झंझावाती वेगाने पार केला आणि त्याच वेगाने पुढच्या गल्लीच्या मध्यभागी प्रवेश केला.

मॅसन सीटवर सावरून बसला.

कलाकाराच्या कसलेल्या सफाईने गाडी हाताळत त्याने ती थिजलेल्या रहदारीतून झपाट्याने पुढे घेतली. त्याची बोटे चक्रावर पकड जमवत नव्हती, तर त्याला कुरवाळत होती असे वाटत होते; जणू त्याच्या बोटांमधून स्टिअरिंग व्हीलमध्ये काहीतरी प्रवाहित होत होते आणि गाडीला धावण्याचे मार्गदर्शन करत होते. गाडी आणि चालक, दोघांचे मिळून अविभाज्य एकक बनले होते.

सायरन सुरू केल्यापासून गेट व्ह्यू हॉटेजवळ वेग मंदावत थांबेपर्यंत चार मिनिटांपेक्षाही कमी वेळ लागला होता.

दार उघडून बाहेर पडता पडता ट्रॅग म्हणाला, ''लक्षात ठेव, खेळ तुझा आहे. मी फक्त प्रेक्षक आहे.''

''ठीक आहे'' मॅसननेही मान्य केले.

ड्रेक आणि त्याचा एक कर्मचारी लॉबीत वाट पाहात थांबले होते.

''अजूनही आहे तिथे?'' मॅसनने विचारले.

ड्रेकच्या चेहऱ्यावर सुटकेचे भाव दिसले. ''होय. इथं येतोस की नाही असे झाले होते.''

''हॅलो ड्रेक, फुटपाथ उद्ध्वस्त केल्याशिवाय मी यापेक्षा अधिक वेगाने येऊ शकलो नसतो.'' ट्रॅगने त्याला सांगितले.

''तरीपण खूप वेळ लागल्यासारखं वाटलं'' म्हणत ड्रेकने आपल्या कर्मचाऱ्याची

ओळख करून दिली.

"चला, आपण आता वर जाऊ" मॅसन म्हणाला.

कारकून त्यांच्याकडे मोठ्या उत्सुकतेने पाहत होता. "सद्गृहस्थ हो, हॉटेलने सहकार्य करायचे मान्य केले आहे. जर..."

त्याने ट्रॅगकडे अर्थपूर्ण कटाक्ष टाकला. "हे अगदी खासगी प्रकरण असल्याचं आम्हाला कळलंय."

"ठीक आहे," मॅसन म्हणाला, "ट्रॅग फक्त प्रेक्षक आहे. चला रे मुलांनो, जाऊ या आपण."

ज्या दाराच्या मुठीवर 'डोंट डिस्टर्ब'चा बोर्ड लटकत होता त्या दारापाशी जाऊन चौकडी थबकली.

"मला वाटतं, हा तोच माणूस आहे जो अपघाताच्या वेळी गाडी चालवत होता. ट्रॅग, तू प्रश्न विचारलेस तर आपल्याला अधिक माहिती मिळू शकेल." मॅसनने विनंती केली.

"अजिबात नाही" ट्रॅगने त्याला अडवले. "मी फक्त लक्षपूर्वक ऐकणार आहे. माझ्यापुरतं विचारशील तर ही केस संपलेली आहे. आता ती जिल्हा वकिलाच्या कक्षेत आहे."

"जशी तुझी मर्जी; पण लक्षपूर्वक ऐकण्यात काही गल्लत करू नकोस." मॅसनने सांगितले.

"माझे कान मी कशासाठी बरोबर आणलेत म्हणायचंय तुला? सुरू कर आता."

मॅसनने दरवाजा ठोठावला. काहीच उत्तर आले नाही, तसे त्याने पुन्हा एकदा ठोठावले, अधिक जोराने.

"ही काही चालबाजी तर नाही? की आहे रे मॅसन?" लेफ्टनंट ट्रॅगने विचारले.

मॅसनने ड्रेककडे दृष्टीक्षेप टाकला.

ड्रेकने मान हलवली. "तो इथेच आहे. अर्थातच जर.."

"बरं बरं. आपण मॅनेजरला बनावट किल्ली घेऊन बोलावू या. मला तरी इथून केसचा पुढचा टप्पा दिसतोय." मॅसनने मत व्यक्त केले.

ट्रॅगने आपल्या खिशातून चामड्यात बसवलेला किल्ल्यांचा जुडगा काढला. "लॉबीपर्यंतचा हेलपाटा आपण वाचवू शकतो. यातली एक तरी किल्ली चालावी; अर्थातच अनधिकृतपणे."

कुलुपात एक किल्ली घालून फिरवण्याचा अयशस्वी प्रयत्न त्याने केला. दुसरी किल्ली फिरवताच लॅच अलगद उघडले गेले. दार ढकलून मॅसन आत जाऊ लागला आणि एकाएकी थांबला.

त्याच्या खांद्यावरून पलीकडे पाहताना ड्रेकच्या तोंडून बाहेर पडले,''ओ-नो!''

मागे राहिलेल्या ट्रॅगने विचारलं, ''काय चाललंय इथं?''

त्यासरशी मॅसन आणि ड्रेक चटकन एका बाजूला झाले. बेडच्या काउंटरपॅनवर एका इसमाचा मृतदेह पालथा पडला होता.

संतापलेला ट्रॅग गर्रकन मॅसनकडे वळला, ''हा तुझा काही प्लॅन असेल तर...''

''काहीतरी बरळू नकोस. हा इसम मेल्याचं माहीत नव्हतं मला. तुझ्यासमोर मला त्याच्याकडून कबुलीजबाब वदवून घ्यायचा होता.''

ट्रॅगने कठोर शब्दांत सुनावले, ''तुझ्यावर विश्वास ठेवावा म्हणतोय मी. आमच्या खात्यात तुझ्यावर विश्वास ठेवणारा मी एकमेव असेन.''

बेडजवळ जाऊन मृतदेहाच्या स्थितीचे निरीक्षण करण्यासाठी त्याने बेडला एक प्रदक्षिणा घातली. ''कुणीही कशालाही हात लावू नका. बाहेर कॉरिडॉरमध्ये जाऊन थांबलात तर फारच चांगलं.'' त्रासिकपणे तो करवादला.

ना मॅसनने, ना ड्रेकने काही हालचाल केली. ड्रेकचा कर्मचारी मात्र कॉरिडॉरमध्ये निघून गेला.

तो मनुष्य बेडवर पालथा पडला होता. पायातले बूट तसेच होते. अंगावरच्या डबल ब्रेस्टेड कोटाची बटणे लावलेली दिसत होती. काउंटरपॅन मागे ढकललेले नव्हते, तर त्याने बेडवर आणि एका उशीवर छत्र धरले होते. दुसरी उशी जमिनीवर पडलेली होती. तो माणूस बेडवर एका टोकापासून दुसऱ्या टोकापर्यंत तिरप्या दिशेत पडला होता. त्याचा उजवा हात बेडच्या कडेला लोंबकळत होता. त्याच्या करंगळीजवळच्या बोटात हिऱ्याची अंगठी चमकत होती. मानेच्या टोकाशी काळा डाग उठून दिसत होता. मानेतून झिरपलेला रक्ताचा संशयास्पद ओघळ कोटाच्या कॉलरवरून बेडपर्यंत पोहोचला होता. तिथे रक्ताचे डाग पडले होते; पण रक्तस्राव मात्र अत्यल्प होता.

ट्रॅगचे छिद्राचे निरीक्षण करून झाले. मनातले विचार त्याच्या तोंडावाटे बाहेर पडू लागले. ''लहान कॅलिबरची बुलेट. बंदूक मानेच्या अगदी जवळ धरली होती. गनपावडरने भाजल्याच्या खुणा उमटल्यात टॅटूसारख्या. शॉटचा आवाज दाबण्यासाठी जमिनीवर पडलेल्या उशीचा वापर झालाय. उशीवरही गनपावडरचे डाग पडलेत.''

''त्याला सरळ करायचं का'' मॅसनने विचारणा केली. अपघाती मरणाची चौकशी करणारा अधिकारी इथे येईपर्यंत मी एकाही वस्तूला हात लावणार नाही. तुम्ही दोघे इथून निघून जा. खालच्या लॉबीत जाऊन थांबा. काही झालं तरी हॉटेल सोडून जाऊ नका. इथं काहीतरी पाणी मुरतंय'' ट्रॅगने त्रासिक उत्तर दिले.

''तुला सांगतो, हा माणूस मेल्याची मला अजिबात कल्पना नव्हती. मी तर

विचार करत होतो की...'' मॅसन सांगू लागला.

''पेपरवाली पोरं असा विचार करत नाहीत की कुणाचे चीफ असा विचार करत नाहीत. कसं वाटतं सांगू का, आणखी काही मृतदेहांचा शोध स्वत:ला लागू नये यासाठी तू पोलीस खात्यालाच आपलं हस्तक बनवलं आहेस.'' ट्रॅगने त्याचं बोलणं थोपवलं.

''बघ, झाला काही उपयोग? चल. आपण जाऊ या.'' मॅसन ड्रेकला म्हणाला.

''खाली लॉबीत गेल्यावर मी इथे असल्याचं टेलिफोन मुख्यालयाला कळव आणि मनुष्यवध पथकाची गाडीही पाठवायला सांग; पण मॅसन, मागच्या पावली निघून जाऊ नकोस हं. तुला काही प्रश्न विचारायचे आहेत.'' ट्रॅगने तंबी दिली.

मॅसन आणि ड्रेकने कॉरिडॉरमधल्या ड्रेकच्या कर्मचाऱ्याला गाठले. मॅसनने सूचकपणे विचारले, ''तुझ्या माणसानं टेलिफोन ऑपरेटरशी सलगी करावी आणि लॉसनने काल रात्री काही कॉल केले होते का ते शोधून काढावं ही कल्पना कशी वाटते, पॉल?''

''छे छे पेरी, काल रात्री त्यानं एकही कॉल केला नाही. तो आपल्या खोलीत गेला आणि तिथून ताबडतोब...'' पॉलने हात झटकले.

मॅसनने त्याला कोपराने डिवचले आणि तो बोलायचे थांबताच कुजबुजत्या स्वरात सांगितले, ''कुणी सांगावं पॉल, कदाचित त्यानं काही फोन केलेही असतील आणि त्याची नोंद त्याच्या बिलात झालीही असेल. मनुष्यवध पथक इकडे आलं की, ट्रॅग अगदी कडेकोट बंदोबस्त करून टाकेल. काहीही माहिती मिळवणं अशक्य होईल मग.''

''कळलं, तुला काय म्हणायचंय ते,'' पेरीला सांगत त्याने आपल्या कर्मचाऱ्याला विचारले, ''आपल्याला काय हवंय ते कळलं की नाही?''

''हो, हो; पण ते तितकं सोपं नाही. कारण आता जो टेलिफोन ऑपरेटर आहे तो काल रात्रीचा नसणार.''

''तरी पण, बघ काय करू शकतोस ते.'' मॅसनने सांगितले.

''आणि आम्ही जाण्यापूर्वी थोडा वेळ आधीच लिफ्टनं खाली गेलास तर बरं होईल. आम्ही हजर होण्यापूर्वी शुभारंभ करण्याची एक संधी देऊ तुला आणि ट्रॅगचा निरोप टेलिफोन मुख्यालयाला कळव. पोलिसांशिवाय इतर कुणालाही काहीही माहिती देऊ नकोस.''

''नाही देणार.''

लिफ्टचे दार बंद होताच मॅसन हलक्या आवाजात म्हणाला, ''विचार केला, आपण बोलताना तो इथं नसला तर बरं; माहीत नसलेल्या घटनेचं दु:ख त्याला का द्या?''

''फालतूपणा नको, पेरी. या बाबतीत आपले विचार अगदी स्पष्ट आहेत.''

“याविषयी आपल्याला सगळं माहिती आहे असं दिसतं त्यातून.”

“दिसलं तर दिसलं. त्यात काय एवढं?”

“पहिलं म्हणजे, ते सामान. खोलीच्या कोपऱ्यात काही सामान असल्याचं तुझ्या लक्षात आलं का?”

“नाही.”

“सूटकेस आणि एक हॅट बॉक्स मिसेस वॉरफिल्डचा. ट्रॅगला नक्कीच वाटलं असेल, ते सामान त्या मृत इसमाचं आहे. अपघाती मरणाची चौकशी करणारा अधिकारी ते उघडेल आणि...” मॅसन म्हणाला.

“हो - हो!”

“आपण इथे काय करत होतो ते ट्रॅगला सांगावंच लागेल. मिसेस वॉरफिल्डचं इथून नाहीसं होणं आणि एकंदरीतच सगळं प्रकरण या बाबतीत आपण इथं फारच ठळकपणानं उठून दिसतोय.”

“मलाही तसंच वाटतंय” हताशपणे ड्रेकने कबूल केलं. “पण त्याला हे शक्य नाही...”

“तर मी काय म्हणतो, खोलीच्या एका कोपऱ्यात मिसेस वॉरफिल्डचं सामान होतं.”

“अशा कुठल्या कारणानं तिनं ते तिथून नेलं नसेल?” ड्रेकने वैतागून विचारलं.

“एवढा वैतागू नकोस, शांत हो. आपल्याला ते कारण शोधून काढावंच लागेल. वॉरफिल्डनं आपल्याला दोन चकवे नक्कीच दिलेत.”

“काय घडलं असेल, तुला वाटतं?”

“या माणसाने हॉटेलपर्यंत आपला पाठलाग केला. तिच्या खोलीत जाऊन सांगितलं की, तिच्या नवऱ्याचा काही निरोप आहे किंवा आपण स्पिनी असल्याचं सांगितलं. ती संकटाला आमंत्रण देते आहे, चुकीच्या लोकांच्या संगतीत आहे; तू गुप्तहेर आहेस, मी वकील आहे हे असं काहीसं त्यानं सांगितलं असणार. शिवाय ती काय करत होती हे कळलं तर तिच्या नवऱ्याला धक्का बसेल असंही सांगितलं असणार. आपलं सामानसुमान गोळा करून त्याच्या खोलीत यायला सांगितलं असेल त्यानं तिला.”

“इथवर सगळं बरोबर वाटतंय; पण त्याच्या नंतरचं नाट्य काही उमजत नाही बुवा!”

“एकच गोष्ट घडली असण्याची शक्यता आहे.”

“ती कोणती?” ड्रेकने विचारले.

“स्पिनी आणि अर्थातच आपला नवरा आपल्याला डबल क्रॉस करतोय हे

जाणलं असणार तिनं. हे जाणण्याचा एकमेव मार्ग म्हणजे फोटोप्लेचा शिक्का असलेलं होमनचं चित्र. ते पाहूनच तिनं सत्य ओळखलं. आता तरी काही लक्षात येतंय का? आपल्यालाही काही बाजू आहे हे तिच्या लक्षात आलं होतं. एकंदरीत असा सगळा आराखडा आहे. समजलं?''

ड्रेकच्या ओठाला मुरड पडली, ''हो, समजलं की.''

पुढे मॅसन हळू आवाजात सांगू लागला, ''आता ट्रॅगच्या दृष्टिकोनातून याकडे बघ. मी मिसेस वॉरफिल्डचा बचाव करतोय असंच वाटणार त्याला. मी तिला इथून नाहीसं होण्याचा सल्ला दिला आणि तिच्या नाहीशा होण्यामागची जी कथा मॅनेजरला सांगितली तो निव्वळ बनाव होता असंही मत होईल त्याचं.

ड्रेकचा चेहरा वेडावाकडा झाला. ''खरंच की!''

''आता प्रत्येक पाऊल उचलताना आपल्याला खबरदारी घ्यावी लागेल. चल, खाली लॉबीत जाऊ'' मॅसनने त्याला सावध केले. लिफ्टने दोघेही लॉबीत पोहोचले. ड्रेकच्या कर्मचाऱ्याने त्यांच्याकडे धाव घेतली. ''तुम्हाला हवी असलेली मिसेस वॉरफिल्ड. आतापर्यंत ती हॉटेलमध्येच होती.''

''काय?''

''कारकून मला हेच सांगत होता. मि. मॅसननी बिल चुकतं केल्यावर दहा मिनिटांतच ती इथून बाहेर पडली. कारकुनानं तिला लॉबीत पाहिलं आणि थोडा वेळ थांबण्याची विनंती केली. तिच्या मेव्हण्याचा काही निरोप आहे आणि तो सांगण्यासाठी मॅनेजरला तिची गाठ घ्यायची आहे असंही सांगितलं त्यानं तिला.''

''मग काय झालं?''

''स्वाभाविक आणि निश्चित होतं तेच घडलं. कारकून मॅनेजरला बोलवायला निघाला. तोच तिने वर आकाशाकडे पाहात सांगितलं, ती मिसेस वॉरफिल्ड नाही आणि तिला कुणी मेव्हणाही नाही. तरीही तिला अडवण्याचा प्रयत्न केला तर ती हॉटेलवर नुकसानीची फिर्याद करेल असं सांगून ती लॉबीतून सटकली.''

मॅसन आणि ड्रेकने नजरांची देवाणघेवाण केली.

''काय झालं माहीत आहे का, मॅनेजर धावत जाऊन तिला थांबवूही शकला नाही. तिचं बिल तर भरलेलंच होतं. मग काय? जाऊ दिलं त्यानं तिला. झालं!'' ड्रेकच्या माणसानं पुस्ती जोडली.

''आपल्यावर बिकट प्रसंग ओढवल्याचं कळलं असेलच तुला. त्या लेफ्टनंट ट्रॅगला चांगला ओळखत नाहीस तू!'' मॅसन म्हणाला.

भावुक होत ड्रेक म्हणाला, ''थकलेल्या नजरेच्या, झुकलेल्या खांद्यांच्या त्या स्त्रीला परत कधीही बघणार नाही मी. तिच्याकडची ती हॅंडबॅग आठवते का? किती फुगलेली होती आणि जड वाटत होती? बंदूक होती त्यात.''

“त्याला कुणी मारलं याचं मला काहीएक पडलेलं नाही, पॉल. ती डोकेदुखी ट्रॅगची. मला एवढंच सिद्ध करायचंय, हाच माणूस गाडी चालवत होता. तेवढं केलं की, संपलं काम माझं.” मॅसन म्हणाला.

“मी काय म्हणतो पेरी, मिस क्लेअरला इथे बोलावून त्याला ओळखायला लावू शकणार नाहीस का तू?”

मॅसन विषण्णपणे हसला. “नक्कीच ती त्याला ओळखू शकेल; पण त्या ओळखीला पुष्टी कोण देणार? अनवधानाने काहीतरी बोलून तो स्वत:चा विश्वासघात करू शकत नाही. गुन्ह्याची कबुली देऊ शकत नाही. आता तर तो मेलेला आहे. स्टीफन क्लेअरच्या सांगण्याने काहीही चांगलं साध्य होणार नाही. एखाद्या मृतदेहाकडे बोट दाखवून, ‘खरं तर हाच गाडी चालवत होता’ असं सांगून कुणी स्त्री निष्काळजीपणामुळे झालेल्या मनुष्यवधाच्या आरोपातून सुटू शकत असेल तर आणखी काय हवं? हां, कसलेला वकील त्याच्याचसारखा दिसणारा मृतदेह नेहमीच शोधून काढू शकतो.”

ड्रेकच्या कपाळावर आठ्यांचे जाळे पसरले. तो जमिनीवर नजर रोखून उभा राहिला.

“आता एकच आशा दिसतेय” मॅसन सांगू लागला,

“मिसेस वॉरफिल्डच्या नवऱ्याला शोधायचं आणि त्याला असा सणसणीत पुरावा सादर करायला लावायचा की, स्पिनी ती गाडी चालवत होता आणि हा इसम म्हणजेच स्पिनी या दोन्ही गोष्टी सिद्ध होतील.”

“अगदीच क्षुल्लक काम आहे, नाही?”

“नाही रे... तो...”

“गुड मॉर्निंग, मि. मॅसन.”

मॅसन वळला. हात पुढे करून जॅक्स स्टर्न त्याच्या रोखाने येत होता. “आज सकाळचं वातावरण कसं काय?”

उसन्या उत्साहाने त्याचा हात हातात घेत मॅसन सावधपणे लिफ्टकडे वळला. “तू इथे कसा काय?” त्याने विचारले.

“कसा म्हणजे काय? मी इथे यावं हे सुचवणारा तूच आहेस. आठवतंय? काल मी तुला एका चांगल्या हॉटेलविषयी विचारत होतो...”

“इथून निघून जा. लवकरात लवकर.” मॅसनने सांगितले.

“का, का? काही कळलं नाही मला.”

“त्याची काही गरजही नाही. खोलीत जा, सामानाची बांधाबांध कर आणि सोड हे हॉटेल.”

“पण मी जाऊ कुठे?”

“त्याचा विचार आत्ता नको. इथून निघून जा, अगदी ताबडतोब. वाद घालत

इथेच थांबू नकोस. हे हॉटेल सोड. ॲडिरोडॅकला जा.''

''पर स्टीफनला...''

''ॲडिरोडॅकला जाऽ. तुझ्या असण्याची ती स्वाभाविक जागा आहे. पहिल्यापासून तू तिथेच असल्यासारखा वाग.''

''पण मी...''

''सोड ते. सामान आवर आणि निघ!'' मॅसनने फर्मावले.

स्टर्न गोंधळून गेला. ''मि. मॅसन, मला स्टीफनला भेटायचं होतं. मी तिला फोनवरून सांगितलं होतं...''

हाताला धरून मॅसनने त्याला लिफ्टकडे ढकलले. ''स्टर्न, सगळं सांगत बसत नाही, कारण माझ्याकडे तेवढा वेळ नाही. खोलीत जा, सामान पॅक कर, टॅक्सी घे, युनियन डेपोला जा, तिथल्या वेटिंग रूममध्ये अर्धा तास थांब, बेलबॉयला बोलाव, दुसरी टॅक्सी घे आणि ॲडिरोडॅक गाठ. समजलं सांगितलेलं?''

''हो, समजलं, पण..''

लिफ्ट लॉबीच्या मजल्यावर येऊन थांबली. मॅसनने त्याला जवळजवळ ढकललंच आत. ''ठीक आहे, तर मग कामाला लाग. परत खाली येशील तेव्हा मी इथे लॉबीतच असलो तरी बोलू नकोस माझ्याशी. पाहूही नकोस माझ्याकडे.''

''पण स्टीफनला काय सांगू मी?''

मॅसनने त्याच्याकडे पाठ वळवली. क्षणभरात लिफ्टचे दार खणखणत बंद झाले. मॅसन पुन्हा एकदा पॉल ड्रेक आणि त्याच्या कर्मचाऱ्याजवळ जाऊन थांबला.

''कोण?'' ड्रेकने विचारले.

''स्टीफन क्लेअरचा बॉयफ्रेंड. राहण्यासाठी निवांत जागा हवी होती त्याला आणि ॲडिरोडॅकपासून जवळ आहे एवढ्या एका कारणासाठी हे हॉटेल सुचवलं होतं मी. आणि...''

''हा इथे असल्याचं ट्रॅगला कळलं तर तो स्टीफन क्लेअरवरच खुनाचा आरोप ठेवेल'' ड्रेक म्हणाला.

''हे तू मला सांगतोयस?'' मनगटी घड्याळाकडे दक्षतेने नजर टाकत मॅसनने विचारले. ''चल पॉल, आपण परत वर जाऊ आणि कॉरिडॉरमध्ये थांबू. हा नेभळट हॉटेल सोडून जात असताना ट्रॅगशी बोलायची इच्छा नाही माझी.''

''तसं काही झालंच तर तुझ्याकडे दुर्लक्ष करायला सांगितलं नाहीस तू त्याला?''

''सांगितलंय मी त्याला; पण हा असा नमुना आहे ना, जो माझ्याजवळ येऊन विचारेल, ''मि. मॅसन इथून बाहेर पडताना मी तुझ्याशी का बरं बोलायचं नाही?''

''तुझे मित्र एकापेक्षा एक भारी आहेत रे, पेरी.''

"तो मित्र नाही माझा. बरं चल, आपण निघू या."

बरोबर अर्ध्या तासाने ट्रॅगने मॅसनला बोलावून घेतले.

मनुष्यवध पथकातील सदस्यांचे काम चालूच होते. बोटांचे ठसे डेव्हलप करणे, मृतदेहाचे फोटो काढणे, खोलीचा प्रमाणबद्ध नकाशा काढणे वगैरे.

"माझ्या मते तुझं कथानक तयार असेल." हे बोलत असताना ट्रॅगच्या डोळ्यांच्या कोपऱ्याशी हास्याची अस्पष्ट रेखा उमटली होती.

"हो, आहे ना."

"अधिक चांगल्या कथानकाचा विचार करण्यासाठी आणखी वेळ हवा असेल तर ड्रेकशी बोलून घेतो आधी. माझी अवस्था तुझ्या लक्षात यायला हवी. वरिष्ठांना वाटेल, तू माझा शिडीसारखा वापर केला आहेस."

"मला याचा वीट आलाय. मी तुम्हाला सहकार्य केलं तर शिडीसारखा वापर केला तुमचा. माझा मी पुढे निघून गेलो तर संशयितांच्या यादीत माझं नाव हजर" मॅसन म्हणाला.

"खरी गोम कशात आहे सांगू का मॅसन, तू पुष्कळ मृतदेह शोधून काढतोस."

"नाही. खरी गोम ही आहे की, लोकांनी ऑफिसात येऊन मला भेटावं म्हणून मी ऑफिसात तिष्ठत राहू शकत नाही. मला समरांगणात उतरावंच लागतं. असं करताना मला आजूबाजूच्या परिसराचीही पाहणी करावी लागते आणि..."

"आणि तुला आणखी अनेक मृतदेह सापडतात."

"मला म्हणायचं होतं की, एकदा का माणसाला खून प्रकरणातला निष्णात वकील म्हणून प्रसिद्धी मिळाली की, खुनांमध्येच त्याच्याकडे आकर्षित होण्याची प्रवृत्ती निर्माण होते." मॅसनने काहीशा सभ्यतेने टिप्पणी केली.

काही क्षण त्याच्या बोलण्यावर विचार करून ट्रॅग म्हणाला, "हो. तसंच असावंसं मलाही वाटतं. खून करणारा इसम स्वाभाविकपणे पेरी मॅसनचा विचार करतो आणि याच न्यायाने खून करू इच्छिणारा इसमही स्वाभाविकपणे पेरी मॅसनचाच विचार करतो."

"या वस्तुस्थितीची तुला जाणीव झाल्याचा आनंद आहे; त्यामुळे सगळ्या गोष्टी सोप्या होऊन जातील."

"कोण, आहे तरी कोण हा?" बेडकडे मान वळवत ट्रॅगने विचारले.

"काय की" मॅसनचे उत्तर.

"तुला माहीत नाही! वाटलं, म्हणशील मला माहीत आहे."

"वॉल्टर लॉसन या नावानं इथं त्याची नोंद झाल्याचं मला माहीत आहे. त्याची एवढीच माहिती आहे माझ्याकडं."

ट्रॅगची संशयी नजर मॅसनवर रोखली गेली. "आत आलास तेव्हा त्याचा चेहरा

पाहू शकला नाहीस?''

"नाही."

"तरीही, तू त्याला ओळखत नाहीस हे कसं कळलं तुला?''

"मी ज्याचा विचार करतोय तोच हा असेल तर, मी त्याला कधीही भेटलेलो नाही.''

"आणि तो कोण असला पाहिजे असं वाटतं तुला?''

"तो इसम, जो होमनची गाडी चालवत होता.''

ट्रॅगच्या कपाळावर आठ्या पडल्या. "हे पाहा मॅसन, होमनला यात ओढण्याचा तुझा प्रयत्न चालू राहू दे. हॉलिवूडने या शहराच्या परिसरात काही मिलियन डॉलर्स गुंतवले आहेत. या काही चौरसमैलांच्या परिसरात जगातल्या सर्वोच्च पगार घेणाऱ्या स्त्री-पुरुषांचा गट एकवटला आहे. पृथ्वीतलावरचं जास्तीतजास्त ब्लॅकमेलिंग होणारं हे सर्वात श्रीमंत कुरण आहे. तिल्हा वकिलाचं कार्यालय हे ओळखून आहे आणि हॉलिवूडला जास्तीतजास्त संरक्षणही देण्याच्या प्रयत्नात आहे. मला काय, तुला काय, सगळ्यांनाच माहीत आहे हे.''

मॅसनने मान डोलवली.

"हे बघ, सामान्य माणसावर मी जसा राग काढू शकतो तसा होमनवर काढू शकणार नाही. तुला याची जाणीव आहे.''

"मला तू वस्तुस्थिती विचारत होतास. ती मी तुला देत होतो. ती तुला हवी असेल असं मी गृहीत धरतो?''

"थोडक्यात काय ते बोल'' ट्रॅगने त्याला बजावले.

"कदाचित मला मृतदेहाची काळजीपूर्वक पाहणी करावी लागेल.'' मॅसन म्हणाला.

"कदाचित तू ती केली आहेस.''

मॅसन बेडपर्यंत गेला. बेड आणि खिडकी यांच्यामधले अंतर मोजण्यासाठी ट्रॅगच्या दोन सहकाऱ्यांनी जमिनीवर टेप अंथरला होता. मॅसनला तो ओलांडून जावे लागले.

मृतदेह उताण्या स्थितीत ठेवला होता. स्टीफन क्लेअरने गाडी चालवणाऱ्या इसमाचे जे वर्णन केले होते, त्याच्याशी मृतदेहाचा चेहरामोहरा तंतोतंत जुळणारा होता. दोहोतील साधर्म्य पाहून मॅसनला वाटले, आपण याला ओळखतो; व्यक्तिश: आणि जवळून.

मॅसन वळून बेडपासून दूर झाला. मॅसनने भुवया उंचावल्या. मॅसनने मान हलवली.

आपल्या माणसांपैकी एकाला ट्रॅगने विचारले, "टेलिफोनचे काम झाले की

नाही?''

''हो, झाले. टेलिफोनवरचे ठसे फारच धूसर आहेत. मला वाटतं, ते जुनेही आहेत. गेल्या चोवीस तासांत त्याचा कुणी वापर केला असेल असं वाटत नाही.'' त्याने उत्तर दिले.

''ठीक आहे'' म्हणत ट्रॅगने रिसीव्हर उचलला आणि मुख्यालयाला फोन लावला. ''मनुष्यवध पथकाचा लेफ्टनंट ट्रॅग बोलतोय. गेट व्ह्यू हॉटेलच्या पाचशे एकवीस क्रमांकाच्या खोलीत एका केसवर काम चालू आहे माझं. रिज रोडवरच्या वाहन अपघातात ताब्यात घेतलेली स्टीफन क्लेअर कदाचित ओळखत असेल त्याला. दोन रेडिओ अधिकाऱ्यांना लवकरात लवकर तिला घेऊन इकडे पाठवून द्या. ती ॲडिरोडॅक हॉटेलमध्ये आहे.'' त्याने रिसीव्हर ठेवून दिला.

''म्हणजे तुला तिचा ठावठिकाणा माहीत आहे?'' मॅसनने विचारले.

ट्रॅग हसला. ''मूर्खासारखा बरळू नकोस. ही काउंटी केस आहे; पण जेव्हा तिला जमिनावर सोडलं गेलं - वेल, त्यांनी आमच्याकडे सहकार्य मागितलं आहे. काही झालं तरी हा खून आहे हे विसरू नकोस.''

''वाटलं नव्हतं, तुम्ही सगळे मिळून इतक्या सुसंगतपणे काम करत असाल.''

''वरिष्ठांची आज्ञा आहे'' ट्रॅगने सांगितले.

मॅसन हसला. ''नक्कीच हॉलिवूडकडे आकर्षणशक्ती आहे.''

ट्रॅगने विषयांतर केले.

''या माणसाला शोधत होतास तू?''

''साहजिक आहे. होमनच्या गाडीचा ड्रायव्हर होता तो.''

''कुठल्या नावानं ओळखतोस तू याला?''

''मी तुला सांगितलंय, मी ओळखत नाही याला.''

''त्यानं तुझ्या अशिलाला काय नाव सांगितलं?''

''काहीच सांगितलं नाही त्यानं. त्यांची पुरेशी ओळख होण्यापूर्वीच अपघात झाला.

''पक्का आतल्या गाठीचा आहेस!''

''नाही, खरं तेच सांगतोय.''

''मला तुझ्याबरोबर इकडे घेऊन येताना तू स्पिनी की स्पिली असंच काहीतरी म्हणत होतास.''

''आता ते आठवत नाही मला.''

ट्रॅगने दुसरी क्लृप्ती वापरली. ''याला शोधत तू या हॉटेलात कसा काय आलास?''

''पॉल ड्रेकची माणसं त्याचा शोध घेत होती. काल रात्री अमूक अमूक वर्णनाची कुणी आसामी इथं आली होती का याची चौकशी त्यांनी कारकुनाकडे केली

आणि तो इथे असल्याचं त्यांना आढळलं.''

ट्रॅगच्या कपाळावरच्या किंचित आठ्या त्याचं त्रासलेपण दाखवत होत्या. ''व्वा! फारच छान!'' तो म्हणाला आणि सूचक विराम घेऊन त्यानं पुस्ती जोडली, ''तुझ्यासाठी म्हणजे, मी यावर विश्वास ठेवला तर तुझ्यासाठी फारच छान ठरेल!''

''तू ते सिद्ध करू शकतोस.''

''कसं?''

''कारकुनाकडे चौकशी करून.''

''मी त्यावर शंका घेत नाही. सहजासहजी तपास करता येईल अशी कुठलीतरी खोटी बढत मला देण्याएवढा धूर्त तू आहेसच रे! पण मला जाणून घ्यायचंय ते हे की, ड्रेकच्या माणसांनी चौकशीसाठी हेच विशिष्ट हॉटेल का निवडलं?''

''ते गाडीच्या ड्रायव्हरला शोधत होते.''

''म्हणजे तो मृतदेह असं म्हणायचंय का तुला?''

''हो.''

''पण इथे यायला ते कशामुळे प्रवृत्त झाले?''

''ते इतरही हॉटेल्समध्ये शोध घेत होते.''

''याशिवाय आणखी किती हॉटेल्समध्ये शोध घेतला त्यांनी?''

मॅसन गप्प राहिला, तसा ट्रॅग हसला. ''कठीण आहेस रे बाबा तू, मॅसन. तू तुझे अधिकार जाणतोस आणि त्यांचा पुरेपूर वापरही करतोस; पण मनात आलं तर मी पॉल ड्रेककडूनही वस्तुस्थिती मिळवू शकतो. लक्षात घे, पॉल खासगी गुप्तहेर संस्था चालवतो. त्याच्या परवान्याला धक्का लागलेला आवडणार नाही त्याला.''

''ड्रेककडे आणि माझ्याकडे एक साक्षीदार आहे. त्याला हॉटेलवर ठेवलंय आम्ही. हा माणूस तिला गाठायचा प्रयत्न करेल असं वाटलं आम्हाला.''

''तसं झालं तर चांगलंच आहे. कोण होता तो साक्षीदार?''

''त्याची चर्चा न करणंच पसंत करीन मी.''

''त्यात काही शंकाच नाही; पण कोण होता तो?''

''मी याचं उत्तर देईन असं वाटतं नाही, ट्रॅग.''

''पॉल ड्रेकला इकडे बोलावून आणा रे'' ट्रॅगने आपल्या लोकांना आज्ञा दिली.

''ट्रॅग, तू खुनाचा गुंता सोडवण्याच्या प्रयत्नात असलास तरीही, शेवटी एका वकिलाच्या खासगी बाबींमध्ये डोकावण्याचा हक्क नाही तुला'' मॅसनने आठवण करून दिली.

ट्रॅगने त्याला उत्तर देण्याचीही तसदी घेतली नाही.

पॉल ड्रेक अधिकाऱ्याच्या टप्प्यात आला.

''बरं ड्रेक. आता सरळ मुद्द्यावर ये. तुझ्या माणसांनी हा इसम या हॉटेलमध्ये

असल्याचं शोधून काढलं. नाही, मॅसनकडे पाहू नकोस. फक्त प्रश्नाचं उत्तर दे.'' ट्रॅग म्हणाला,

ड्रेकने मानेने होकार दिला.

''तो इथे असल्याचं त्यांना कसं कळलं?''

''त्यांनी कारकुनाकडे चौकशी केली.''

''हे बघ ड्रेक, मी तुझ्याशी संयमानं वागतोय; पण फार ताणू नकोस. त्यांनी कारकुनाकडे चौकशी तरी कशामुळे केली?''

''मॅसनचा विचार होता की, तो या हॉटेलमध्ये असावा.''

''आणि मॅसनच्या डोक्यात हा तेजस्वी विचार कधी आला?''

''सकाळी सव्वानऊ - साडेनऊच्या सुमारास.''

''इथं हॉटेलमध्ये असणारा साक्षीदार कोण होता?''

''तसा कुणी असला तर मला माहीत नाही.''

ट्रॅगचा चेहरा किंचित उजळला. ''गेल्या चोवीस तासांत तू या हॉटेलमध्ये किती वेळा आलास, ड्रेक?''

''त्याला सगळं सांगून टाक, पॉल. तसंही तो असिस्टंट मॅनेजरकडून सगळी माहिती मिळवणारच आहे.'' मॅसनने ड्रेकला सांगितले.

''मॅसनने आणि मी काल रात्री एका स्त्रीला इथे या हॉटेलमध्ये आणले. ती साक्षीदार असल्याचं मला माहिती नव्हतं. मला वाटलं, ती मॅसनला फक्त...'' ड्रेक सांगू लागला.

''नाव काय तिचं?''

''मिसेस वॉरफिल्ड.''

''कुठून आली होती ती?''

''न्यू ओरलियन्स.''

''कुठल्या खोलीत उतरली ती?''

''सहाशे अठ्ठावीस क्रमांकाच्या खोलीत.''

''इतकी साधी माहिती मिळवण्यासाठी आम्हाला अगदीच थोडा वेळ लागला, नाही का? सध्या कुठे आहे ती स्त्री?'' ट्रॅगने विचारले.

''मला माहीत नाही.'' मॅसन उत्तरला

''तू तिच्या खोलीत गेला होतास?''

''गेलो होतो. बनावट किल्ली मिळवून आत गेलो आणि चौफेर नजर फिरवली.''

''खरं की काय! काय आढळलं तुला तिथे?''

''काहीही नाही. ती खोलीत नव्हती.''

''त्या वेळी खोली जशी होती तशीच आत्ताही आहे?''

"मी बिल भरेपर्यंत तरी होती. शिवाय ती खोली वापरण्याचा तिचा हेतू असावा असं वाटतही नाही. मी नीट पाहणी केली त्या खोलीची." मॅसनने सांगितले.

ट्रॅगचा आवाज खरमरीत झाला. "ठीक आहे, मॅसन आणि पॉल, तूसुद्धा; नीट ऐकून घ्या. आपण नेहमी कुंपणाच्या एकाच बाजूला नसतो. याला ना माझा इलाज आहे, ना तुमचा. तुमचा उपजीविकेचा मार्ग निराळा, माझा निराळा; पण जेव्हा मी तुम्हाला प्रश्न विचारतो, तेव्हा मला त्याचं उत्तर हवं असतं. मुख्य मुद्दा सोडून अवांतर बरळण्यानं तुमचा टिकाव लागायचा नाही. तुम्हाला उत्तर द्यायचं नसेल आणि त्या बाबत आग्रही राहायचं असेल, तर सरळ उत्तर द्यायला नकार द्या; पण मला धोका द्यायचा प्रयत्न करू नका. आलं लक्षात?"

"तुमचे प्रश्न नीट तपासून बघा ना मग. मला स्वत: होऊन माहिती द्यायची नसेल तर धोका दिल्याचा ठपका ठेवू नकोस माझ्यावर." मॅसनने ताडकन् उत्तर दिले.

"तसं होणार असेल तर त्याची काळजी घेईन मी. बरं, आपण आता जाऊन मिसेस वॉरफिल्डच्या खोलीची पाहणी करून घेऊ."

"आता तिथं दुसरं कुणी असू शकतं. आम्ही केली होती पाहणी." मॅसन म्हणाला.

"मॅनेजरला बोलावून आणा" ट्रॅगने आपल्या माणसांपैकी एकाला सांगितले.

तो मॅनेजरला बोलवायला गेला असता एक रेडिओ अधिकारी बंदोबस्तात स्टीफन क्लेअरला घेऊन लिफ्टमधून उतरला. ती पांढुरकी आणि घाबरलेली दिसत होती. तिने व्याकूळ नजरेने मॅसनकडे पाहिले.

मॅसनने ओळख करून दिली. "हा मनुष्यवध विभागाचा लेफ्टनंट ट्रॅग, मिस क्लेअर. तो अतिशय कार्यक्षम; पण तितकाच कर्मपूजक आहे. तुला आता अप्रिय अनुभवाला सामोरे जावे लागेल असे दिसते. आम्ही तुला एक मृतदेह दाखवणार आहोत."

"मृतदेह!"

मॅसनने मान डोलवली.

"इथे?"

"हो."

"का..? काय...?"

"त्या इसमाचा खून..." मॅसन सांगू लागला.

"बास झालं आता." ट्रॅगने मॅसनला गप्प केले. "इथून पुढे फक्त मी बोलेन. मिस क्लेअर, आम्हाला वाटतं, हा त्या इसमाचा मृतदेह आहे ज्याला कदाचित तू ओळखत असशील. तुझी काही हरकत नसेल तर आपण तिकडे जाऊ..." तिच्या

हाताला धरून तो हॉटेलच्या बेडरूममध्ये गेला.

खोलीत मृत्यूचे बेमालूम वातावरण होते. बेडवर पसरलेल्या मृतदेहाने भोवतालावर मृत्यूचा स्तब्ध बुरखा पांघरला होता. याउलट खुनाचे धागेदोरे शोधण्याच्या प्रयत्नात असलेली माणसे मृत्यूच्या सन्नाट्यापासून अगदीच अलिप्त वाटत होती. त्यांच्या दृष्टीने बेडवरचा मृतदेह जणू काही बटाट्याचे पोते होता. फोटो घेण्याची, मोजमाप करण्याची आणि खोलीतल्या इतर गोष्टींशी असलेले लागेबांधे तपासण्याची निव्वळ अचेतन वस्तू होती.

पूर्णत: अलिप्त राहून कौशल्याने आणि वेगाने त्या लोकांनी आपले काम आटोपले. मृत्यूशी सतत संपर्क आल्याने ते सरावल्यासारखे झाले होते.

लेफ्टनंट ट्रॅग स्टीफन क्लेअरला घेऊन या माणसांना ओलांडून जाऊ लागला. बेडच्या पायथ्याशी तो असा काही सरकला की मृतदेह स्टीफनच्या नजरेआड राहिला. जिथून थेट त्या इसमाचा चेहरा दिसू शकेल अशा ठिकाणी स्टीफन पोहोचताच ट्रॅग चटकन एका बाजूला झाला.

''याला ओळखतेस?'' त्याने विचारले.

स्टीफन क्लेअरची नजर त्या अचेतन चेहऱ्यावर खिळली. कितीतरी वेळ, तिच्या स्वत:च्या इच्छाशक्तीपेक्षा प्रबळ असलेल्या काहीशा चुंबकीय आकर्षणाने तिची नजर बांधून ठेवली गेली. नंतर स्वत:ला सावरत तिने ट्रॅगकडे पाहिले. ''हो, मी याला ओळखते; पण मला त्याचं नाव कळलं नाही.''

''कोण आहे तो?''

''दुर्घटना घडली त्या रात्री गाडी चालवणारा, मला विनंतीवरून लिफ्ट देणारा इसम आहे हा.''

ट्रॅगने मॅसनला हलकेच वाकून अभिवादन केले. ''सगळं कसं पद्धतशीर बेतलंस, मॅसन. अभिनंदन करतो मी तुझं. हा तुझा बचाव असेल ना?'' त्याने छद्मीपणाने विचारले.

''साहजिकच आहे ते'' मॅसनचे उत्तर.

''सत्यच आहे हे!'' स्टीफन क्लेअर उद्गारली. ''मि. मॅसनने मला अवाक्षरही सांगितलेले नाही. हॉस्पिटल सोडल्यापासून मी त्यांना पाहिलं नाही की बोलले नाही त्यांच्याशी.''

ट्रॅगने आपली नजर स्टीफन क्लेअरकडून मॅसनकडे वळवली. ''डॅम इट, मॅसन. मी तुझ्यावर विश्वास ठेवतो आणि पोलिसांशी प्रत्यक्ष किंवा अप्रत्यक्षपणे संबंधित असलेल्या तीन हजार आठशे शहात्तरजणांची नावे आत्ताच्या आता सांगू शकतो, ज्यांचा तुझ्यावर विश्वास नाही.''

हॉटेलचा असिस्टंट मॅनेजर सेवकांवर जरब बसवण्यात अगदी पटाईत होता.

पोलिसांबरोबर काम करण्याची प्रबळ इच्छा त्याच्याकडे होती. यामुळेच हॉटेलची कीर्ती सर्वदूर पसरली होती.

"आम्हाला मिसेस वॉरफिल्डच्या खोलीची एकदा पाहणी करायची आहे," ट्रॅगने जाहीर केले. मॅसन, तू आणि ड्रेक माझ्याबरोबर चला आणि मिस क्लेअर, तू अधिकाऱ्याबरोबर इथेच थांब." मृतदेहाबरोबर खोलीत आढळलेल्या सामानाविषयी ट्रॅगने चकार शब्दही काढला नाही हे विशेष होते.

माणसांचा छोटासा गट लिफ्टमध्ये शिरला आणि सहाव्या मजल्यावर उतरला. "मला कळतंय की, ती खोली आताही त्याच अवस्थेत आहे जेव्हा..." मॅनेजरने सांगितले.

"ग्राहकानं हॉटेल केव्हा सोडलं?" ट्रॅगने विचारलं.

"बिल भरले गेल्यावर."

"कुणी भरले ते?"

"या सद्‌गृहस्थाने, तिच्या मेव्हण्याने."

"तिचा मेव्हणा!" ट्रॅगच्या तोंडून शब्द निसटले.

"असंच सांगितलं यानं."

ट्रॅगने मॅसनकडे पाहिलं. "छान, छान; छान! ती तुझी नातेवाईक असल्याचं मला नाही सांगितलंस, मॅसन. तू तर बिनभावाचा ब्रह्मचारी आहेस." त्याने आपला मोहरा मॅनेजरकडे वळवला. "या पार्टीनं हॉटेल कधी सोडलं, माहीत नसेलच तुला?"

"माहीत आहे तर!" मॅनेजर सांगू लागला. "मि. मॅसन आणि हे दुसरे सद्‌गृहस्थ आले आणि त्यांनी बिल भरले. तेव्हा त्यांच्या बरोबर एक अत्यंत आकर्षक युवती होती. मॅसनने सांगितलं की, हॉटेलमध्ये उतरलेली महिला त्याची मेव्हणी होती; तिचे हृदय कमकुवत होते आणि तिला काहीतरी झाले असावे याची त्याला भीती वाटत होती. खोलीची तपासणी करायला मी एका बेलबॉयला पाठवले. ती खोली रिकामी असल्याचं आढळलं आम्हाला. खोलीत काही सामानही नव्हतं."

"सामान नव्हतं?" ट्रॅगने विचारलं.

"नव्हतं."

"खोली भाड्यानं घेतली तेव्हा सामान होतं तिच्या बरोबर?"

"हो, एक सूटकेस आणि एक हॅट बॉक्स."

ट्रॅगने ही माहिती रिचवली. खून झाला होता त्या खोलीत मॅसनने पाहिलेल्या सामानाविषयी त्याने पुन्हा एकदा मौन बाळगले.

"पुढे आणखी काय काय घडलं?" ट्रॅगने विचारणा केली.

"बिल भरल्यानंतर जाण्यापूर्वी मि. मॅसनने मला सांगितलं की, यदाकदाचित मिसेस वॉरफिल्ड मला भेटलीच तर मी तिला सांगावं की, तिचा मेव्हणा तिच्या शोधात आहे आणि खूप काळजीतही आहे.''

"खरी मेख अशी की, ती तुला भेटणार नाही हे त्याने ओळखलं होतं.''

"उलट मी पाहिलं तिला.''

"पाहिलंस तू तिला?'' एकाएकी थांबत त्याने मॅनेजरवर नजर रोखली.

"हो लेफ्टनंट. मि. मॅसनने बिल भरल्यानंतर पंधरा मिनिटांतच ती लॉबीतून चालत गेली. त्याचं काय आहे, तेव्हा जो कारकून होता तो तिनं चेक-इन करतानाचा नव्हता; पण आम्ही त्याला तिचं वर्णन दिलं होतं. बहुतांश नेहमीच्या पाहुण्यांना तो ओळखतोही. त्याने तिला हाक मारून सांगितलं की, तिच्यासाठी एक निरोप आहे. काउंटरजवळ येऊन ती निरोपाची वाट पाहू लागली. त्याने मला बोलावून आणलं. आल्यावर मी तिला सांगितलं की, तिचा मेव्हणा इथे आला होता आणि त्याला तिची भेट घ्यायची होती. तिने ठामपणे सांगितलं की, ती मिसेस वॉरफिल्ड नसून तिला कुणी मेव्हणाही नाही. आम्ही फारच उद्धटपणे वागतोय असं तणतणत ती दरवाज्याकडे जाऊ लागली. मी तिला थांबवायचा प्रयत्न करून पाहिला, पण ती अक्षरश: इतकी संतापली होती की, मी माझा हेका सोडून दिला. अखेरीस तिचं बिल भरलेलं होतं आणि असं कुठलंही कायदेशीर कारण नव्हतं ज्या आधारे मी तिला थांबवू शकेन. एक मात्र खरं, तिच्या इथं राहण्याविषयी इतके असंख्य प्रश्न आहेत, ज्यांची योग्य उत्तरं सापडलेली नाहीत.''

"हॉटेलमधून जाताना तिच्या सोबत सामान नव्हतं?''

"नव्हतं.''

"बघून तर घेऊ ती खोली.'' ट्रॅगने सूचना केली.

मॅनेजरने खोलीचे दार उघडले. त्या दोघांना कॉरिडॉरमध्येच थांबण्याचा इशारा करत ट्रॅग खोलीत शिरला. आजूबाजूला धावती नजर टाकून चटकन तो मॅनेजरकडे वळला. "हे बघ, ही खोली आवरून ठेवलेली आहे. तू तर सांगत होतास की, खोली त्याच अवस्थेत आहे जेव्हा तिने ती सोडली तशी.''

मॅनेजरने मान हलवली. "बेलबॉयने बनावट चावीने खोली उघडली तेव्हा ती अगदी याच अवस्थेत असल्याचं मला कळलंय.''

"किती वाजले होते तेव्हा?''

"साडेआठ झाले असावेत.''

ट्रॅगने बेडवरची आवरणे अलगद उलटी केली. "तिने बेड तयार केला नव्हता?'' त्याने विचारले.

"नाही, सर. बेडशीटस अगदी स्वच्छ आहेत. बेडचा वापर झालेला नाही.''

"रूमबॉयने बेडशीटस बदलली नाहीत?"

"नाही. तो इथे आलाच नव्हता."

"खात्री आहे तुझी?"

"हो."

दारात थांबलेल्या मॅसनने सांगितले, "लेफ्टनंट, बाथरूममधले टॉवेलही वापरलेले नाही आहेत."

ट्रॅग मॅसनकडे वळला, त्याच्याकडे संशयाने पाहिले आणि पुन्हा एकदा खोलीचे निरीक्षण करण्यात मग्न झाला.

त्याने पुन्हा एकदा मॅसनकडे मोहरा वळवला. "इथं बाहेर ती काय करत होती?"

"नोकरीच्या शोधात होती."

"मिळाली का एखादी?"

"एक नोकरी मिळण्याच्या अगदी बेतात होती."

"कसलं काम होतं?"

"तिला सांगितलं गेलं होतं की, जागा अद्याप रिकामी झालेली नाही; पण पुढच्या काही दिवसांतच होईल आणि प्रतीक्षेच्या कालावधीतही तिचा पगार सुरू राहील, अशी खबर मला लागलेली आहे."

"तिला असंच सांगितलं गेलं होतं याची खात्री आहे तुला?"

"हो."

ट्रॅगचे हास्य विकट बनले. "ठीक आहे. कुणी सांगितलं तिला हे?"

मॅसनने त्याच्या हास्याला प्रतिसाद दिला. "पॉल ड्रेकने."

"कुणाच्या सूचनेवरून?"

"माझ्या."

"वेल, चमकदार उत्तर मिळविण्यासाठी मला माझे प्रश्नही तितक्याच नेमकेपणानं विचारावे लागतील."

"मला वाटतं, तुला उत्तर मिळालंय. नाही का?" मॅसनने विचारले.

"हो. मला वाटतं, चौकशीत कुठलाही शॉर्टकट असू नये. तू वॉरफिल्डला तशी सूचना दिलीस कारण ती तुला कशासाठी तरी हवी होती - काय?" ट्रॅगने विचारलं.

"आम्हाला तिच्या नवऱ्याचा ठावठिकाणा शोधायचा होता. तिलाच हवा होता तो."

"हूं." तुच्छतेचा हुंकार देत ट्रॅग बाथरूमच्या दाराशी जाऊन थांबला. तिथून परत येऊन ओढलेल्या पडद्यांकडे आणि विजेच्या दिव्यांकडे पाहू लागला.

पुन्हा मॅसनकडे वळून त्याने विचारले, ''घडलेल्या घटनेची समग्र माहिती तुझ्याकडून मिळविण्यासाठी मला काय करावे लागेल मॅसन? खरीखुरी माहिती.''

''प्रश्न विचार.'' मॅसन म्हणाला. ''हवेत ते प्रश्न विचार, मी त्यांची उत्तरे देईन.''

''आणि प्रश्न न विचारता तू उत्तरं द्यावीस यासाठी काय करावं लागेल?''

''मी काम करत असलेल्या मार्गाचा अवलंब कर.''

''हॉलिवूड म्हणायचं का तुला?''

मॅसनने मान डोलवली.

थोडा वेळ थांबून ट्रॅगने मान हलवली. ''तो फार लांबचा प्रवास आहे - अजून तरी.''

''मग प्रश्न विचारत राहा मला.'' मॅसनने सांगितले.

''थँक्स, ते तर विचारीनच मी'' ट्रॅगने कठोरपणे शब्द दिला.

''आज सकाळी सकाळी मला कॉल केलास तेव्हा नमूद केलेले नाव विचारण्यापासून मी माझ्या प्रश्नांची सुरुवात करतो.''

जणू काही गोंधळून जावे तशा आठ्या पाडत मॅसनने विचारले, ''होमन?''

''नाही, नाही. उडवाउडवी थांबव. सॅनफ्रान्सिस्कोमधल्या त्या व्यक्तीचं नाव.''

''ओऽ, सॅनफ्रान्सिस्कोमधल्या. माझी खात्री नाही की मी...''

''स्पिली किंवा तशाच प्रकारचं नाव होतं ते.''

मॅसनच्या कपाळावर आठ्या पडल्या. ''कुठलाही स्पिली आठवत नाही मला.''

''ग्रिली नाव होतं का ते? अॅडलर ग्रिली?'' ट्रॅगने विचारले.

''नाही.'' मॅसनने सांगितले.

''बरं, मग काय होतं ते?''

''म्हणजे त्या मृत इसमाचे नाव ग्रिली आहे तर. हो ना?''

''मी प्रश्नांची उत्तरे देत नाही. प्रश्न विचारतोय. सॅनफ्रॅन्सिस्कोमधल्या पोलिसांना हव्या असलेल्या व्यक्तीचं नाव तू नमूद केलं होतंस आणि मला ते हवं आहे.''

''अच्छा, तुला कदाचित स्पिनी म्हणायचं असेल.''

''तेच ते. त्याचं काय?''

''त्याच्याविषयी मला इतकंच ठाऊक आहे. स्पिनीचं नाव.''

''पण हे शोधून कसं काढलंस तू?''

''ड्रेकच्या माणसांपैकी एकानं अशी माहिती शोधून काढली, ज्यामुळे त्याला वाटू लागलं, स्पिनीची होमनशी हातमिळवणी आहे.''

''पुन्हा होमन'' ट्रॅगने सुनावले, ''अरे बाबा, तू सारखा त्याचा पिच्छा का पुरवतो आहेस.''

"कारण तोच तो पैलू आहे, ज्यावर माझं काम चालू आहे."

"इथल्या रजिस्टरमध्ये त्याने लॉसन या नावानं नोंद केली होती असं का बरं वाटलं तुला?"

"कारण," मॅसन संयमपूर्वक सांगू लागला, "मला वाटलं, इथं ज्या माणसाची नोंद झाली आहे तो तोच इसम आहे, जो गाडी चालवत होता. मला वाटलं, जो इसम गाडी चालवत होता तो होमनशी संबंधित आहे. मला वाटलं, मि. स्पिनी होमनशी संबंधित आहे; म्हणून मला वाटलं, इथे नोंद झालेला इसम स्पिनी असण्याची दाट शक्यता आहे."

"मिस क्लेअरच्या सांगण्यावरून तर तू इथे आला नव्हतास?"

"नाही."

"मिसेस वॉरफिल्डनं काही सांगितलं म्हणून तर तू त्याला यात गोवत नाहीस?"

"नाही."

"आणि त्या सद्गृहस्थाला भेटण्यापूर्वी तू माझ्या कार्यालयात का आलास?"

"मी सांगितलंय तुला. मला सहकार्य करायचं होतं." मॅसनने उत्तर दिलं.

ट्रॅगने वाकून अभिवादन केले. "तुझ्या मोकळेपणाला दाद द्यावीशी वाटते मॅसन. तुला ताब्यात घेण्याची वेळ माझ्यावर आणू नकोस. तू कामात फार व्यग्र आहेस हे मी जाणतो आणि तू करत असलेल्या दिव्य मदतीला दाद देतानाच सांगतो, तुझ्या प्रॅक्टिसचा बळी देऊ नकोस."

"म्हणजे आम्ही इथून जायला मोकळे आहोत?"

"हो, स्टीफन क्लेअरशिवाय."

"ती का नाही जाऊ शकत?"

"कारण मी तिला ताब्यात घेतलंय."

"मला कळत नाही, कशाच्या आधारावर तू तिला इथं थांबवून ठेवतोयस?"

"आत्तापर्यंत तरी या माणसाला ओळखणारी ती एकटीच आम्हाला सापडली आहे. तो तिला न आवडण्याची अनेक कारणं आहेत तिच्याकडे. तो मृत झालेला आहे. अशा परिस्थितीत काही वेळ आम्हाला तिला ताब्यात ठेवावंच लागेल."

"नुकताच तिला हॉस्पिटलमधून डिस्चार्ज मिळाला आहे."

ट्रॅग हसला. "तिथं तिला यासाठी जबाबदार धरलं जाणार नाही, तर फक्त नेलं जाणार आहे आणि ते जिल्हा वकिलाचं कार्यालय आहे."

"ती इथून जाण्यापूर्वी मी बोलू शकतो तिच्याशी?"

"तू न बोलावंस हेच मला आवडेल."

"अशील आहे ती माझी. तिच्याशी बोलण्याचा हक्क मागतोय मी."

ट्रॅग हसला. ''अशिलाशी बोलण्याच्या हक्कापासून मी तुला वंचित ठेवू इच्छित नाही; पण दुर्दैवाने ती इथे नाही. एक गुप्तहेर तिला जिल्हा वकिलांच्या कार्यालयाकडे घेऊन निघालाय.''

मॅसनने वैतागून विचारले, ''आम्ही मदतीचा हात पुढे केला असला तरी आपण एकमेकांना फार मदत करतोय असं वाटत नाही, नाही का?''

''हे तू मला विचारतोस? पण मॅसन, काळजी करू नकोस. मी सॅनफ्रान्सिस्कोला राहणाऱ्या आय. सी. स्पिनीची चौकशी सुरू करतोय आणि बेकर्सफिल्डला राहणाऱ्या असं म्हणू या का आपण?''

''मला कळत नाही, असं का म्हणू नये?''

त्याच्याकडे पाहात ट्रॅगने सांगितले, ''ठीक आहे, तुझ्यासाठी मी ही वाट सुकर करून देतो. मिसेस वॉरफिल्ड कशी दिसते?''

''साधारण एकतीस-बत्तीस वर्षांची असेल ती; पण थकल्यासारखी वाटते. डोळ्यांचा रंग निळा असून, केस हलक्या भुऱ्या रंगाचे आहेत. तिचे खांदे झुकल्यासारखे आहेत. उंचीने सर्वसाधारण तर बांध्याने सडपातळ आहे ती. आम्ही शेवटचं पाहिलं तेव्हा तिने निळ्या कडक कापडाचा स्कर्ट आणि जॅकेट घातलं होतं.''

रिसीव्हर उचलून ट्रॅगने मुख्यालयाला फोन लावला, ''न्यू ओरलियन्स येथील मिसेस लुईस वॉरफिल्ड या नावाने काल रात्री गेट ह्यू हॉटेलमध्ये नोंद करणाऱ्या महिलेसाठी सापळा लावा. गेल्या तासाभरात तिनं गेट व्ह्यू हॉटेलमधून चेक-आउट केलंय. जवळपासच्या सगळ्या रेस्टॉरंटमध्ये शोध घ्या. ती तिशीची, सडपातळ, सर्वसाधारण उंचीची, थकल्यासारखी दिसणारी, निळ्या डोळ्यांची, फिक्या भुऱ्या केसांची असून, निळ्या रंगाचा सर्जसूट घाललेली आहे. मला ती तातडीने हवी आहे. झटपट हालचाल करा.''

त्याने रिसीव्हर ठेवून दिला.

''आम्हाला इथं आणखी काही वेळ थांबावं लागेल का?'' मॅसनने विचारलं.

ट्रॅग हसला. ''अजिबात नाही.''

बाहेर पडून रस्त्याला लागल्यावर मॅसनने परत एकदा सांगितले, ''स्पिनीबद्दल मला असलेली माहिती मी त्याच्यापासून लपवायच्या प्रयत्नात आहे असं वाटलं तर स्पिनीवरून आपल्याला तो जास्तच उचकवेल.''

''होऊ शकतं खरं तसं'' ड्रेकने मान्य केले. ''ग्रिलीच्या खोलीतल्या सामानाविषयी तो काहीच का बोलला नाही?''

''आपल्याला तो जाळ्यात पकडू पाहतोय.'' मॅसनने मत व्यक्त केलं. ''प्रत्येक पाऊल काळजीपूर्वक टाक, पॉल. दरम्यान, टेलिफोन डिरेक्टरीत कुणी ॲडलर ग्रिली आहे का ते पाहू. असेल, तर त्याला लगेच फोन लाव. ट्रॅग आपण दिलेल्या माहितीची

शहानिशा करण्यात गुंग आहे, तोवर आपण दुसरं एखादं भुयार खणू शकतो.''

१३

अत्यंत महागड्या जिल्ह्यातील, दोन फ्लॅट असणारी ती इमारत होती. इमारतीच्या पांढऱ्याशुभ्र दगडी पार्श्वभूमीवर पाम वृक्षांच्या हिरव्या पानांची नक्षी उठून दिसत होती.

बेल वाजल्यावर नट्टापट्टा केलेल्या सेविकेने दार उघडले.

मॅसनने आपले कार्ड तिच्या हाती दिले. ''मिसेस ग्रिली घरात असतील तर त्यांना भेटायचं होतं. खूप महत्त्वाचं काम आहे असं सांग त्यांना, प्लीज.'' मॅसनने प्रस्ताव ठेवला.

सेविकेने कार्ड घेऊन ते वाचले आणि मॅसनकडे तीक्ष्ण नजरेने पाहिले. ''एक मिनिट थांबा हं'' म्हणून ती पायऱ्या चढून गेली. काही वेळातच परत येऊन तिने सांगितले, ''मिसेस ग्रिली भेटायला येताहेत तुम्हाला.''

मॅसनने लिव्हिंग रूममध्ये प्रवेश केला. गडद रंगाचे जडशीळ फर्निचर, जाडजूड गालिचे आणि काळजीपूर्वक निवडलेली तैलचित्रे यांनी खोलीत अस्सल ऐश्वर्याचे वातावरण निर्माण केले होते. फायरप्लेसवर अडकवलेला फोटो, मॅसनने गेट व्ह्यू हॉटेलमध्ये ज्याचा मृतदेह पाहिला होता त्याचाच होता, यात काही शंका उरली नाही.

मिसेस ग्रिलीने नुकताच तिशीत प्रवेश केला असावा. यजमाणीन म्हणून अतिशय सौजन्याने वागणारी, तरीही दाट मैत्रीची जवळीक साधण्यापासून दूर राहाणारी चतुर स्त्री होती ती. मॅसनला ती फारच आतिथ्यशील वाटली. कुठल्याही परिस्थितीत ती स्वत:चे नुकसान होऊ देणार नाही याची मॅसनला खात्री पटली.

मोकळ्याढाकळ्या उत्सुकतेने मॅसनला न्याहाळत ती म्हणाली, ''मि. मॅसन, मी तुमचं नाव ऐकलंय आणि वृत्तपत्रातील तुमच्या केसेसही वाचल्या आहेत. बसून घ्या ना.''

''माझा इथे येण्यामागचा उद्देश फार काही आनंददायक नाही, मिसेस ग्रिली. तुमच्या पतीशी संबंध आहे त्याचा!'' एवढे सांगून मॅसनने थोडी उसंत घेतली.

तिने सांगितले,''सॉरी, मि. मॅसन. तुम्ही त्याला भेटू शकणार नाही. सॅनफ्रान्सिस्कोला गेलाय तो.''

''ते सॅनफ्रान्सिस्कोला कधी गेलेत, माहीत आहे तुम्हाला?'' मॅसनने विचारले.

''का, माहीत आहे की. खरं तर काल संध्याकाळी त्याला अचानकच

बोलावणं आलं.''

''नेहमी जातात का ते सॅनफ्रान्सिस्कोला?''

''हो. त्याच्या व्यवसायामुळं तिथं त्याला नियमितपणे जावं लागतं. मि. मॅसन, तुमच्या या प्रश्नांमागचं कारण कळेल का मला?''

''स्पष्टच सांगायचं मिसेस ग्रिली, तर मी अशा एका वाहन अपघाताची चौकशी करतोय, ज्याचा संबंध तुमच्या नवऱ्याशी आहे.'' मॅसनने सांगितले.

''अॅडलर वाहन अपघातात सापडलाय?''

त्या वकिलाने मान डोलवली.

''काल रात्री अपघात झालाय असं म्हणायचंय का तुम्हाला, मि. मॅसन? मला सांगा, त्याला काही इजा तर झाली नाही?...''

''नाही, काल रात्री नाही. बऱ्याच दिवसांपूर्वीची गोष्ट आहे.''

''मग त्याच्या तोंडून याबद्दल काही ऐकलं कसं नाही मी? त्याला एकदा जखम झाली होती खरी. तुमच्या मनात काय आहे ते सरळ सांगाल का मला, मि. मॅसन?''

''गेल्या बुधवारी तुमचे पती सॅनफ्रान्सिस्कोमध्ये होते का?''

''तिकडे नेहमीच जात असतो तो.''

''आणि प्रवासादरम्यान ते स्वतःच गाडी चालवतात?''

''नाही रे देवा! इथून सॅनफ्रान्सिस्कोपर्यंत गाडीचा प्रवास कधीच नाही! विमानाने किंवा रात्रीच्या रेल्वेने जातो तो; बरेचदा विमानानेच. कधीकधी सकाळी लवकरच्या विमानाने जातो आणि रात्रीच्या रेल्वेने परत येतो.''

''आणखी एक प्रश्न. होमन नावाच्या एका चित्रपट निर्मात्याला मि. ग्रिली ओळखतात का हे सांगू शकाल?''

''हो, ओळखतो की. आता एक मिनिट हं. तो मि. होमनना व्यक्तिशः भेटलाय की फोनवरूनच त्यांचं बोलणं होतं हे मात्र ठाऊक नाही हं मला. पण त्यानं मि. होमनचा व्यवसाय हाताळल्याचं माहीत आहे मला. काही दिवसांपूर्वी आम्ही रात्रीच्या शोला गेलो होतो तेव्हा पडद्यावर मि. होमनचं नाव झळकल्याचं आठवतंय मला. अॅडलरनं जसं सांगितलं की, होमन त्याचा ग्राहक होता, तसं मी इतकी रोमांचित झाले म्हणून सांगू!''

''मिसेस ग्रिली, अलीकडे तुमच्या पतीने वाहन अपघातात सापडल्याचा उल्लेख केला होता?''

''नाही.''

''त्यांना कुठे दुखापत झाली होती? किंवा अंग आखडले होते?''

''फक्त एक छोटीशी... मि. मॅसन, हे प्रश्न मला का विचारताय? त्याचं उत्तर

देणारी योग्य व्यक्ती ॲडलर असणार.''

''दुर्दैवाने, ते उपलब्ध नाहीत.''

''त्याला कुठे गाठायचं हे त्याच्या कार्यालयाला माहीत असेल. तुम्ही फोनवर बोलू शकता त्याच्याशी.''

''त्याच्या कार्यालयानं सांगितलं की, त्याला कधी भेटायचं हे सांगू शकत नाहीत ते.''

ती हसली. ''कदाचित त्यांनी ते तुम्हाला सांगितलं असेल, पण त्याचा ठावठिकाणा मला सांगायला त्यांची काहीच हरकत नसावी.''

''काल रात्री ते इथे होते का?''

''नाही. मी सांगितलं ना, त्याला सॅनफ्रान्सिस्कोला बोलावून घेतलं होतं; पण सकाळच्या किंवा रात्रीच्या रेल्वेनं त्यानं येणं अपेक्षित आहे.

''असं कधी घडल्याचं आठवतंय का? की, तुमच्या पतीने योजना बदलली आहे किंवा एके ठिकाणी जातो असं सांगून दुसऱ्याच ठिकाणी गेले आहेत?''

ती त्याच्या तोंडावर हसली. ''तुम्ही हळुवारपणे असं तर विचारायच्या प्रयत्नात नाही ना की, माझ्या नवऱ्याने माझी फसवणूक केली आहे का?''

''होय.''

तिच्या चेहऱ्यावर हास्य कायम होते. ''फसवलंही असेल कधीतरी. माझ्या मते तितकाच मोह झाला तर कुणीही माणूस तसा वागेल; पण मि. मॅसन, माझा नवरा माझ्याशी नेहमी योग्यच वागेल. दोन्हींत फरक आहे, नाही का? आणि मला असंही वाटतं मि. मॅसन, तुम्ही ॲडलरविषयी इतकं बोलता आहात की, तुम्ही इथे असल्याचं आणि तुम्हाला काहीतरी हवं असल्याचं कळलंच पाहिजे त्याला.''

कपाटाचा खण उघडून त्यातून तिने एक एक्स्टेंशन फोन बाहेर काढला. एक नंबर डायल केला आणि विचारले, ''इरमा, मिसेस ग्रिली बोलतेय. मि. ग्रिलीशी बोलायचंय मला, प्लीज त्याला सांगतेस का? काय म्हणालीस? तो नाही. ठीक आहे, कधी भेटू शकेल तो? सॅनफ्रान्सिस्कोलाच फोन लावावा लागेल का? ... ठीक आहे... त्याचा फोन आला की, लगेच रिंग दे मला.''

रिसीव्हर जागेवर ठेवत तिने सांगितले, ''त्यानं तिला सांगितलं आहे की, दुपारपूर्वी तो कार्यालयात येईल किंवा सॅनफ्रान्सिस्कोहून तिला फोन करेल. तिच्या मते तो विमानाने इकडे यायला निघालाय.''

''तर तुम्हाला असं वाटतं की, तुमच्या पतीला तितकाच मोह झाला तर कदाचित ते...''

तिने त्याला मध्येच अडवले. ''मि. मॅसन, खाल्ल्या मिठाला जागणारा कुणीही नवरा परस्त्रीच्या मोहात पडण्याची कल्पनाही करणार नाही. ती स्त्री त्याच्यावर

हुकुमत गाजवण्याइतकी चतुर असली तरी ती त्याच्या देहावर राज्य करू शकेल, मनावर नाही. मि. मॅसन यातून तुम्हाला तुमच्या प्रश्नाचं उत्तर मिळालं असेल आणि आता मी उत्तर दिलं असल्यानं विचारू शकते का, तुम्ही इथं का आला आहात? तुम्हाला कसली माहिती द्यायची आहे? आणि नेमकं विचारायचं तर तुमच्या मनात काय चाललंय?''

मॅसनवर रोखलेले तिचे डोळे, सरळसरळ आव्हान देत होते. काहीशा संशयानेही पाहत होते.

''मुद्द्याचंच सांगतो मिसेस ग्रिली. माझ्या मते गेल्या आठवड्याच्या बुधवारी रात्री दहा वाजता तुमचे पती गाडी चालवत होते. रिज रोडवरून त्यांचा प्रवास चालू होता. त्यांच्याबरोबर एक तरुणी होती. एक अपघात झालाय. त्यात काहीजण गंभीर जखमी झाले होते.''

''म्हणजे तो सॅनसॅनफ्रान्सिस्कोला चालला होता का?''

''नाही. तिकडून येत होते.''

''किती वाजता?''

''साधारणपणे अकरानंतर.''

''तिने क्षणभर विचार केला.'' मागच्या आठवड्यात बुधवारी?''

''हो.''

''मि. ग्रिलीला का नाही विचारलं याविषयी?''

''दुर्दैवानं, मी त्यांना शोधून काढू शकलो नाही.''

''खरं सांगू का मि. मॅसन, माझ्याकडे येणं हा द्राविडी प्राणायाम वाटतोय... मला वाटतं, माझ्या नवऱ्याविषयी आणखी काही प्रश्न विचारायचे असतील तर ते त्यालाच विचारावे लागतील.''

''ते अशक्य आहे.''

''फार वेळ अशक्य वाटणार नाही ते. तो त्याच्या कार्यालयात येईल...''

''मला वाटतं, तुमचे पती कार्यालयात पोहोचू शकणार नाहीत- आज नाही, उद्याही नाही आणि या आठवड्यातही नाही.''

ती मॅसनकडे टक लावून पाहात होती. फोनची रिंग वाजली. तिच्या गोंधळलेल्या चेहऱ्यावर आठ्यांचे जाळे पसरले.

आता तिच्या नजरेत विजयाची चमक दिसू लागली. ''मि. ग्रिली कार्यालयात आल्याचं सांगण्यासाठी फोन केला असेल इरमानं. तुम्ही इथे आहात आणि तुम्हाला काही माहिती हवी आहे हे आता सांगते मी त्याला.'' ती म्हणाली.

तिने रिसीव्हर कानाला लावला. ''येस?'' पुन्हा एकदा कपाळावर आठ्या पसरल्या.

"सॉरी, पण कोण बोलतंय ते सांगाल का प्लीज? काय सांगायचंय तुम्हाला? नाव काय म्हणालात?... पण मला कळत नाही. तुम्ही मला गेट व्ह्यू हॉटेलमध्ये का यायला सांगताय?... लेफ्टनंट ट्रॅग - मनुष्यवध विभागाचे? म्हणजे तुम्हाला - तुम्हाला नाही! ॲडलर नाही! काहीतरी चूक होतेय... तो सॅनफ्रान्सिस्कोला आहे. काही मिनिटांपूर्वी तर मी त्याच्या कार्यालयात फोन लावला होता... मी... हो-हो, लगेचच येते."

तिने रिसीव्हर क्रॅडलमध्ये टाकला. सावकाश वळून तिने मॅसनवर नजर रोखली. सर्वनाशक दु:स्वप्न साक्षात उभे ठाकावे तशी आर्तता तिच्या डोळ्यांत होती. तिचा चेहरा आणि डोळे आश्चर्याने, भयाने थबथबून गेले.

"तुम्हाला - तुम्हाला - हे नक्कीच कळलं असणार."

मॅसन उभा राहिला. "आय एम सॉरी, मिसेस ग्रिली."

कदाचित त्याचे शब्द तिच्या कानापर्यंत पोहोचले नसावेत. पाहुणा जायला निघाल्यावर प्रतिक्षिप्त क्रिया म्हणून ती यांत्रिकपणे उठली. मॅसनपाठोपाठ जिन्याच्या तोंडापर्यंत गेली. मॅसन निम्म्या पायऱ्या उतरेपर्यंत ती रडली नाही. त्यानंतर मात्र त्या वकिलाच्या कानावर दाटलेल्या गळ्यातून फुटलेला हुंदका आणि लिव्हिंग रूममधून बेडरूमकडे धावणाऱ्या पावलांचा आवाज पडला.

तिथून बाहेर पडलेला मॅसन थंड हिवाळ्यातल्या लखलखीत, उबदार उन्हात आला.

१४

कोर्टरूममध्ये कामाचा एकच घायटा उठला होता. बेंचवरचे न्यायाधीश कोर्टराइट यांनी पाच-सहा प्राथमिक कारवाया पार पाडल्या. थेटपणे मुद्द्यावर येऊ न शकणाऱ्या वकिलाच्या युक्तिवादाकडे नाईलाजाने लक्ष दिले आणि अखेरीस रुळ आपटून हस्तक्षेप करत दुसऱ्या केसचा पुकारा केला. अनेक वकील आले आणि गेले. वातावरणात लगबग जाणवत होती. या सगळ्या क्षुल्लक, वारंवार घडणाऱ्या, असंख्य आणि स्वतंत्र चेहरामोहरा नसणाऱ्या केसेस होत्या. न्यायदानाची व्यवस्था सुरळीतपणे चालू नसती तर कायद्याचे उल्लंघन करणाऱ्या केसेसचा ढिग साचला असता. ज्यांच्या दृष्टीने या केसेस महत्त्वाच्या होत्या, त्यांच्यावरच न्यायदानाचा प्रत्यक्ष परिणाम होत होता.

पांढऱ्याफटक चेहऱ्याची एक स्त्री हातांची घडी घालून बसली होती. निराधार

झाल्याची तिची तक्रार तांत्रिकदृष्ट्या चुकीची होती, हा मुद्दा तिच्या नवऱ्याचा वकील तावातावाने मांडत होता. तिच्याकडे रोखून पाहणाऱ्या नवऱ्याने दुसऱ्या स्त्रीवर उधळपट्टी करण्याचे थांबवावे आणि आपल्या मुला-बाळांना आधार द्यावा, इतपत पुरावा आपण गोळा केला आहे की नाही याकडे ती सजगतेने पाहत होती. तिने न्यायालयात धाव घेतली तर तो तिला मारून टाकेल अशा शपथा तो वारंवार घेत असे. तो तसे करेल का? तिचे हृदय दर ठोक्यागणिक थकल्याभागल्या धमन्यांमधून रक्ताचा लोंढा ढकलत होते. ते ठोके तिच्या कानावर पडत होते. त्याने सांगितले होते, तो तिचा खून करेल. जणू काही खूनच करायचाय अशा थाटात दिसत होता तो. कदाचित तो करेलही तसे. मग त्या लहानग्याचे काय? वकिलाने पुन्हा एकदा तोच सूर आळवला. आरोपीने स्वत: होऊन पत्नीचा आधार काढून घेतला. हे सिद्ध करण्यात अपयशी ठरल्याने ती तक्रार सदोष होती.

न्यायाधीश कोर्टराइट यांनी वैतागून जाऊन त्याचा मुद्दा ऐकून घेतला. शेवटी याने काय फरक पडणार होता? तक्रारीवर ठोसा हाणा की, नवऱ्याला परत एकदा अटक होईल. न्यायाधिशांना काळजी होती ती फक्त सरत्या वेळेची, गच्च भरलेल्या कॅलेंडरची आणि वकिलांच्या त्रासदायक पाल्हाळ लावण्याची.

बऱ्याच वेळाने त्यांनी प्राथमिक सुनावणीचे फर्मान काढले. ''पोलीस विरुद्ध स्टीफन क्लेअर'' त्यांनी पुकारा केला.

जिल्हा वकिलांच्या कार्यालयातला हेरॉल्ड हॅनली याला ही केस फारच किरकोळ वाटत होती. ''युवर ऑनर, आरोपी न्यायालयात हजर असून, पेरी मॅसन तिचे प्रतिनिधित्व करत आहे. यावेळी प्राथमिक सुनावणी पार पडावी याला वकिलाने मान्यता दिलेली आहे. आरोपी जामिनावर आहे. वकिलाच्या वायद्यानुसार इतर कोणतीही नोटिस किंवा औपचारिकता न पाळता ही सुनावणी केली जाईल.''

''फारच छान! तुमचे साक्षीदार हजर आहेत का?'' न्यायाधिशांनी विचारणा केली.

''येस युवर ऑनर.''

नेहमीची तांत्रिक प्रक्रिया पार पाडली गेली. ज्यांचे विषय मिटवले गेले ते वकील न्यायालयाच्या बाहेर पडले. काहीजण अद्याप तावातावाने मुद्दे मांडत राहिले, काहीजण हास्यविनोद करत राहिले, तर ज्यांचे विषय प्रलंबित होते त्यांनी इतर विभागांकडे धाव घेतली. हेरॉल्ड हॅनलीने आपल्या साक्षीदारांना फटाफट एकापाठोपाठ एक साक्षीदाराच्या स्टँडमध्ये बोलावून घेतले. फ्रँक कॉर्व्हिस या वाहतूक अधिकाऱ्याला अपघाताची चौकशी करण्याची सूचना दिली गेली होती. ज्या दुर्घटनाग्रस्त वाहनात आरोपी बसली होती, त्यातून त्याने तिला बाहेर काढले होते. त्याने तिच्या स्थानाविषयी साक्ष दिली. गाडीत ती चालकाच्या जागेवर स्टिअरिंग व्हीलवर होती. तो आला

तेव्हा गाडीची दोन्ही दारे बंद होती. ग्लोव्ह कंपार्टमेंटमध्ये त्याला एक बाटली आढळली होती. नाही, त्याने आपल्या सोबत ती बाटली आणली नव्हती. सीलबंद करून त्याने ती वाहतूक विभागाच्या प्रमुखाकडे दिली होती. हो, पुन्हा पाहिल्यास तो ती बाटली ओळखू शकला असता. हो, ती तीच बाटली होती. सापडली तेव्हा ती ज्या स्थितीत होती, अगदी त्याच स्थितीत आत्ताही होती, व्हिस्कीने साधारणपणे पाऊण भरलेली. हो, त्याने आरोपीच्या श्वासातल्या वासाची नोंद घेतली होती. तो मद्याचा दर्प होता.

"घे, उलटतपासणी" हॅनलीने पेरी मॅसनला सांगितले.

तो वाहतूक अधिकारी मॅसनकडे वळला. इतक्या तिरीमिरीने तो त्याला सामोरा गेला की जणू काही कुठलाही हल्ला परतवायला सज्ज असावा.

"आरोपीचे हात स्टिअरिंग व्हीलवर स्थिरावले होते का याची तुम्ही नोंद घेतलीत?" मॅसनने विचारले.

"मी तिच्या दोन्ही हातांची दखल घेतली नाही. उजवे मनगट धरून तिला वर उचलले."

"कुठे होते तिचे उजवे मनगट?"

"स्टिअरिंग व्हीलवर."

"तुमची खात्री आहे?"

"पक्की."

"तर मग अर्थातच तिची बोटे स्टिअरिंग व्हीलभोवती आवळलेली नसणार"

"काय म्हणायचंय तुला?"

"तिचं मनगट स्टिअरिंग व्हीलवर असेल, तर बोटांनी स्टिअरिंग व्हील धरून ठेवणं तिला अशक्य झालं असणार." मॅसनने स्पष्टीकरण दिलं.

कॉर्व्हिसच्या चेहऱ्यावर आठ्या पसरल्या. त्याने प्रॉसिक्युटरकडे नजर टाकली आणि तिथून दुसरीकडे वळवली. "माझं निरीक्षण चुकलं वाटतं."

"तिचं मनगट स्टिअरिंग व्हीलवर नव्हतं का?"

"हात होता स्टिअरिंग व्हीलवर."

"आता तिचा हात स्टिअरिंग व्हीलवर असताना तिने बोटांनी स्टिअरिंग व्हीलला विळखा घातला होता असे म्हणायचेय का तुम्हाला?"

"हो, तसंच वाटतंय मला."

"तिला गाडीच्या खिडकीतून बाहेर काढले तेव्हा तुम्ही तिचे उजवे मनगट धरले होते का?"

"हो."

"तुम्ही बोटांनी तिच्या मनगटाला विळखा घातलात?"

"हो.''

"तिच्या उजव्या हाताबद्दल एखादी विशिष्ट गोष्ट तुमच्या लक्षात आली?''

"तेव्हा नाही आली.''

"पण नंतर आली?''

"हो.''

"हे कधी घडलं?''

"तिला गाडीतून बाहेर काढून जमिनीवर ठेवून ॲम्ब्युलन्सची वाट पाहात असताना. एका गाडीवानाने आम्हाला गाडीचे कव्हर दिले, ते आम्ही जमिनीवर अंथरले. नंतर आम्ही दोघांनी मिळून तिला त्या कव्हरवर ठेवले.''

"ती मुलगी म्हणजे आरोपी असं म्हणायचंय का?''

"हो.''

"आणि त्या वेळी तिच्या उजव्या हाताविषयीची काही बाब तुमच्या लक्षात आली का?''

"हो.''

"काय होती ती?''

"तिच्या करंगळीवर लाल रंगाचे काहीतरी होते. सुरुवातीला वाटलं, रक्त असेल ते. घरंगळत येऊन माझ्या हाताच्या मागच्या बाजूला लाल डाग पडला त्याचा. मी तो पुसायचा प्रयत्न केला; पण रक्त पुसलं जातं तसं ते पुसलं गेलं नाही.''

"ती लिपस्टिक होती.''

"मलाही तसंच वाटतं.''

"तिच्या डाव्या हाताकडे लक्ष गेलं तुमचं.''

"हो.''

"त्यात हातमोजा होता; होता की नव्हता?''

"होता.''

"पण उजव्या हातात नव्हता.''

"नव्हता.''

"गाडीत शोध घेतलात तुम्ही?''

"घेतला.''

"लिपस्टिक होती का तिथं.''

"नाही. मला तिची पर्स मिळाली. ती मी तिच्याबरोबर ॲम्ब्युलन्समध्ये पाठवून दिली.''

"काही सामान होतं गाडीत?''

"नव्हतं.''

"गाडीत कुठेही नाही.''

"नाही.''

"आता, आरोपीचा उजवा हात स्टिअरिंग व्हीलवर स्थिरावला असेल, विशेषत:
अपघात टाळण्याच्या प्रयत्नात असलेली व्यक्ती ज्या जोराने व्हील पकडेल तितक्या
जोराने तिने ते पकडले असेल तर त्यावर लिपस्टिक लागली असेल की नाही?''

"वेल...''

"या विवादास्पद विधानाला हरकत आहे.'' जिल्हा वकिलाने हरकत घेतली.

"हरकत मान्य आहे.''

"लिपस्टिक लागली आहे का हे पाहण्यासाठी तुम्ही त्या गाडीच्या स्टिअरिंग
व्हीलची तपासणी केलीत?''

"त्या वेळी नाही.''

"नंतर?''

"हो.''

"मग, होती का त्यावर लिपस्टिक?''

"लिपस्टिकचा अगदी ओझरता डाग पडला होता... असं बघ, अपघाताच्या वेळी
ती ओठ टेकवण्याच्या प्रयत्नात असेल आणि एका हाताने गाडी चालवत असेल.''

"ते बघता येईल.'' न्यायाधिशांनी कडक शब्दांत समज दिली. "न्यायालय
आपले स्वत:चे निष्कर्ष काढेल. तुम्ही फक्त वस्तुस्थितीची साक्ष द्या.''

"तुम्ही गाडीची डिकी पाहिलीत?''

"हो. अर्थातच.''

"तिथे काही सामान नव्हतं.''

"काहीही नव्हतं.''

"कारचं इग्निशन लॉक होतं?''

अधिकाऱ्याने नजर खाली वळवली. "मला माहीत नाही. गाडी गॅरेजमध्ये नेली
तेव्हा ते लॉक होतं. क्रेनच्या साहाय्याने मोडक्यातोडक्या अवस्थेत तिथे आणली
गेली ती; त्यामुळे ती चालू करण्याचा प्रश्नच नव्हता. मी गाडीत लीकर आणि
सामानसुमान आहे का याची तपासणी केली; पण काल माझ्या निदर्शनात आणून
देईपर्यंत इग्निशनकडे लक्ष नव्हतं माझं.''

"इग्निशन लॉक केलेलं होतं.''

"बरोबर.''

"त्या गाडीच्या स्टिअरिंग व्हीलवर बोटांचे ठसे आहेत का याची पाहणी केलीत
तुम्ही?''

''नाही सर, मी नाही केली. गाडी रस्त्याच्या कडेला जाऊन खंदकात पडली आहे आणि स्टिअरिंग व्हील धरलेली व्यक्ती बेशुद्ध झाली असून, गाडीत दुसरे कुणीही नाही हे पाहून, गाडी चालवणाऱ्या व्यक्तीच्या बोटांच्या ठशांची जुळवणी केली नाही मी.''

न्यायालयात हास्याची हलकी लहर उमटली. न्यायाधिशांनी मॅसनकडे चौकस नजरेने पाहिले. ''याचं शेवटचं विधान खोडून काढण्यासाठी तुम्हाला काही हालचाल करायची आहे, मि. मॅसन?''

''नाही, राहू दे तसंच.'' म्हणत मॅसन वळून पुन्हा एकदा साक्षीदाराला सामोरा गेला.

''मला सांगा, गाडीची दारं बंद होती?''

''हो.''

''दोन्ही दारं?''

''हो.''

''ती रात्र अगदी थंडीची होती. नाही का?''

''त्याचा या केसशी काय संबंध?''

''सहज विचारतोय मी...''

''बरं, होती खूप थंडी.''

''वाराही वाहात होता ना?''

''हो.''

''आणि आरोपी ज्या गाडीत बसली होती त्या गाडीत हीटर होता का हे तुम्हाला माहीत आहे?''

''असावा कदाचित. हं, आता आठवलं मला... हो, होता हीटर.''

''आणि तो चालू होता?''

''हो. त्याचा पंखा फिरत होता.''

''आता तुम्ही म्हणालात की, तुम्ही आरोपीला खिडकीतून बाहेर काढलंत.''

''अगदी बरोबर. गाडीच्या दाराच्या खिडकीतून.''

''कुठल्या बाजूच्या?''

''उजव्या हाताच्या. गाडी डाव्या अंगावर कललेली होती.''

''अच्छा! म्हणजे तुम्ही उजव्या बाजूच्या खिडकीतून आरोपीला उचललंत?''

''तेच सांगतोय मी.''

''आता, बाहेरच्या बाजूने खिडकीची काच खाली सरकवणं तुम्हाला अशक्य होतं, नाही का?''

''साहजिकच.''

"आणि तुम्ही दार उघडलं नाही?"

"तेव्हा नाही. सांगितलं ना मी, तिला खिडकीतून उचलल्याचं? दार घट्ट बंद झालेलं होतं. तेच तेच किती वेळा सांगायचं तुम्हाला?"

न्यायाधीश कोर्टराइट यांनी कठोरपणे सुनावले, "प्रश्नांची उत्तरं देणं साक्षीदारावर बंधनकारक आहे. परंतु, वकिलाने हेही लक्षात घेतलं पाहिजे की, कॅलेंडरवर इतर केसेसची गर्दी झालेली आहे आणि हा प्रश्न या ना त्या स्वरूपात असंख्य निरनिराळ्या वेळी विचारला आणि उत्तरला गेला आहे."

"अगदी हेच म्हणायचंय मला. मला वाटतं, अगदी क्षणभरातच युवर ऑनर या प्रश्नाचं महत्त्व मान्य करतील. तुम्ही बाहेरच्या बाजूने दाराची काच खाली सरकवू शकला नाहीत मि. कॉर्व्हिस, की सरकवू शकलात?"

"नाही. मी खिडकीची काच खाली केली असं सांगितलेलं नाही. खिडकी उघडी होती?"

"पूर्णपणे उघडी होती?"

"मी... हो."

"ही गाडी चार प्रवासी वाहून नेणारी होती?"

"हो."

"आणि गाडीला फक्त दोनच दारं होती?"

"अगदी बरोबर."

"आणि खिडक्या बऱ्याच मोठ्या होत्या म्हणजे आरोपीला त्यातून उचलून घेण्याइतपत मोठ्या?"

"तिला त्यातून बाहेर काढण्याइतक्या मोठ्या नसत्या तर आम्ही त्यातून तिला उचलू शकलो नसतो."

डेप्युटी जिल्हा वकिलाच्या चेहऱ्यावर तोंडभर हास्य पसरले.

"तर मग, दुसरी एखादी व्यक्ती त्या खिडकीवाटे आपली सुटका करून घेऊ शकली असेल?"

कॉर्व्हिस क्षणभर विचारात पडला. "मला नाही माहीत."

"पण जर आरोपी त्यातून बाहेर येऊ शकते, तर दुसरी व्यक्तीही त्यातून सरपटत बाहेर येऊ शकते, नाही का?"

"मला नाही माहीत."

"हा प्रश्न विवादास्पद आहे," हॅनली म्हणाला.

मॅसन हसला. "मी तो मागे घेतो. वस्तुस्थितीच पुरेशी बोलकी आहे. मला सांगा मि. कॉर्व्हिस, काही काळ तुम्ही वाहतूक अधिकारी होता?"

"पाच वर्षे."

''या काळात मोटारगाड्यांचं कार्य कसं चालतं हे पाहण्याची थोडीफार संधी तुम्हाला मिळाली असेल की नाही?''

''साहजिकच आहे ते.''

''रात्रीची वेळ आहे, प्रदेश डोंगराळ आहे, थंडगार वारे वाहात आहेत आणि ती रात्र गाडीचा हीटर वापरण्याची आवश्यकता वाटण्याइतपत गारठलेली आहे; अशा अवस्थेत उजव्या दाराची काच प्रवासभर उघडी ठेवून एखादी गाडी धावताना तुम्ही कधी पाहिली आहे?'' मॅसनने हसत हसत विचारले.

हॅनली ताडकन उठून उभा राहिला. ''युवर ऑनर, ही उलटतपासणी योग्य नाही. आम्ही या माणसाला तज्ज्ञाचा दर्जा दिलेला नाही. यातून साक्षीदाराला निष्कर्ष विचारला जातोय, मत विचारले जातेय; हे विवादास्पद आणि...''

''हरकत मान्य आहे. तुम्ही त्याला तसा दर्जा देऊ शकत नाही. ही योग्य उलटतपासणी नव्हे.'' न्यायाधिशांनी सांगितले.

आपला मुद्दा मांडल्याने, मॅसनच्या चेहऱ्यावर आत्मसंतुष्टतेचे हास्य दिसू लागले. ''दॅटस् ऑल.''

कॉर्व्हिस साक्षीदाराच्या स्टॅंडमधून बाहेर पडला. इतर साक्षीदारांनी धडकेच्या घटनेचे वर्णन केले. चार आसनक्षमता असेलेली गाडी भरधाव वेगाने चालवली जात होती, तिहेरी मार्गाच्या सिमेंटच्या रस्त्यावर गाडी गर्रकन वळली, आणखी एक गाडी अगोदरपासूनच तिसऱ्या लेनमध्ये होती; त्या दोन गाड्यांची धडक होऊन वेडीवाकडी वळणे घेत ही गाडी रस्त्यापलीकडे गेली. एक अपवाद वगळता, साक्षीदारांपैकी कुणीही गाडीच्या ड्रायव्हरला पाहिले नव्हते. कारण, हे सगळं क्षणार्धात घडलं असं त्यांचं म्हणणं होतं.

तथापि, चार आसनक्षमता असलेली ती गाडी ज्या गाडीला मागे टाकू पाहात होती, ती गाडी चालवणाऱ्या एडीथ लायन्सने वेगळी कथा सांगितली. ती बाविशीची, लाल केसांची मुलगी होती, तिच्या नाकाचा शेंडा वर उचललेला होता आणि अंगावर पिवळसर व्रण होते. बोलण्याची ढब अतिशय वेगवान, धडाधडा. तिने सांगितले, ''मी आई-वडिलांबरोबर गाडीतून चालले होते. आम्ही तिघे पुढच्या सीटवर बसलो होतो. ती गाडी आमच्या मागून प्रचंड वेगाने येत होती. आमच्या पुढे जाण्यासाठी ती एकाएकी वळली; पण त्याच वेळी दुसऱ्या एका गाडीला मागे टाकून आणखी एक गाडी आमच्याच दिशेने येत होती.''

''मग काय झालं?'' हॅनलीने विचारलं.

''इतर साक्षीदारांनी जे सांगितलं तेच.''

''त्याचा विचार करू नकोस. तुझ्या स्वत:च्या शब्दांत सांग, मिस लायन्स.''

''ठीक आहे. त्या गाडीच्या ड्रायव्हरने समोरून येणाऱ्या गाडीला चुकवायचा

प्रयत्न केला. त्या प्रयत्नात त्याची गाडी आमच्या गाडीच्या मडगार्डला घासून गेली. यामुळे ती गाडी गर्रकन वळली आणि आमच्या दिशेने येणाऱ्या गाडीच्या थेट समोर आली.''

''पुढे?''

''या गाडीने तिला चुकवायचा प्रयत्न केला आणि आमच्या मागून येणाऱ्या गाडीला समोरून धडक दिली.''

''चार आसनक्षमता असलेल्या त्या गाडीचं काय झालं? तुला पाहता आलं?''

''ती उजव्या बाजूला हेलपाटत अगदी रस्त्याच्या कडेपर्यंत गेली; नंतर उलटली असावी. मला तरी तसं वाटलं.''

''मग तू काय केलंस?''

''माझ्या वडिलांनी गाडी थांबवताक्षणी मी बाहेर उडी घेतली.''

''धडक झालेल्या गाड्यांच्या मागे धावत गेलीस तू?''

''नाही. इतर गाड्यांना चुकवण्यात काही मिनिटे गेली. नंतर चार आसनक्षमतेची गाडी रस्त्याच्या ज्या कडेला गेली, तिकडे मी धाव घेतली.''

''कोणते दृश्य दिसले तुला?''

''ती गाडी दिसायला थोडा वेळ लागला. मग मी खाली वाकले, तशी खड्या चढाच्या तळाशी ही गाडी उलटलेली दिसली.''

''तू कुणाला पाहिलंस - कुणा व्यक्तीला?''

''तेव्हा नाही.''

''नंतर पाहिलंस का?''

''येस सर.''

''कोण होतं?''

''तिथे बसलेली ती महिला.'' तिचं बोट स्टीफन क्लेअरवर रोखलेलं.

''ती कुठे होती आणि तू तिला कशी पाहू शकलीस?''

''कुणीतरी गाडीच्या दिशेने फ्लॅशलाइट टाकला. ती ड्रायव्हरच्या सीटवर बसलेली होती.

''मला सांग, चार आसनक्षमेच्या त्या गाडीत तू इतर कुणाला पाहिलंस?''

''नो, सर.''

''ती गाडी तुमच्या अंगावरून गेली तेव्हा कोण चालवत होतं हे पाहता आलं तुला?''

''येस, सर.''

''कोण?''

''ती एक महिला होती. मी तिला पाहू शकले आणि आरोपीनं जशी हॅट घातली

होती तशीच हॅट तिनंही घातली होती.''
''उलटतपासणी घे'' हॅनली विजयी मुद्रेने म्हणाला.
''गाडी कोण, तुझे वडील चालवत होते?'' मॅसनने साक्षीदाराला विचारले.
''येस, सर.''
''आणि तू आईच्या शेजारी बसली होतीस?''
''येस, सर.''
''तुझी आई मध्ये बसली होती का?''
''अगदी बरोबर.''
''म्हणजे तू गाडीच्या अगदी उजव्या कडेला होतीस?''
''येस, सर.''
''आणि ही चार आसनक्षमतेची गाडी तुझ्या डाव्या बाजूने गेली?''
''हो.''
''आणि नंतर आत वळली?''
''हो.''
''अंधार होता का तेव्हा?''
''साहजिकच आहे ते.''
''म्हणजे समोरचे हेडलाइट तुझ्या रोखाने येत होते?''
''हो.''
''चार आसनक्षमतेची ती गाडी कधी तू आणि समोरून येणारे हेडलाइटस यांच्या मधोमध आली होती?''
''काय म्हणायचंय काय, तुम्हाला?''
''कोर्ट रिपोर्टर प्रश्न वाचेल. कृपया लक्षपूर्वक ऐक'' मॅसनने सांगितले.
कोर्ट रिपोर्टरने प्रश्न वाचून दाखवला.
''आता कळला का प्रश्न?'' मॅसनने विचारले.
''हो.''
''त्याचं उत्तर देऊ शकतेस?''
''नाही. देता येईल असं नाही वाटत. कारण समोरून असंख्य हेडलाइट्स येत होते. एकाच वेळी सगळ्या दिशांनी आल्यासारखे वाटत होते.''
''तुझे वडील किती वेगाने गाडी चालवत होते?''
''चाळीस मैल प्रती तास.''
''आणि ही चार आसनक्षमतेची गाडी किती वेगात होती?''
''प्रती तास कमीतकमी ऐंशी ते नव्वद मैल.''
''अपघात होतो आहे याची पहिली जाणीव कधी झाली तुला?''

"या गाडीनं आमच्या गाडीच्या एका अंगाला घासलं, तेव्हा."

"आणि घासल्याबरोबर ताबडतोब ती डावीकडे वळली का?"

"हो."

"आणि तिरप्या दिशेने रस्त्याच्या पलीकडे गेली?"

"हो."

"म्हणजे बघ, अनेक वेगवेगळ्या दिशांनी तुझ्याकडे हेडलाइट्स येत होते, तुझे वडील गाडी रस्त्यावर ठेवायची शिकस्त करत होते आणि तू सीटच्या अगदी उजव्या टोकाला बसली होतीस आणि तरीही पलीकडून भरवेगात जाणाऱ्या चार आसनक्षमतेच्या आतल्या बाजूला तू डोकावू शकलीस?"

"येस, सर."

"घासल्यानंतर तुमची गाडी घसरली की नाही?"

"चांगलेच हिसके बसले गाडीला."

"त्यामुळे तिचं तोंड रस्त्याच्या उजवीकडे वळलं?"

"हो."

"आणि ती चार आसनक्षमतेची गाडीही घसटत डावीकडे गेली?"

"हो."

"आणि ती तुमच्या गाडीपेक्षा चाळीस ते पन्नास मैल अधिक वेगात होती?"

"ते म्हणजे... हो."

"म्हणजे ती गाडी पाहण्यासाठी तुला तुमच्या गाडीतून पलीकडच्या बाजूला नजर वळवावी लागली असेल?"

"तसंच झालं असेल."

"आणि ती अतिशय वेगात असल्याने तुला ओझरतीच दिसली असेल?"

"हो."

"तुझे आई-वडील दोघेही पुढच्या सीटवर होते आणि दोघेही थेट तुझ्या दृष्टीरेषेत होते, बरोबर?"

"खरं तर मी मान वळवूनच पलीकडे पाहिलं."

"म्हणजे ती गाडी तुम्हाला ओलांडून जाताना पाहिलीस का तू?"

"हो."

"तू मान कुठल्या दिशेला वळवली होतीस? तुझ्या आई-वडिलांच्या समोर, पुढच्या बाजूला की मागच्या?"

"दोघेही हलत होते सारखे. डॅड गाडी ताब्यात ठेवायच्या प्रयत्नात होते, तर आई भीतीने किंचाळत होती. मला वाटतं, मी दोघांच्या मधून पाहिलं असावं."

"आणि साधारण त्याच सुमारास दुसऱ्या गाडीची या चार आसनक्षमेच्या

गाडीशी धडक होत होती?''

"येस, सर.''

"आणि तुला असं नाही वाटत, या क्षणिक घटनेबद्दलची तुझी मतं गोंधळलेली असण्याची शक्यता आहे?''

"नाही, नाही. ती गाडी चालवत होती. मी पाहिलंय तिला.''

"कोण होती ती?''

"त्यांनी आरोपीला गाडीतून बाहेर काढलं तेव्हा तिने ज्या प्रकारची हॅट घातली होती, तशीच हॅट घातलेली स्त्री होती ती.''

"गाडीत ती एकटीच होती?''

"मी... ती गाडी चालवत होती.''

मॅसनने विचारले, "मिस लायन्स, यापेक्षा सुस्पष्ट नाही का सांगू शकणार? स्टिअरिंग व्हीलवर एक स्त्री होती. तिनं कुठल्या प्रकारची हॅट घातली होती, हे कळण्याइतक्या स्पष्टपणे तू त्या चार आसनक्षमतेच्या गाडीची पुढची सीट पाहिली असलीस तर.''

"मला वाटतं, तिच्या बरोबर एक पुरुषही होता.''

"कुठे बसला होता तो?''

"अगदी तिच्या बाजूला.''

"कुठल्या, डाव्या की उजव्या?''

"अर्थातच उजव्या बाजूला. ती जर स्टिअरिंग व्हीलवर असेल तर तो तिच्या डावीकडे असूच शकत नाही.''

"त्यानं कुठल्या प्रकारचे कपडे घातले होते?''

"त्यानं हॅट घातलेली नव्हती.''

"आणि त्या गाडीच्या उजव्या हाताच्या खिडकीचं काय? उजव्या दाराच्या खिडकीचं? ती बंद होती की उघडी?''

"उघडी होती ती; त्यामुळे ती जागा मोकळी दिसत होती.''

"हे तुझ्या लक्षात आलं?''

"हो.''

"आरोपीच्या शेजारी बसलेल्या त्या इसमानं हॅट घातली नव्हती याची खात्री आहे तुला?''

"त्यानं हॅट घातली होती असं वाटत नाही.''

"नीटपणे पाहू शकली नाहीस की स्पष्टपणे आठवत नाही?''

"वेल, मला स्पष्टपणे आठवत नाही.''

"मग आरोपीच्या हॅटची स्टाइल आणि आकार कसा काय इतक्या स्पष्टपणे

आठवतोय?''

''आठवतोय झालं. यापेक्षा जास्त नाही सांगता यायचं.''

''तरीही, त्या पुरुषाच्या डोक्यापेक्षा तिच्या डोक्याकडं जास्त लक्ष जाण्याचं कारण काय?''

''त्याचं डोकं मी नीटसं पाहू शकले नाही.''

''का- मध्ये काही अडथळा होता- की प्रकाशामुळे?''

''प्रकाशामुळे.''

''त्याच्यावर सावली होती का?''

''हो.''

''कशाची सावली पडली होती?''

''मला नाही माहीत.''

''आता बघ हं, डेप्युटी जिल्हा वकील प्रश्न विचारत असताना, गाडीत आरोपीशिवाय कुणीही नव्हतं, असं सांगितलं नाहीस?''

''नाही तर...''

''गाडीत कुणी व्यक्ती होती का, याविषयीचा प्रश्न आणि उत्तर याचं वाचन कृपया कोर्ट रिपोर्टर करेल का? थेट तपासणीच्या वेळी ही प्रश्नोत्तरं झाली होती.'' मॅसनने विनंती केली.

कोर्ट रिपोर्टरने पाने उलटली. ''हं, इथे आहे ते. प्रश्न होता, 'चार आसनक्षमतेच्या गाडीत तू अन्य कुणा व्यक्तीला पाहिलंस का?' उत्तर आहे, 'नो, सर.' ''

मॅसन तिच्याकडे पाहून हसला. ''असं बोलली होतीस ना तू?''

''मी... मला वाटतं, बोललेच असेन मी. तुम्ही विचारेपर्यंत या माणसाचा विचारच आला नव्हता माझ्या डोक्यात. नंतर, तुम्ही विचारल्यावर मला तो आठवला. साधारण मध्यमवयीन पुरुष हॅट न घालता गाडीत बसल्याचं आठवतंय मला. तिशीचा तरी असावा तो.''

''तुमच्या रोखानं येणाऱ्या गाड्यांचं काय? त्या कोण चालवत होतं?''

''एक गाडी पुरुष चालवत होता, तर दुसरी गाडी एक स्त्री चालवत होती.

''हे सगळं तुला कुणाच्या सांगण्यावरून कळलं, की तू स्वत: पाहिलंस?''

''मी स्वत: पाहिलंय.''

''हे अगदी थोड्या कालावधीत घडलं, अगदी एक-दोन सेकंदांत, हो की नाही?''

''तसंच म्हणेन मी. आजवर पाहिलेला सगळ्यात गोंधळवणारा प्रसंग होता हा. एका क्षणी आम्ही एका शोबद्दल बोलत होतो आणि पुढच्याच मिनिटाला सगळेजण धडकाधडकीच्या संकटात सापडलो होतो.''

''तरीही तू हे सगळे घडताना पाहिलेस?''

''हो, पाहिले.''

''दॅटस ऑल. फक्त तिशीला मध्यमवय म्हणू नकोस,'' मॅसनने समज दिली.

न्यायालयातली हास्याची उकळी शमल्यावर हॅनली म्हणाला,

''ही आमची केस आहे, युवर ऑनर.''

''मला पाच मिनिटांची सुट्टी मिळेल का?'' मॅसनने विचारले.

न्यायाधीश कोर्टराइट यांनी मानेने होकार दिला आणि प्रतीक्षेत असलेल्या एका वकिलाला संबोधून विचारले, ''मि. स्मिथ, तुम्हाला माझ्याशी काही बोलायचे होते?''

पुढे झुकून मॅसन कुजबुजत्या स्वरात स्टीफन क्लेअरशी बोलू लागला. ''मला हे तुझ्या बाबतीत घडायला नको आहे; पण स्टँडवर जाऊन तुला तुझी बाजू मांडावीच लागेल.''

''हो, पण मी तिथे जाऊ नये असं का वाटतं तुम्हाला?''

''पहिलं म्हणजे हे प्राथमिक सुनावणीचं अगदी साधं तंत्र आहे. माझ्या मते मिस लायन्सकडे उत्तुंग कल्पनाशक्ती तर आहेच, शिवाय ती खोटारडीही आहे; पण तिची साक्ष केसला दिशा देईल. त्यावेळी ती कदाचित इतकी उत्तेजित झाली असावी की, आपण काय करतोय हे तिला कळतच नव्हते.

नंतर तिने मनातल्या मनात पुन्हा एकदा प्रत्येक बाबीची जुळवाजुळव केली. तिने स्वत:लाच संमोहित केले आहे; पण ती सकारात्मक आणि ठाम आहे. न्यायाधीश आता तुला गुंडाळून टाकतील. अशा परिस्थितीत वकिलाने करावी अशी शहाणपणाची गोष्ट म्हणजे जिल्हा वकिलाचे पितळ उघडे पाडायचे आणि स्वत:ची सुटका करून घ्यायची.'' मॅसनने सांगितले.

''आता न्यायाधीश माझ्या तोंडून वदवून घेणारच आहेत, तर तसे का करू नये.''

''कारण, त्यांनी होमनला स्टँडवर यायला भाग पाडावे अशी माझी इच्छा आहे. तू तुझी बाजू मांडलीस, तर त्याला विरोध केल्याशिवाय गप्प बसणार नाहीत ते. मग ते होमनला स्टँडवर बोलावतील.'' मॅसनने समजावले.

''ठीक आहे, तुम्ही यातले डॉक्टर आहात.'' स्टीफन म्हणाली.

''फार तपशीलवार सांगत बसू नकोस.'' मॅसनने सावध केले. ''जे घडलं ते थोडक्यात, निर्भिडपणे सांग. त्याने तुला लिफ्ट देणं, त्याचं मद्यप्राशन करणं, अपघात घडणं आणि त्याला गेट व्ह्यू हॉटेलवर पुन्हा एकदा पाहणं एवढेच मुद्दे असू देत तुझ्या बोलण्यात.

''एवढं सांगितल्यावर ते होमनला साक्षीदाराच्या स्टँडमध्ये बोलावतील असं

वाटतं तुम्हाला?''

"हो.''

"त्याने आपल्याला मदत होईल?''

"तशी आशा वाटतेय मला. होमन आणि ग्रिलीच्या संगनमताच्या मागे काय आहे याचा शोध घेण्यासाठी खुनाचा गुंता सोडवावाच लागेल मला. ग्रिली सॅनफ्रान्सिस्कोमध्ये काय करत होता आणि तो सॅनफ्रान्सिस्कोपर्यंत गेला नसेल तर मग कुठे गेला होता आणि तिथे काय करत होता याचाही मागोवा घ्यावाच लागेल.'' मॅसनने सांगितले.

"कशासाठी?''

"कारण ग्रिलीने कधीच ती गाडी चोरली नव्हती. गाडी चोरेल अशा प्रकारचा माणूस नाही तो. तो ती गाडी वापरत असेल तर ती होमनच्या परवानगीनेच वापरत होता. याचाच अर्थ होमन गाडी चोरीला गेल्याचं जे सांगतोय ते खोटं आहे. होमनने ग्रिलीला काहीएक कामावर पाठवलं आणि ग्रिलीने होमनच्या परवानगीने आणि संमतीने होमनची गाडी घेतली. आता होमनच्या खोटं बोलण्यामागचं एकमेव कारण म्हणजे त्याच्या कामाचं स्वरूप उघडं पडलं तर ते पचवण्याचं धाडस त्याच्याकडे नाही.''

"आणि ते उघडं पडू नये म्हणून तो माझा बळी द्यायला निघालाय.''

"तसंच आहे ते... आणि हजार डॉलर्सही वाचवू पाहतोय तो.''

"आणि तुम्हाला वाटतं की, ती किल्ली मी माझ्या पर्समधून काढावी, तीही अशा पद्धतीनं की...''

"नाही, नाही. खरोखर जसं घडलं तसंच तू सांगावंस अशी माझी इच्छा आहे. म्हणजे हॉस्पिटलमध्ये असताना मी तुला किल्लीविषयी विचारलं आणि तुला ती तुझ्या पर्समध्ये आढळली.''

"आणि तुम्ही ती माझ्याकडे परत दिली?''

"हो.''

तिने सांगितले, "त्या निर्मात्याचा धाकटा भाऊ, होरेस होमन काल मला भेटायला आला होता. मी गाडी चोरली नसल्याचं त्याला ठाऊक आहे, असं म्हणाला तो. त्याला यात फारच स्वारस्य असावं असं वाटलं. चांदण्या रात्री त्याच्याबरोबर, त्याच्या भावाच्या नौकेतून मला नौकाविहारासाठी न्यावं अशी इच्छा होती त्याची; पण नंतर फोनवरून त्याने सांगितलं की, त्याच्या भावाचा विचार आता बदललाय आणि त्याची नौका तो याच्या हातात देणार नाही.''

"तुला आवडला तो?''

"वेल, तसा इंटरेस्टिंग आहे तो. हॉलिवूडमध्ये पडद्यामागे काय काय चालतं

याविषयी बरंच काही सांगितलं त्याने मला. त्याने सांगितलं की, त्याच्या भावाला खरोखर मला त्रास द्यायचा नाही आणि मी दोषी ठरले तर तो माझ्या सुटकेसाठी प्रयत्न करेल.''

''लक्षणीय आहे हे. याविषयी तो त्याच्या भावाशी बोलला का?''

''तो म्हणाला, त्याच्या भावानेच त्याला असं सांगितलंय. कसा चैतन्याने रसरसलेला तरुण आहे तो, नाही? जॅक आणि त्याच्यातला विरोधाभास जाणवल्याशिवाय राहिला नाही. आता...''

न्यायाधीश कोर्टराइट यांनी एका कागदावर सही खरडली आणि प्रश्नार्थक मुद्रेने मॅसनकडे पाहिले. मॅसनने मान डोलवताच सांगितले, ''कार्यवाहीला सुरुवात करा मि. मॅसन.''

''मी आरोपीला, स्टीफन क्लेअरला बोलावतोय'' मॅसनने सांगितलं.

स्टीफन क्लेअर उठून उभी राहिली, चालत पुढे गेली आणि शपथ घेतल्यावर तिने आपली कहाणी सांगितली. हॅनलीने तिची अगदी वरवरची उलटतपासणी घेतली. त्याच्या उलटतपासणीचा बहुतांश भाग, तिला गेट व्ह्यू हॉटेलमध्ये मृतदेहाची ओळख पटविण्यासाठी बोलावले गेले आणि तोच इसम गाडी चालवत होता एवढ्यापुरताच मर्यादित होता.

''ही आमची केस आहे'' मॅसन म्हणाला.

न्यायाधीश कोर्टराइट यांनी हॅनलीकडे पाहिले. ''काही खंडन?''

''येस, युवर ऑनर. माझा एक साक्षीदार इथे न्यायालयात हजर आहे आणि दुसऱ्याला मला फोनवरून बोलावून घ्यावे लागेल. त्याला हॉलिवूडच्या स्टुडिओत महत्त्वाचे स्थान आहे. इकडे यायला त्याला काही मिनिटे लागतील, पण तोपर्यंत दुसरा साक्षीदार...''

''ठीक आहे, बोलवा त्या साक्षीदाराला.''

''मिसेस ए. पी. ग्रिली'' हॅनलीने जाहीर केले.

काळ्या वेषातली मिसेस ग्रिली न्यायालयातल्या खुर्च्यांच्या रांगांमधून सावकाश पुढे आली. शपथ घेताना काळा हातमोजा घातलेला तिचा हात पुढे झाला. त्यानंतर ती साक्षीदाराच्या खुर्चीत बसली.

''मी शक्य तितकं थोडक्यात आवरण्याचा प्रयत्न करतो'' असं म्हणत हॅनलीने तिला विचारले, ''तुझं नाव डॅफन ग्रिली. तू ॲडलर पेस ग्रिली या ब्रोकरची विधवा पत्नी आहेस?''

''होय.''

''गेल्या आठवड्याच्या शुक्रवारी गेट व्ह्यू हॉटेलमधल्या एका खोलीतल्या मृतदेहाची ओळख पटवण्यासाठी मनुष्यवध पथकाचे लेफ्टनंट ट्रॅग यांनी तुम्हाला

बोलावले होते?''

क्षणभराच्या शांततेनंतर मिसेस ग्रिलीने सांगितले, ''होय.''

तिचे उत्तर इतक्या हळू आवाजात होते की, कुणाला ऐकूच गेले नाही.

''आणि तो मृतदेह तुझ्या पतीचा होता?''

''होय.''

''आणि तो तोच मृतदेह होता, जो विचाराधीन गाडीच्या ड्रायव्हरचा असल्याचे स्टीफन क्लेअरने त्यापूर्वीच ओळखले होते?''

''होय.''

''मिसेस ग्रिली, तुला तुझ्या भावनांना शक्य तितका आवर घालावा लागेल. या महिन्याच्या एकोणीस तारखेच्या शुक्रवारकडे तुझे लक्ष वेधून घेणे आवश्यक आहे. त्या दिवशी काय घडलं, तुला आठवतंय?''

तिने मानेने होकार दिला.

''मिसेस ग्रिली, तुला बोलावंच लागेल. म्हणजे कोर्ट रिपोर्टरला तुझं उत्तर लिहून घेता येईल. ती तारीख लक्षात आहे का तुझ्या?''

''हो.''

''या दिवसाचं काही वैशिष्ट्य आहे, ज्यामुळे ही तारीख तुझ्या मनावर कोरली गेली?''

''हो. तो - तो आमच्या लग्नाचा वाढदिवस होता.''

''आणि त्या दिवशी तुझ्या नवऱ्याने काय केलं हे साधारणपणे सांगू शकशील- म्हणजे तुला ठाऊक आहे तेवढं?''

''हो. तो दिवस आम्ही शांतपणे घरात साजरा करायचं ठरवलं होतं. ॲडलर त्याच्या व्यवसायात आकंठ बुडाला होता...''

''ॲडलर म्हणजे, तुझा पती ॲडलर ग्रिली असं म्हणायचंय का तुला?''

''हो.''

''आणि एकोणीस तारखेला काय घडलं, मिसेस ग्रिली?''

''तो कार्यालयात मुळीच जाणार नाही असं सांगितलं होतं त्यानं. कित्येक दिवसांपूर्वी त्याने इरमा वॉकिन्सला, त्याच्या सेक्रेटरीला सांगितलं होतं की, त्या दिवशी तो कार्यालयात येणार नाही; लग्नाचा वाढदिवस असल्यानं त्या दिवसापुरता तो व्यवसाय विसरून जाणार आहे, तेव्हा कुठल्याही व्यावसायिक कारणासाठी त्याला त्रास देऊ नये, संपर्क साधायचा प्रयत्न करू नये, असं सांगितलं होतं त्याने तिला.''

''मग काय घडलं?''

''जेव्हा जेव्हा आम्ही एखादी योजना आखायचा प्रयत्न करतो, तेव्हा जे घडतं

तेच. व्यवसायानं व्यत्यय आणला आणि अठरा तारखेला ॲडलरला सॅनफ्रान्सिस्कोला जावंच लागलं. एकोणीसच्या सकाळी परतायचा प्रयत्न करतो असा शब्द दिला होता त्यानं. नंतर त्याला ते जमणार नसल्याचं फोनवरून सांगितलं त्यानं. दुपारच्या सुमारास त्यानं परत एकदा फोन करून सांगितलं की, तो चारच्या विमानानं यायच्या प्रयत्नात आहे.''

''मि. ग्रिली सॅनफ्रान्सिस्कोला गेले, तेव्हा त्यांनी कुठले कपडे बरोबर नेले होते?''

''काही कपडे कसेबसे एका सूटकेसमध्ये कोंबून, घाईघाईने तो गाडीतून निघून गेला.''

''कुठल्या गाडीतून?''

''त्याच्या गाडीतून. तो ती विमानतळावर लावायचा. माझ्याकडे माझी गाडी आहे.''

''तेव्हा त्याने कुठले कपडे घातले होते?''

''करड्या रंगाचा डबल ब्रेस्टेड सूट घातला होता.''

''ओव्हरकोट वगैरे काही?''

''हातावर टाकला होता एक ओव्हरकोट; पण अंगात नव्हता घातला.''

''सूटकेसमध्ये त्याने संध्याकाळचे काही कपडे घेतले होते का? त्याचा डिनरसूट वगैरे?

''याविषयी काही सांगता नाही यायचं मला. त्यानं स्वत:च त्याची सूटकेस भरली होती; पण मला नाही वाटत त्यानं...''

''साक्षीदारानं आपल्याला काय वाटतं, ते सांगायचं थांबवावं'' न्यायाधीश कोर्टराइट यांनी हस्तक्षेप केला.

''त्याने घर सोडल्यानंतर त्याच्याशी काही संपर्क झाला होता?'' डेप्युटी जिल्हा वकिलाने विचारले.

''हो, बरेचदा. फोनवरून त्यानं मला डेस्कमध्ये त्याचे काही पेपर्स शोधायला सांगितले होते.''

''पण मि. ग्रिलीना परत कधी पाहिलंस तू?''

''गुरुवारी सकाळी आला होता तो. भल्या पहाटे. त्यावेळी नक्की किती वाजले होते काय की!''

''त्यांनी काही कागदपत्रं शोधायला सांगितली होती असं म्हणालीस आत्ता?''

''हो.''

''कसं सांगितलं?''

''फोनवरून.''

''कधी?''

“चारच्या सुमारास.”

“कुठून?”

“सॅनफ्रान्सिस्कोहून.”

“सॅनफ्रान्सिस्कोहून कॉल आहे असं ऑपरेटर सांगताना मी ऐकलं आणि लगेचच अॅडलर लाइनवर आला. त्यानंही तो तिथे असल्याचं सांगितलं. त्याला हवी असलेली कागदपत्रं मी शोधावीत आणि विशिष्ट क्रमांकावर फोन करून त्यातली माहिती त्याला द्यावी असं सांगितलं होतं त्यानं मला.”

“तू हे काम केलंस?”

“हो.”

“आणि त्याला फोन केलास?”

“बरोबर.”

“कसा केलास फोन त्याला?”

“त्यानं दिलेल्या क्रमांकावर फोन करायचाय असं सांगितलं मी.”

“तो क्रमांक काय होता, लक्षात आहे तुझ्या?”

“दुर्दैवानं नाही. त्याला परत फोन करता यावा म्हणून फोनजवळच असलेल्या छोट्या पॅडवर तो टिपून ठेवला होता मी. त्यानं मला फक्त क्रमांकच सांगितला; कुठल्या ठिकाणचा आहे हे नाही सांगितलं. नंतर मी ते शोधून काढलं. तुम्ही मला सांगितलंत की...”

“कुणी तुम्हाला काय सांगितलं त्याचा नका विचार करू” न्यायाधीश कोर्टराइट यांनी मध्येच थांबवत सांगितले.” माझ्या माहितीप्रमाणे त्याने तुम्हाला फक्त एक क्रमांक दिला?”

“बरोबर.”

“वकीलमहाशय, पुढे बोला.”

“पण तू दूर अंतराचा फोन कॉल केलास, ऑपरेटरला सांगितलंस की, तुला सॅनसॅनफ्रान्सिस्कोला बोलायचंय आणि तिला तिथला क्रमांक दिलास.” हॅनलीने आपले आग्रही मत मांडले.

“हो, बरोबर.”

“आणि मि. ग्रिलीशी तुझी भेट झाली?”

“झाली; कशीबशी एकदा. तिनं मला लाइन होल्ड करायला सांगितलं आणि फोन लावून दिला. तो लाइनवर आला तेव्हा पाच वाजून सतरा मिनिटं झाली होती. अडीच मिनिटं बोललो आम्ही. लांब अंतराचा कॉल करताना मी नेहमी समोर घड्याळ ठेवते.”

“मला सांग, मि. ग्रिलीशी बोलायचंय असं सांगितलंस तू ऑपरेटरला?”

"नाही. तो स्टेशन ते स्टेशन असा कॉल होता. तसाच कॉल करायला सांगितलं होतं त्यानं मला."

"माझ्याशी बोलताना सांगितलंस की, तू त्या कॉलचं बिल मागितलं होतंस?"

"बरोबर."

"तुझ्या बिलावर एकोणीस तारखेच्या त्या कॉलची नोंद आहे."

"हो, आहे."

"आणि त्या संदर्भावरून हा क्रमांक काय होता हे तू शोधू शकतेस?"

"हो."

"आणि तुझ्या सांगण्यानुसार, सॅनफ्रान्सिस्कोमधल्या त्या क्रमांकाचा ठावठिकाणा शोधण्याचा काही प्रयत्न केलास तू?"

"हो. ते मी सांगितलंय तुम्हाला."

हॅनलीने मॅसनला सांगितले, "तिसऱ्या आणि टाउनसेंड स्ट्रीटवरच्या सदर्न पॅसिफिक डेपोतल्या सार्वजनिक बूथचा क्रमांक आहे तो. टेलिफोन कंपनीच्या रेकॉर्डवरून तू याची शहानिशा करू शकतोस."

पुन्हा एकदा तो मिसेस ग्रिलीकडे वळला.

"तू ज्याच्याशी बोललीस, तो तुझा पती नसावा अशी काही शक्यता आहे?"

ती हसली. "अजिबातच नाही."

"आणि साधारणपणे संध्याकाळी पाच वाजून सतरा मिनिटांनी तुमचा हा कॉल झाला होता?"

"हो."

"त्यानंतर तुझे पती घरी कधी आले?"

"मध्यरात्रीनंतर काही वेळाने; फोनवरून मी त्याच्याशी बोलले तेव्हा त्यानं सांगितलं की, तो रात्रीच्या विमानानं येण्याच्या प्रयत्नात आहे. दहाचं एक विमान असून, ते मध्यरात्रीनंतर काही वेळानं इथे पोहोचेल असं सांगितल्यासाररखं वाटतंय मला. म्हणजे बघा, तो त्याची गाडी घेऊन गेला होता आणि त्यानं ती विमानतळावर लावली होती... अरे, हे तर आधीच सांगितलंय मी तुम्हाला!"

"त्यांनी गाडी कुठे लावली होती हे तुला माहीत नव्हतं?"

"नाही, त्याच्या सांगण्यावरूनच कळलं मला ते."

"म्हणजे ती गाडी विमानतळावर असल्याचं तुला स्वत: होऊन माहीत नव्हतं? त्यानं सांगितल्यावरच कळलं?"

"अर्थातच मला स्वत: होऊन माहीत नव्हतं. ती कुठे आहे हे पाहण्यासाठी मी बाहेर गेले नव्हते; पण संध्याकाळी चारच्या सुमारास तो सॅनफ्रान्सिस्कोला होता आणि सव्वापाच वाजताही तिथेच होता हे मात्र मला पक्कं माहीत आहे. कारण तेव्हा

मी फोनवरून त्याच्याशी बोलले आहे.''

"तुझे पती घरात आल्याचं कळलं होतं तुला?''

"हो. त्यानं मला उठवलं होतं; पण मी घड्याळाकडं पाहिलं नाही. नक्की किती वाजले होते ते कळलं नाही मला; पण तो साधारणपणे... वेल, मी अकरा वाजता झोपायला गेले. मला झोपून काही फार वेळ झाला नव्हता. एक आणि दोनच्या दरम्यान परतला असावा तो.''

"ते परत आले तेव्हा त्यांच्या वागण्या-बोलण्यात काही वेगळेपण जाणवलं?''

"नाही.''

"त्यांच्या श्वासाला मद्याचा वास येत होता?''

"नाही.''

"आले तेव्हा त्यांनी सूट घातलेला होता?''

"नाही.''

"त्यांना काही जखम-बिखम झाली होती का?''

"नाही, अजिबातच नाही.''

"तू उलटतपासणी घेऊ शकतोस'' हॅनलीने मॅसनला सांगितले.

"ज्या कामासाठी तुझे पती सॅनफ्रान्सिस्कोला गेले ते काम मि. जूल्स होमनचं होतं किंवा कसं हे माहीत नाही तुला?''

"नाही मला फक्त एवढंच कळलं की, ते अनपेक्षित आणि महत्त्वाचं होतं.''

"जी कागदपत्रं तू शोधलीस त्यांचा मि. जूल्स होमनच्या व्यवसायाशी काही संबंध होता का?''

"वेल... मि. जूल्स होमनच्या मालमत्तेविषयीची कागदपत्रं होती ती. त्याला माझ्याकडून जूल्स होमनच्या मालमत्तांची यादी हवी होती.''

"ती कशासाठी हवी होती असं काही बोलले?''

"नाही. फक्त मालमत्तांची यादी बनवायला आणि ती फोनवरून वाचून दाखवायला सांगितली.''

"दॅटस ऑल'' मॅसन म्हणाला.

हॅनलीने घड्याळाकडे नजर टाकली.'' युवर ऑनर, माझा पुढचा साक्षीदार...''

एक माणूस लगबगीने आत आला तसा हॅनली न्यायालयाच्या प्रवेशद्वाराकडे वळला. "मि. होमन, कृपया पुढे येऊन स्टँडमध्ये बसणार का?''

होमनच्या हातात मगरीच्या कातड्यापासून बनवलेली ब्रीफकेस होती. अतिशय घाईत असलेल्याने नेभळटपणे ढांगा टाकत चटचट यावे तशी त्याची चाल होती. या गडबडीमुळे त्याला धाप लागली होती. जूल्स कार्न होमन असे आपले नाव असल्याचे त्याने रिपोर्टरला सांगितले. त्याचे वास्तव्य बेव्हर्ली हिल्स येथे असून,

व्यवसायाने तो चित्रपट निर्माता असल्याचेही सांगितले. चश्मा सारखा करून, कपाळाला आठ्या घालून डेप्युटी जिल्हा वकिलाकडे पाहात त्याने सांगितले. ''वेल, वेल, चला साक्ष संपवून टाकू.''

हॅनलीने विचारले, ''होमन, तुम्ही एका चार आसनक्षमतेच्या गाडीचे मालक असून, ७२४३ असा तिचा परवाना क्रमांक आहे. या महिन्याच्या एकोणीस तारखेला तुम्ही या गाडीचे मालक होता?''

''येस, सर. बरोबर आहे.''

''एकोणीस तारखेच्या संध्याकाळी तुमची गाडी कुठे होती हे तुम्हाला माहीत आहे?''

''रिज रोडवरच्या एका अपघातात सापडली होती ती.''

''तुम्ही स्वत: गाडी चालवत होता?''

''नो, सर.''

''कोण चालवत होतं हे माहीत आहे तुम्हाला?''

'नो, सर.''

''कुणी तुमच्या प्रत्यक्ष किंवा सूचित परवानगीने ती चालवत होतं?''

'नो, सर.''

''मि. होमन, अपघातापूर्वी तुम्ही ती गाडी शेवटची कधी पाहिली?''

''अपघाताची वेळ मला ठाऊक नाही- माझ्या स्वत:च्या ज्ञानाने.''

''ठीक आहे. आपण ते या पद्धतीने विचारू. एकोणीस तारखेला ती गाडी तुम्ही शेवटची कधी पाहिलीत?''

''एकोणीसला दुपारच्या सुमारास मी ती शेवटची बघितली.''

''कुठे?''

''बेव्हर्ली हिल्स येथील मॅपल ग्रोव्ह स्ट्रीटवरच्या माझ्या घरासमोर.''

''नेमकी वेळ सांगता येईल?''

''दुपारपूर्वी काही वेळ. नक्की वेळ नाही सांगता यायची.''

''आणि त्यानंतर कधी पाहिली?''

''वीस तारखेला सकाळी तिची ओळख पटवायला बोलावले तेव्हा.''

''ॲडलर ग्रिली नावाच्या एका ब्रोकरला तुम्ही ओळखता? किंवा त्यांच्या हयातीत ओळखत होता का?''

''येस, सर. ॲडलर पेस ग्रिली.''

''तुमचे त्यांच्याशी काही व्यावसायिक संबंध होते का?''

''त्याने माझ्या स्टॉकची आणि बाँडसची काही कामे हाताळली होती.''

''एकोणीस तारखेला तुम्ही मि. ग्रिलींना पाहिलंत?''

"नो, सर.''

"आणि तुमची गाडी वापरण्याची काही परवानगी दिली होती तुम्ही त्यांना?''

"नो, सर.''

"मॅपल ग्रोव्हवर तुम्ही कुठे राहता, मि. होमन?''

"२०-५-१९''

"तुम्ही तुमच्या निवासस्थानाचं वर्णन करू शकता? कसं आहे ते तंतोतंत सांगू शकता?''

"ते एक स्पॅनिश पद्धतीचं घर आहे. त्यात फरसबंद अंगण, तरणतलाव आणि इतर अनुषंगिक गोष्टी आहेत. मी अविवाहित आहे. माझं बहुतांश काम घरातूनच चालतं. हे घर आहे म्हणून तर स्टुडिओपासून दूर जायचं असतं आणि सगळा व्यत्यय टाळायचा असतो, तेव्हा ते जमू शकतं. तिथे मी काम करू शकतो. थोडीफार करमणूकही चालते तिथं.''

"तिथेच यायचंय मला. तुमचं हे घर प्रशस्त आहे?''

"आहेही आणि नाहीही. खोल्या तशा मोठ्या आहेत. घराचं डिझाइनही छान आहे. त्याला तुम्ही गरीब माणसाचं घर म्हणू शकणार नाही.''-----

"इथं मुद्दा आहे. मि. होमन, तुमच्या या घराला नोकर-चाकरांचा बराच ताफा लागत असेल, नाही?''

"नाही सर, तसं नाही. रोजची स्वच्छता करायला एक मोलकरीण येऊन जाते. ड्रायव्हर कम सांगकाम्या असा एक मुलगा आहे. जो मला हवं-नको ते बघतो. एक फिलीपिनी घरगडी आहे जो ड्रिंक्स् बनवतो, बारीकसारीक कामे करतो आणि सगळ्या वस्तू जागच्या जागी ठेवतो. स्वच्छता करणारी मोलकरीण आठवड्यातून दोनदा येते. करमणुकीचा कार्यक्रम असतो तेव्हा एखादा केटरर सगळं व्यवस्थापन बघतो.''

"पण मि. होमन, माझ्या माहितीनुसार एकोणीस तारखेला तुमच्या घरात तुम्ही एकटेच होता.''

"बरोबर आहे.''

"ते कशामुळं, स्पष्ट करू शकाल?''

"मी कामात होतो. कसलाही व्यत्यय नको होता मला. स्टडीत मी स्वतःला कोंडून घेतलं होतं. कामात असताना काम एके काम. पूर्ण एकाग्रता. विचलित करणारं काहीही नको असतं मला. वेळेवर जेवतही नाही मी. काहीतरी गडबड आहे याची जाणीव होईपर्यंत काम करतो आणि मगच जेवणाची उसंत घेतो. अशा वेळी जाणवतं, मी भुकेला आहे, थकलेला आहे किंवा दोन्हीही. थोडसं खाऊन घेतो, एखादी डुलकी काढतो की, परत कामाला तयार. माझ्या डेस्कवर एक इलेक्ट्रिक

कॉफी मशीन असतं. कामात असताना अधूनमधून गरम कॉफी घेतो.''

''पण मला विशेषत: एकोणीस तारखेची माहिती हवी आहे, मि. होमन. तुमच्या लक्षात आलंय का, अपघाताच्या वेळी मि. ग्रिली तुमची गाडी चालवत होते, असा दावा करण्यात आला आहे.''

''हास्यास्पद!''

''त्याची काळजी नको, मि. होमन. त्या दिवशीच्या मि. ग्रिलीच्या सगळ्या हालचाली टिपल्या आहेत मी. त्या संध्याकाळी सव्वापाचला ते सॅनफ्रान्सिस्कोला होते. मला आता दाखवायचंय की, ती तुमची गाडी असून...''

''वकील आणि साक्षीदार यांच्यातल्या चर्चेनं वेगळंच वळण घेतलंय, युवर ऑनर'' मॅसन म्हणाला.

''मी फक्त वेळ वाचवू पाहातोय'' हॅनलीने सफाई दिली.

''काही हरकत नाही.'' मॅसनने जाहीर केले. ''नियमित पद्धतीने काम करा, एवढंच सुचवायचंय मला.''

''मि. होमन, एकोणीस तारखेला तुम्ही कुठे होता आणि त्या दिवशी किंवा त्या दिवसाच्या तुम्हाला माहीत असलेल्या कालावधीसाठी तुमची गाडी कुठे होती, हे आम्हाला सांगाल?'' हॅनलीने विचारले.

''एका महत्त्वाच्या निर्मितीवर काम चाललं होतं माझं. कसली लुडबुड नको होती मला. न थांबता, सलग जवळजवळ अठ्ठेचाळीस तास काम करत होतो त्या स्क्रिप्टवर.''

''स्टुडिओत की घरी?''

''दोन्ही ठिकाणी. अठरा तारखेला दुपारनंतर मी स्टुडिओतून बाहेर पडलो. घरी आलो आणि ड्रायव्हर आणि फिलीपिनी घरगडी, दोघांनाही सुट्टीवर पाठवलं. संपूर्ण आणि निरपवाद स्वस्थता हवी होती मला. घरात कोंडून घेतलं आणि कामाला हात घातला.''

''म्हणजे तुमच्या बंगल्यातच होता?''

''नाही, सर. अठरा तारखेला मध्यरात्रीनंतर डिनरसाठी बाहेर गेलो आणि चारपर्यंत काम करत बसलो. नंतर सात वाजेपर्यंत झोपलो. मग उठलो, दाढी केली, शॉवर घेतला; कॉफी घेतली आणि कामाला लागलो. अकराच्या सुमारास एका रेस्टॉरंटमध्ये जाऊन काहीतरी खाऊन घेतलं. नंतर घरी येऊन कामाला सुरुवात केली. दुपारपर्यंत कामच चाललं होतं माझं.''

''या काळात गाडीकडे पाहण्यासारखा काही प्रसंग घडला?...''

''या अयोग्य, असंबद्ध आणि निरर्थक विधानाला हरकत आहे माझी.'' मॅसनने हरकत घेतली. ''या केसमधले मुद्दे विचारात घेता याने काहीही फरक पडत नाही.

आणि दुसरा एखादा गुन्हा सिद्ध करून, आरोपीबद्दल पूर्वग्रह निर्माण करण्याचा प्रयत्नही असू शकतो हा.''

''मी अट घालतो की, या साक्षीचा उद्देश फक्त गाडीचा ठावठिकाणा कुठे होता हे दाखवण्यापुरताच मर्यादित असेल'' हॅनली म्हणाला.

''या अटीच्या जोरावर मी या प्रश्नाच्या उत्तराला परवानगी देतो.'' न्यायाधीश कोर्टराइट यांनी नियमावर बोट ठेवले.

''प्रश्नाचे उत्तर द्या.''

''येस, सर. संध्याकाळी चारच्या सुमारास मला मोकळ्या हवेत छोटासा फेरफटका मारायचा होता. कामात पार बुडून गेलो असताना अचानक एका क्षणी साक्षात्कार झाला की, मी पार थकून गेलोय. महोलँड ड्राइव्हच्या आसपास चक्कर मारावी म्हणून गाडी घ्यायला बाहेर आलो, तर गाडी बेपत्ता.''

''मग गाडी कुठे असावी हे जाणण्यासाठी तुम्ही काय केले?''

''या अयोग्य, विसंगत आणि निरर्थक प्रश्नाला माझी हरकत आहे'' मॅसन म्हणाला.

''हरकत मान्य आहे.''

''मला वाटलं, तुला हे हवं असेल'' मॅसनकडे पाहून मानेला हलका झटका देत हॅनली म्हणाला.

होमन उठून साक्षीदाराच्या स्टँडमधून बाहेर पडू लागला.

''एक मिनिट'' न्यायाधीश कोर्टराइट यांनी अडवले.

''माझी चौकशी संपलेली नाही का?''

''मि. मॅसनना उलटतपासणीचा हक्क आहे.''

''ओहो'' म्हणत होमनने अधिरी नजर मॅसनकडे वळवली.

''तुमच्या कामाच्या स्वरूपाविषयी काही प्रश्न, मि. होमन. कामावर एकचित्त झाले असताना मध्येच व्यत्यय आला तर तुम्ही कावून जात असाल'' मॅसन म्हणाला.

''फारच''

''अशा वेळी फोन आला तर घेता?''

''छे! डिसकनेक्ट करून टाकतो.''

''कसं?''

''माझ्या टेलिफोनजवळ एक छोटा स्विच आहे. विशेषत: माझी गरज भागवण्यासाठी तो तिथे बसवला होता.''

''पण तुम्ही कधीतरी फोन करत असाल ना?''

''अगदी क्वचित. माझ्या कामाचं स्वरूप काहीसं असं आहे, जे सामान्य

माणसाला कळणं कठीणच. एकाग्रतेचा गाभा म्हणजे काय हे कळतं त्यातून'' आणि होमनने न्यायाधिशांकडे कटाक्ष टाकला.

''आता अशा एकाही घटनेचा, एकाही अलग वस्तुस्थितीचा पुनरुच्चार तुम्ही करू शकत नाही, जी मि. ग्रिलीने तुमची कार घेण्याशी निगडित असेल.''

''अजिबात नाही. मि. ग्रिलीने माझी गाडी घेतली नव्हती याचा मला संतोष आहे.''

''या एकाग्रतेच्या कालखंडात एखादा फोन केल्याचं स्मरणात आहे तुमच्या?''

''नो, सर. एकही फोन केला नव्हता मी.''

''मला सांगा, सॅनफ्रान्सिस्कोमधल्या एल. सी. स्पिनीकडे तुमचं काय काम होतं?'' मॅसनने सहजपणे विचारलं.

होमनने त्याच्याकडे रोखून पाहिलं.

''या प्रश्नाचं उत्तर देऊ शकत नाही का?'' मॅसनने विचारलं.

''मला हा प्रश्नच कळलेला नाही. अशा नावाच्या कुठल्याही इसमाकडे काही काम नव्हतं माझं- काय नाव म्हणालात त्याचं?''

''स्पिनी, एल. सी. स्पिनी.''

''सॅनफ्रान्सिस्कोमधल्या स्पिनीकडे काही एक काम नव्हतं माझं. त्याचं नावही कधी एकलेलं नाही मी. आता आठवतंय, यापूर्वीही तू एकदा त्याच्या नावाचा उल्लेख केला होतास माझ्यासमोर.''

''मंगळवारी आणि पुन्हा बुधवारी तुम्ही त्याला फोन केला नव्हता?''

''निश्चितच नाही.''

''आणि त्यानेही तुम्हाला केला नाही?''

''नाही.''

मॅसनने इशारा दिला. ''हे अतिशय महत्त्वाचं आहे, मि. होमन. एक लक्षात घ्या, टेलिफोन कंपनीच्या नोंदीवरून सल्लामसलत होऊ शकते आणि...''

घाबरलेल्या माणसाच्या डोक्यात एखादी कल्पना चमकावी, तशा धांदलीच्या आविर्भावात होमन बोटे मोडू लागला.

''हे काय आहे?'' मॅसनने विचारले.

''मि. मॅसन, तुम्हाला काय म्हणायचंय हे लक्षात येत नाही माझ्या, पण एवढं मात्र सांगू शकतो मी. मंगळवारी किंवा बुधवारी माझ्या फोनवरून दूर अंतराचा कॉल झाल्याचं दाखवू शकलात तर उपकार होतील माझ्यावर, खरंच फार मोठे उपकार होतील.''

''का, हे विचारू शकतो मी?'' मॅसनने विचारले.

होमनने घसा साफ केला आणि मान हलवत सांगितले, ''ते मला तुम्हाला

खासगीत सांगायला आवडेल, मि. मॅसन.''

''आणि मला तुम्ही ते सार्वजनिकरीत्या सांगितलेलं आवडेल.'' मॅसनच्या चेहऱ्यावर मिस्कील हास्य होतं.

''त्याचा या केसशी काहीही संबंध नाही; ते वेगळं आहे...'' होमन संकोचला.

''बोला'' मॅसन तत्परतेने म्हणाला.

''मला नाही वाटत, या केसशी त्याचा काही संबंध आहे.''

''असूही शकतो कदाचित.'' मॅसन म्हणाला.

''हो.''

''तसं असेल तर हिज ऑनरना ही माहिती दिलेलीच बरी. मग त्यांनाच काय तो निर्णय घेऊ दे.''

होमनने ओठ घट्ट मिटून घेतले. निर्धाराने, संतापाने त्याच्या कपाळावर आठ्यांचे जाळे पसरले. कित्येक सेकंद तो जमिनीवरच्या कार्पेटकडे पाहत राहिला. ''काही काळासाठी माझ्या मनात एक शंका होती, माझा ड्रायव्हर माझ्या फोनवरून त्याच्या कामाचे अनेक लांब अंतराचे फोन करतोय. अशा आरोपाला पुष्टी देणारी काही माहिती असेल तुमच्याकडे, तर ते माझ्या कामाचे ठरेल. मी त्याला तशी नोटिसही दिली आहे- पण मला ते शोधून काढायचे आहे.''

''तुमच्या ड्रायव्हरचं नाव काय?'' मॅसनने विचारलं.

''टॅनर. अर्नेस्ट ए. टॅनर.''

''तो न्यायालयात आहे?''

उपस्थितांमध्ये आपोआप हलकीशी कुजबुज झाली. एकजण उठून उभा राहिला. ''मी इथे आहे.'' तो खेकसला. ''आणि मी कधीही...''

''खाली बस'' न्यायाधिशांनी खडसावले. ''सुनावणीच्या ओघात प्रेक्षकांनी व्यत्यय आणायचा नसतो.''

उभ्या असलेल्या इसमाकडे होमनने तावातावाने पाहिले. रुंद खांद्याच्या त्या तरुणाच्या कपाळावर काही आठ्या पडल्या होत्या. तो निर्धाराने पेटून उठल्यासारखा वाटत होता खरा; पण न्यायाधीश कोर्टराइट यांच्या कठोर कटाक्षापुढे त्याचा जोर ओसरला आणि तो हळूहळू खाली बसला.

''तुम्ही कुणा एल. सी. स्पिनीला ओळखत नाही?''

''नाही, सर. मी नाही ओळखत आणि अठरा किंवा एकोणीस तारखेला माझ्या टेलिफोनवरून काही लांब अंतराचे फोन लावले गेले असतील तर ते अनधिकृतपणे अशा एखाद्याने लावले असतील. ज्याला ते लावण्याचा काहीही अधिकार नाही.''

''दर महिन्याच्या दूर अंतराच्या बिलांचा हिशेब ठेवत नाही तुम्ही?''

होमनने चटकन मान हलवली.'' नाही ठेवत मी. क्षुल्लक गोष्टींसाठी खर्च

करायला वेळ नाही माझ्याकडे. मी माझ्या सेक्रेटरीला आलेल्या सगळ्या खर्चाचे चेक तेवढे लिहायला सांगतो. काही कारणानं माझ्या असं लक्षात आलं की, गेल्या काही महिन्यांत माझ्या टेलिफोन बिलावर असे काही क्रमांक आहेत, ज्यांच्याविषयी मला काहीही माहिती नाही- बस. सुरुवातीला वाटलं, माझा धाकटा भाऊ मित्रांना फोन करत असेल. दुसऱ्याच दिवशी मी त्याला तसं बोललो. वेल, आमच्यातलं संभाषण आता सांगू शकणार नाही मी- पण माझी साक्ष संपली असेल, तर माझं एक अतिशय महत्त्वाचं काम खोळंबलंय. खरं तर मला...''

''सद्‌गृहस्थ हो, न्यायालयाचं कामकाज तहकूब करण्याची वेळ होत आली आहे. तपासणीचं काम काही मिनिटांत संपणार असेल तर न्यायालयाचं काम सुरू राहील. अन्यथा, तपासणी उद्या पुन्हा करता येईल.'' न्यायाधीश कोर्टराइट यांनी सांगितले.

''युवर ऑनर, काही झालं तरी मला उद्या येता यायचं नाही. आज मी इथं आहे ते फक्त तशी बळजबरी झाल्यानं. माझं एक काम खोळंबलंय...'' होमन सांगू लागला.

मॅसनने त्याला मध्येच तोडले. ''एक-दोन प्रश्न राहिलेत माझे, मि. होमन. या टेलिफोनविषयी काही विचारायला फार आवडेल मला. तुम्ही सांगितलंत की, तुम्ही त्या फिलीपिनी घरगड्याला आणि ड्रायव्हरला सुट्टीवर पाठवलंत...''

''घरात त्यांच्यासाठी खोल्या आहेत. ते त्यांच्या मर्जीला येईल तेव्हा जातात आणि येतात. मी त्यांना कामापासून मुक्तता दिली, असं म्हणायचं होतं मला.''

''हा ड्रायव्हर कुठे झोपतो?''

''गॅरेजमध्ये.''

''आणि फिलीपिनी मुलगा?''

''तळघरातल्या एका खोलीत.''

''ते पुढच्या दाराने ये-जा करतात?''

''नाही, सर. ड्रायव्हर त्या जिन्याचा वापर करतो, जो दुसऱ्या रस्त्याला उघडतो- बाजूच्या रस्त्याला. फिलीपिनी मुलगा तळघराचं जे दार वापरतो, तेही बाजूच्या रस्त्यालाच उघडतं. माझं घर कोपऱ्यावर आहे. त्याचे अनेक विभाग आहेत. काही झालं तरी ते कोपऱ्यावरचं घर आहे.''

''म्हणजे, टेलिफोनपर्यंत पोहोचण्यासाठी त्यांना घराच्या मुख्य भागात यावंच लागणार?''

''नाही, सर. त्यांच्या खोलीतही फोन आहेत. तसेच ते घराच्या इतर भागांतही आहेत. माझ्या स्टडीतल्या फोनवरून तिथे फोन करता येईल अशी इंटरकॉम सुविधा आहे माझ्याकडे. हे सगळे फोन बाहेरच्या लाइनशीही जोडता येतात किंवा कॉल

करत असलेल्या इतर कुठल्याही स्टेशनशी जोडता येतात.''

''तुम्ही फोनवर बोलत असताना इतरांना ते ऐकता येतं?''

होमनने आठ्या घालत उत्तर दिले. ''मला नाही वाटत त्यांना ऐकता येत असेल, मि. मॅसन; पण मला तुम्ही असं काही विचारताय, जे माझ्या क्षेत्राबाहेरचं आहे. घरगुती उपकरणांच्या किंवा टेलिफोनच्या कार्यपद्धतीविषयी मला फारच थोडी माहिती आहे. माझ्यासाठी माझं घर म्हणजे शिणवटा घालवण्याचं, निवांत होण्याचं, काम करण्याचं आणि करमणुकीचं ठिकाण आहे. त्या पलीकडे जाऊन मी फार विचार करत नाही. ते...'' तो हसत हसत म्हणाला, ''तुम्हाला माहीतच असेल, मि. मॅसन, हॉलिवूडमध्ये आवश्यक असणारी थोडीफार पार्श्वभूमी आहे माझ्या घराला. एक निर्माता, जो... वेल, तुम्हाला कळलं असेल.''

मॅसननेही हसत प्रत्युत्तर दिले,'' कळलं, कळलं.''

न्यायाधीश कोर्टराइट अस्वस्थ होऊन म्हणाले, ''मि. मॅसन, इथे उलटतपासणी अधिक असावी आणि अवांतर बाबी कमी असाव्यात. उद्या दहा वाजेपर्यंत न्यायालयाचं कामकाज तहकूब करण्यात येत आहे. मि. होमन, तुम्हाला परत यावं लागेल.''

होमन उभा राहिला. ''मला शक्य नाही! अजिबात शक्य नाही! उद्याचा वेळ वाया घालवला तर हजारो डॉलर्सची किंमत मोजावी लागेल. मला...''

''उद्या सकाळी दहा वाजता.'' कठोर मुद्रेने अंतिम निर्वाळा देत ते न्यायालयातून आपल्या चेंबरमध्ये निघून गेले.

मोकळा-ढाकळा, रुंद खांद्यांचा ड्रायव्हर झुलत्या दारातून पुढे झेपावला. होमनजवळ जाऊन तिरस्काराने त्याला विचारले, ''काय, विचार काय आहे तुमचा? मला बळीचा बकरा बनवताय?''

होमन एकदम उसळला. ''तुझा हा तोरा नाही आवडला मला.''

''आता मी जे करणार आहे, त्यापेक्षा हे तुम्हाला जास्तच आवडून घ्यावं लागेल. तुम्ही कुठे होता हे मी सांगावं अशी इच्छा असेल तर...''

न्यायालयात वकील आणि न्यायालयीन अधिकारी यांच्यासाठी काही बाक आरक्षित केलेले होते. प्रेक्षकांचे बाक आणि हे बाक यांच्यामध्ये लाकडी कठड्यांची रांग होती. होमन वळून, त्या रांगेत असलेल्या झुलत्या दाराकडे जाऊ लागला. टॅनरचा लांबलचक उजवा हात ताणला गेला आणि त्याच्या बोटांनी होमनची कॉलर पकडली.

''एक मिनिट, महाशय, फक्त एक मिनिट.''

होमनने चपळाईने गिरकी घेतली आणि संतापून तारस्वरात किंचाळला,

''तुझे घाणेरडे हात माझ्यापासून दूर कर आधी.''

या हालचालींनी हॅनलीचे लक्ष वेधून घेतले. तो चटकन पुढे झाला. ''इथे

असलं काही चालायचं नाही. चल, मागे हो. काय करतोयस, समजतंय का तुला?''

"होमनना समजतंय मी काय करतोय ते'' टॅनर म्हणाला.

हॅनलीचे डोळे आकुंचित झाले. "तू टॅनर आहेस?''

"हो.''

"ठीक आहे. मी जिल्हा वकिलांच्या कार्यालयाचा प्रतिनिधी आहे. इथून पुढं तुझं असं वागणं चालणार नाही.''

टॅनरच्या आवाजात अद्याप रागाचा लवलेश नव्हता. त्याच्या शब्दांना तिरस्काराची लय होती. "हे बघा, पब्लिकसमोर यांची लय मोठी इमेज हाय. चांगले शोमन हायेत ते. लई बडं प्रस्थ हाय. मी कुणीबी नाय; पण म्हणून काय त्यांनी माझ्या नावालाच बट्टा लावावा? त्यांचे शब्द त्यांना माघारी घ्यावेच लागतील. मी काय बोलणार व्हतो हे ते चांगलंच वळखून हायेत...''

हॅनलीने त्याला खडसावले, "हे बघ, ते साक्षीदार आहेत. माझ्यासाठी त्यांची साक्ष समर्पक आणि महत्त्वाची आहे. तू काय करतोयस याची कदाचित तुला जाणीव नाही; पण तू साक्षीदाराला धमकवायचा प्रयत्न करतो आहेस. याचे भयंकर परिणाम तुला भोगावे लागतील.''

"छट्. मी नाय कुणा साक्षीदाराला धमकावत.''

"तू त्यांना त्यांची साक्ष बदलायला लावू पाहात आहेस.''

"मी तर या उंदराच्या तोंडून खरं ऐकायला बघतोय.''

होमन पुटपुटला. "मी आता आणखी खपवून घेणार नाही. निव्वळ हास्यास्पद चाललंय हे. हा माणूस...''

"ही वादावादी करायची वेळ नाही आणि जागाही नाही. मि. होमन, तुम्ही कृपा करून माझ्याबरोबर याल तर मला आणखी काही प्रश्न विचारायचे आहेत आणि टॅनर, तू आत्ताच्या आत्ता इथून निघून गेलेलाच बरा!''

टॅनरने डेप्युटी जिल्हा वकिलावर नजर रोखली. क्षणभर वाटलं, हॅनलीचं नाक पिरगाळून तो आपल्या भावना व्यक्त करेल.

पण परिस्थिती संपूर्ण नियंत्रणात असल्याचा हॅनलीचा आब बरेच काही सांगून गेला. टॅनरने माघार घेतली.

हॉर्टन्स झिकोस्कीने न्यायालयाच्या मागच्या भागातून पुढे येत स्टीफन क्लेअरच्या खांद्यावर हात ठेवला. "मान ताठ ठेव आणि सगळं निभावून ने.''

स्टीफनने हसून तिचे आभार मानले.

हॉर्टन्सने हलक्या आवाजात मॅसनला सांगितले, "हा ड्रायव्हर माझ्याकडे सूचकपणे बघत होता. ही योजना कशी वाटते...?''

“छान! आणि हो, आमच्या बरोबर राहू नकोस.”

मॅसनने कागदपत्रांची आवराआवर करून ब्रीफकेसमध्ये कोंबताच हॉर्टन्स अगदी सहजपणे त्याच्यापासून दूर गेली.

प्रेक्षकांचा छोटा जथ्था न्यायालयाच्या आवारातून बाहेर पडण्यापूर्वी अवतीभोवती फिरून गप्पा छाटत होता. मॅक्स ओल्गर त्या गर्दीतून वाट काढत पुढे आले. अर्ध्या चश्म्यातून रोखून पाहणाऱ्या त्यांच्या कठोर करड्या डोळ्यांतली चमक वाढल्यासारखी वाटत होती. मॅसनचा हात हातात घेऊन त्यांनी दाद दिली. “अप्रतिम सुंदर! त्या लायन्स पोरीचा पाला केलास तू. उलटतपासणीचा उत्कृष्ट नमुना. मी खूप समाधानी आहे, खूप कृतज्ञ आहे.”

“आणि मलाही वाटतं, तुम्ही फारच छान काम केलंत, मि. मॅसन” स्टीफनने अनुमोदन दिले.

“आपल्याला चांगला ब्रेक मिळू शकतो. मिसेस ग्रिलीची साक्ष दर्शवते की, तिचा नवरा होमनच्या कामासाठीच सॅनफ्रान्सिस्कोला गेला होता. एखादा सव्वापाचला सॅनफ्रान्सिस्कोला आणि दहाला बेकर्सफिल्डला असणं निव्वळ अशक्य आहे. तो खचितच विमानानं आला असणार. दोनशे त्र्याण्णव मैलांचं अंतर आहे ते. आपण आता थोडा जागरूकतेनं तपास करू या, म्हणजे काहीतरी हाती लागेल आपल्या.” मॅसनने सांगितले.

“हे आज रात्री करून उद्या सकाळी एखादा चकित करणारा पुरावा देणं जमायचं नाही का तुला?” मॅक्स ओल्गरनी विचारलं.

मॅसन हसला.” म्हणून तर आज रात्री मी टेहळणी करतो.”

“जॅक्स कुठाय?” स्टीफनने आपल्या काकांना विचारले.

“होता न्यायालयात; पण बाहेर थांबला होता. न्यायालयाच्या बाहेर थांबणं आणि गर्दीपासून दूर राहाणंच तुझ्यासाठी चांगलं ठरेल असा विचार केला त्यानं.”

स्टीफन विचारपूर्वक म्हणाली, “चांगला मुलगा आहे तो, नेहमी माझा विचार करतो. बदल म्हणून हा होईना, पण अधूनमधून त्यानं स्वत:चाही विचार करावा अशी इच्छा आहे माझी.”

“फारच चांगला मुलगा. बरं, मि. मॅसन, गरज पडलीच तर आम्ही हॉटेल ॲडिरोडॅकवर आहोत.”

“उद्या सकाळी दहा वाजता नक्की आणि अगदी वेळेवर या. लक्षात ठेवा, तुम्ही हजर नसलात तर तुमची जामिनाची रक्कम गमावली जाईल” मॅसनने सावधानतेचा इशारा दिला.

स्टीफन क्लेअर आळसटपणे हसली. “तुम्ही तुमच्या सगळ्या अशिलांना असाच इशारा देता की मी तुमच्या हातावर तुरी देईन असं वाटतं तुम्हाला?”

मॅसन हसला. ''हा इशारा नेहमीचाच आहे.''

''स्टँडवर मी कशी वावरले?''

''छान वागलीस तू.''

''उलटतपासणीत त्यानं मला फाडलं कसं नाही? मला तर वाटलं होतं, तो माझ्या चिंध्या करेल.''

''तो तुला पंचांसमोर आणेपर्यंत थांब. ही फक्त प्राथमिक सुनावणी आहे. तशी खात्री नाही देता येणार; पण न्यायाधीश कोर्टराइट त्या वेळी सैल सोडतील तुला. त्यांच्यावर चांगली छाप पाडली आहेस तू.''

१५

कॉरिडॉरमध्ये चटचट चालणाऱ्या पावलांची लय कानी पडेपर्यंत हॉर्टन्स झिकोस्की लेडीज रेस्टरूमच्या दाराशीच थांबली. अर्नेस्ट ए टॅनर लांब ढांगा टाकत लिफ्टपाशी पोहोचला तशी तिने अचूक वेळ साधत कॉरिडॉर पार केला. त्याने तिच्यावर धावती नजर टाकली, फक्त धावती नजर. तो अतिशय दृढनिश्चयी, कामात अतिशय गुरफटलेला वाटला.

हॉर्टन्स त्याच्या पाठोपाठ लिफ्टपर्यंत गेली; तो ज्या लिफ्टमध्ये चढला, त्याच लिफ्टमध्ये चढली. तरीही त्याने तिच्याशी बोलण्याचा प्रयत्न केला नाही, साधी तिची दखलही घेतली नाही.

तळमजल्यावर उतरताच, टॅनर लिफ्टपाशी घुटमळू लागला.

हॉर्टन्स दारापर्यंत गेली. वळली, माघारी आली आणि अचानक आपला हात तिने टॅनरच्या खांद्यावर ठेवला.

''असं करू नकोस. तो त्या लायकीचा नाही'' तिने सल्ला दिला.

टॅनरची मुद्रा थोडी मवाळ झाली. ''त्यानं ते ओढवून घेतलंय.''

''कृपया नको. वेड्यासारखं वागलास तर दोष देणार नाही तुला; पण मला अलगद त्याच्या हातात सापडायचं नाही.''

''मलाही नाही. मला थोबाड फोडायचंय त्याचं.''

तिचं प्रसन्न हास्य अगदी मनापासून उमललं. ''विसर ते. मी, एका वकिलासाठी काम करते. ते काय करू शकतात, माहीत आहे मला.

''त्याचा माझ्याशी काय संबंध?''

''होमन मागे राहतोय असं का वाटतं तुला? त्याला अंगरक्षक हवाय, संरक्षण हवंय.''

"मी त्या अंगरक्षकावर धापट वजन टाकू शकतो." टॅनर म्हणाला.

"त्यात काही टक्केवारी नसते रे... चल, आपण इथून बाहेर पडू."

"तुझा या सगळ्याशी काय संबंध?" शंकित होऊन त्याने विचारले.

"सॅनफ्रान्सिस्कोमधल्या स्टीफन क्लेअरला मी ओळखते. पेपरमध्ये मी या केसविषयी वाचलं अन् मला वाटलं, मी हिला ओळखत असेन. त्याचा शोध घ्यायला मी इथे आले."

"ती तीच व्हती का?"

तिने प्रश्न टाळला. "दुपारी मला सुट्टी होती. म्हटलं, कशाला उगाच टाइपरायटर बडवत बसा? तसंही काम संपवलंच होतं आणि मग माझा या केसमधला रस वाढला. चल, खिलाडूवृत्ती दाखव आणि घराकडे जायला निघ. नंतर मी माझ्या कामाला जाते आणि तुला विसरून जाते."

"माझं काय हुतंय याचं तुला काय पडलंय?"

क्षणभर प्रश्नाचा विचार करून, हसून ती म्हणाली, "काय की! मला काळजी वाटते. कदाचित जन्मजात खोड असावी!"

"जल्माची खोड!" त्याची नजर अधिक स्वारस्याने तिचा वेध घेऊ लागली. "आता काय सांगू! माझ्याबरोबर डिनरला चल, समदं सांगतो तुला."

"ओ-हो! नक्की ना!"

"करारच म्हणू या की आपल्यातला!"

"इथून बाहेर चल, मग बोलू."

"तू मला हतन बाहेर काढाया बघतीयास आणि मग..."

खाली जाणारी लिफ्ट येऊन थांबली. प्रशस्त दरवाजा सरकला गेला आणि त्यातून होमन बाहेर पडला. त्याच्या बरोबर दोन रुंद खांद्याची माणसे होती.

लिफ्ट आणि टॅनर यांच्या मधोमध येईल अशा बेताने हॉर्टन्स झिकोस्कीने जागा घेतली. किंचित चढ्या आवाजात सांगू लागली, "... आणि मी तिला सांगितलं, 'काम करण्याची ही तुझी पद्धत असेल, पण माझी नाही.' गर्टी, तुला ती माहीत आहेच आणि ती अशा गोष्टींकडे कशी पाहते तेही ओळखतोस तू. ती..."

दोघांपैकी एकजण संरक्षणात होमनला दरवाज्याकडे घेऊन गेला. दुसरा आढ्यतेने तिथेच थांबला. टॅनर हॉर्टन्सच्या मागे मागे जाऊ लागला.

तिच्या बोटांनी त्याच्या कोटावरचे डिझाइन चाचपडले.

"...आणि यामुळे ती गोंधळात पडली बरं का. मटकन खाली बसली, माझ्याकडे पाहिलं; आणि..."

अधिकारी क्षणभर तिथेच घुटमळला, नंतर होमन आणि साध्या कपड्यातील दुसऱ्या इसमापाठोपाठ दाराबाहेर पडला.

टॅनरने दीर्घ श्वास घेतला. ''यासाठी मी तुझा आभारी हाय.''

''पाहिलंस ना, त्यांनी तुला जातानाही आणि येतानाही पाहिलंय. अशा जुळणीसमोर तुझा काय निभाव लागायचाय? बरं, चल. विसरून जा ते. याविषयी तुझी भावना अशी असेल आणि खरोखर काही करण्याची इच्छा असेल, तर त्या मुलीच्या वकिलाकडे का जात नाहीस?''

''मी न्हाय जायचा. पल्टी मारत न्हाय मी.''

''पण यात पल्टी मारण्यासारखं काय आहे... आहे का काही?''

त्याने थोडक्यात सांगितले, ''होमन खोटारडा हाय; पण ठीक हाय, देतो सोडून त्याला; पण म्हणून मला बकरा बनायचं न्हाय.''

''विसरून जा रे त्याला. नुसतं चुरमुऱ्याचं पोतं आहे ते.''

''ते तर हायच तो. याच्यासारखी माणसं शून्यातून मोठी पैशेवाली व्हतात, अन् सर्कशीतल्या फुग्यागत फुगत्यात. एखाद दिशी कुणीतरी टाचणी टोचलं, तसा फटकन फुटलं अन् निव्वळ रबरी कातडं राहील.''

हॉर्टन्स झिकोस्की त्याचं बोलणं फारसं गांभीर्याने घेत नव्हती. ''अशा हॉलिवूड लेखकांपैकी एकाकडे मी काम करायची. बाप रे! स्वत:च्या कामाकडे त्याने विचारपूर्वक पाहायला हवं होतं आणि त्यानं केलेलं ते लिखाण! काय सांगू तुला, कामात असताना त्याला जराही व्यत्यय खपायचा नाही. गरमगरम कॉफी सारखी लागायची त्याला. हाताशी सिगारेटचं अख्खं पाकीट, ॲश-ट्रे आणि काडेपेट्या. कुणाला वाटेल, काय जगातली महान कलाकृती निर्माण करतोय आणि पडद्यावर पाहिलं तर काय, निव्वळ फुसका बार! प्रेक्षकांना शेवटपर्यंत खिळवून ठेवणारी गोष्ट म्हणजे सुंदर डिशेस आणि दाणेदार धान्यं.''

टॅनर हसला. ''लेखकाला काय दोष लावू नकोस. या होमनचाच एखादा सिनेमा आसलं. सिनेमाचं निम्मं चित्रण झाल्यावर बघ, त्यानं ते बाड खिडकीबाहेर भिरकावलं व्हतं. त्यानंतर नुकत्याच यशस्वी झालेल्या सिनेमाची नक्कल केली न् काय...''

''असा आहे होय तो?'' हॉर्टन्सने विचारलं.

''व्हय, असा हाय तो! चल, जेवू चल. याबिगर काय बोलू आता?''

''माझं नाव हॉर्टन्स. मित्र मला हॉर्टी म्हणतात.''

''अरे हो! बरं आठवलं. आता तू नोकरी गमावली आहेस. गाठीशी फार काही पैसा नसेलच तुझ्या आणि असला तरी तो माझ्यावर खर्च करण्याची गरज नाही. एखाद्या स्वस्तातल्या ठिकाणी जाऊ.''

''चांगल्यातल्या चांगल्या ठिकाणीच नेणार मी तुला. पैशाची फिकीर कुणाला पडलीय?''

''नाही, नाही. चांगली कमावती मुलगी आहे मी. हॉटेलमधले हे वेटर तरी

काय? कपभर कोमट कॉफी आणायला तासभर लावतात आणि त्याच्या मोबदल्यात टिपची अपेक्षा ठेवतात. आलेल्यांना क्षुद्र समजणाऱ्या वेटर्सवर कुणाला खर्च करायला लावायचा? छे! मला नाही आवडत ते. चल, मला एक चांगली जागा माहीत आहे.''

''नको, तसं नको'' टॅनर आता हसत होता. ''होमननं माझी हकालपट्टी केली, पण तसंबी मला त्याची चाकरी नकोच व्हती. माझ्याकडं पैसा हाय आणि बक्कळ पैसा कुठं घावलं ते बी ठाऊक हाय मला.''

''परत म्हणू नकोस, तुला सावध केलं नव्हतं.''

''बरं बाई, चल आता. एखादी टॅक्सी बघू.''

''नको, रस्त्यावरची एखादी गाडी चालेल.''

''टॅक्सी.''

''काय रे, तू त्या लबाड रॉकफेलर बँडमधल्या मुलांपैकी तर नाहीस ना? की चित्रपटांची तोडमोड करण्याचे पैसे मिळणारा आंतरराष्ट्रीय हेर-बिर आहेस?''

''हॉर्टी, चल आता. फिकीर सोड. सगळं ठिक हाय.''

''इथं जवळच एक चांगलं चायनीज रेस्टॉरंट आहे. चालतही जाता येईल तिथवर.''

''पण तिथं नाचता यायचं न्हाय. मला आवडतं नाचायला.''

''मलाही!''

''हे बघ, तू माझ्या संग येतीयास. टॅक्सी! ए ऽ टॅक्सी!''

झोकदार वळण घेऊन टॅक्सी अडणीजवळ थांबली. ''सरळ रस्त्यानं घे. जरा वेळानं सांगतो कुठं घ्याचं ते.'' त्याने हॉर्टन्सला टॅक्सीपर्यंत नेलं. ''हॉर्टी, आज रात्री मी पालापाचोळा हाय, पण तू पाठिंबा दिलास मला. तुझ्यामुळं कसं निवांत अन् आपलेपणाचं वाटाय लागलंय. काय म्हणत व्हतीस, आत्ता सँडविच अन् घेऊ, शो बघायला जाऊ; चांगलं डिनर करू आणि मग खच्चून मजामस्ती?''

''उद्या कामावर जायचंय मला.''

''उद्याला मार गोळी. लवकर पोचवीन मी तुला. झोप व्हील तुझी.''

''ठीक आहे.''

''राईब्रेडवर लिव्हर सँडविच देणारं एक चांगलं ठिकाण माहिताय मला. शहरातली सगळ्यात चांगली बियर तिथं मिळतीया.''

हॉर्टन्स टॅक्सीच्या उशांवर रेलून बसली. ''आसपासची बरीच माहिती दिसतेय तुला.''

टॅनर हसला. पुरुषी दिमाखाचं हास्य होतं ते. ''रात्रीचं खरंखुरं शहर बघायचं असेल तर एखादी शनवारची रात्र घे, म्हंजी तुला घरी जायचं नसलं तर, काय

म्हणतीस? ठरलं?''

''बघू ना. फक्त एवढाच शब्द दे की, होमनकडून तुला आणखी त्रास होणार नाही याची खबरदारी घेशील. कुणाची तरी करडी नजर आहे अशा माणसाबरोबर कुठे जायची इच्छा नाही माझी.''

''होमननं मला एकट्यालाच सोडलेलं बरं. एकदा का त्याच्याशी खासगीत बोलायची संधी घावली ना की, त्याच्या नरड्यातून वेगळाच सूर निघलं बघ.''

''काही व्हायचं नाही त्याला.'' हॉर्टन्सच्या बोलण्यातून काहीतरी ठाम माहिती असल्याचा विश्वास डोकावत होता. ''त्याच्यासारखी मोठी हवेची पिशवी नेहमी आपला फुगारा कायम राखते. तू काही बोललास तरी ढिम्म फरक पडणार नाही त्याला.''

''मी काय बोलू शकतो ते तुला ठाव न्हाय.''

''नाही, पण होमन कशा प्रकारचा माणूस आहे ते माहीत आहे ना मला. त्याच्यासारख्याच एका माणसाबरोबर मी काम केलं आहे. बरं का, मला तुला काहीतरी सांगायचंय. होमनच्या कुठल्याच शब्दाला काही अर्थ नाही. ज्याच्यासाठी मी काम करायची ना, त्याच्यावर कधीच विश्वास ठेवला नाही मी.''

''होमन तसा बरा आहे; पण कारविषयी खोटं बोलतोय.''

तिने चकित झाल्यासारखे दाखवले.

''असं का वाटतंय तुला?''

''मला वाटत नाही; मला माहीत आहे. हे बघ.''

टॅनरने खिशातून कातडी बांधणीची वही काढली. ती उघडून त्यातली पाने उलटू लागला. ''हे बघ, होमननं मला अठराच्या सकाळी बोलावून घेतलं आणि सांगितलं, त्याला लई महत्त्वाचं काम हाय, अन् कुणाची लुडबुड नकोय. मी बाहेर जाऊ शकतो असंबी सांगितलं. मी त्याची गाडी सर्व्हिसिंग करून घेतली आणि टँकमध्ये गॅस भरून आणला. गाडीनं किती प्रवास केला त्याची माहिती बाळगतो मी. स्पीडोमीटरवर किती मैल झालं ते हितं लिवलंय बघ. तेरा हजार चारशे सव्वीस मैल. गाडी परत आल्यावरबी किती मैल झाल्यात ते बघून घेतलं. त्यांनी ती दोर लावून खेचून आणली. होमनला ती भंगारात द्यायची होती, त्यानं मला सगळी हत्यारं बाहेर काढायला सांगितली तेव्हा किती मैल दाखवत हुतं बघ. चौदा हजार एकशे अठ्ठावन्न. आलं ध्यानात? अठराची सकाळ आणि एकोणीसची रात्र एवढ्यात सातशे बत्तीस मैलांचा प्रवास? होमन खोटं बोलतोय हे मी सिद्ध करू शकतो.''

''अच्छा? यात काय चुकीचं आहे? हे काही फार नाही की आहे? एका दिवसात पाच-सहाशे मैल प्रवास करता येतो...'' हार्टन्सने गोंधळून जाऊन विचारले.

''मी सांगतो काय चुकतंय ते. प्रत्येक गोष्ट चुकीची हाय. इच्छा असेल तर

अशी गाडी दिवसाला सात-आठशे मैल दामटवता येते; पण होमन सांगतोय की, एकोणीस तारखेच्या दुपारपर्यंत तो आसपासच फिरत व्हता. दुपारपासून ते रात्रीपतुर सातशे बत्तीस मैल घुमवता येत नाही; सोताचा जीव वाचवायचा असेल तर.''

''बापरे! हे सगळं तू कसं शोधलंस, अर्नेस्ट?'' हॉर्टन्स उद्‌गारली.

''इथं आत्ता शोधलेलं न्हाई मी ते; पण माझ्यावर विश्वास ठेव, ताई. मी होमनकडे खासगीत याचं स्पष्टीकरण मागणाराय; त्याचं उत्तरबी ठाव हाय मला.''

''कुठून एवढं कळतं रे तुला, मलाही कळू दे जरा.'' हॉर्टन्स उत्साहाने सळसळली. ''मी ज्याच्याबरोबर काम करायची ना, अगदी तसाच वाटतोय हा होमन. एक-दोन पेग नक्कीच घेत असेल नाही?''

टॅनरने तिचे मनगट पकडून तिला आपल्या बाजूला खेचले. ''हे बघ, आता होमनला विसरून जाऊ- जमलं तर. आपल्या मागोमाग एक गाडी येतीया- लक्षात आलंय का तुझ्या? येऊ दे, येऊ दे यायचं तर. ड्रायव्हर, इकडे वळव आणि गल्लीच्या मध्यावरल्या कॅफेपाशी थांबव.''

टॅनरने टॅक्सीचे बिल चुकते करून ड्रायव्हरला अर्ध्या डॉलरची टीप दिली. हॉर्टन्सला घेऊन एका छोट्याशा रेस्टॉरंटमध्ये गेला. अगदी आगळीवेगळी व्यक्तिगतता दाखवणारे रेस्टॉरंट होते ते. त्यांनी सँडविचेस आणि बिअर घेतली. टॅनर यंत्रात एकापेक्षा एक आधुनिक तबकड्या घालत राहिला. संगीताच्या तालावर त्यांनी नृत्याचा ठेका धरला. तासाभरानंतर त्याने तिला एका सर्वोत्कृष्ट चित्रपटगृहात नेले. लांब सीटची महागडी तिकिटे खरेदी केली आणि तिच्या शेजारी बसला. तिच्या बोटांत आपली बोटे गुंफून, तिच्या कानात कुजबुजला, ''आभारी हाय मी तुझा. तू नसतीस तर या क्षणी मी कदाचित तुरुंगात असतो. हाय या स्थितीत, मी स्वतःला भाग्यवान समजतो. इथं मी अगदी निवांत हाय. आयुष्य कसं भरभरून जगतोय.''

साउंड ट्रॅकवर चौथे प्रभावशाली संगीत वाजले. झगमगत्या पडद्यावर पात्र परिचय आणि नावांची यादी दिसू लागली. पात्रपरिचयात लेखकांची, तंत्रज्ञांची, पोषाखनिर्मात्यांची नावे दिसू लागली, तसा टॅनर हॉर्टन्सच्या कानाला लागला, ''हॉलिवूडमधी चांगलंच युद्ध रंगलंय बरं का. प्रत्येक ताऱ्याच्या हातापायांची देखभाल करणारे बी पडद्यावर नाव दिसाय पाहिजे म्हणून हटून बसत्यात.'' हॉर्टन्स खळखळून हसली.

प्रखर प्रकाशझोतात पडदा उजळून निघाला. काळ्या रंगाच्या प्रचंड अक्षरात प्रसिद्ध व्यक्तीचे नाव झळकले, जूल्स होमन प्रॉडक्शन.

''सगळंच मुसळ केरात. पहिले झूट इथून बाहेर पडू, चल'' तिचं बखोट पकडत टॅनर म्हणाला.

१६

विचारमग्न अवस्थेत डोके पुढे झुकवून, शर्टाच्या बाहीत अंगठे खुपसून, मॅसन त्याच्या कार्यालयाच्या जमिनीकडे टक लावून बसला होता. पॉल ड्रेक प्रशस्त कातडी खुर्चीत आडवा पसरून मूकपणे सिगारेट ओढत होता.

''काय हे पॉल? सगळं अगदी सिद्ध होण्याच्या बेतात होतं आणि एकदमच फुसका बार निघाला की रे सगळा! एखादं कोडं सोडवण्याच्या अगदी जवळ जावं आणि अचानक काहीतरी डोकेदुखी उपटावी तसं झालं बघ.''

''मी ओळखलंय.'' ड्रेकने दात काढले. ''तुला वाटलं, ती वस्तू बनवण्यात त्यांच्याकडून काही गफलत झाली आहे आणि वायर आणखी थोडी वाकवली तर पुढची वस्तू त्यातून अलगद निसटेल.''

''हो, पण ते फक्त वायर - पझल्सच्या बाबतीत. हा तर उत्पादकांनी लावलेला सापळा आहे, ज्यात आपण अडकावं. इथं काय झालंय - का कुणास ठाऊक; पण माझ्यासाठी कुणीतरी सापळा लावल्यासारखं वाटतंय.''

सेक्रेटरीच्या कार्यालयातून डेला स्ट्रीट आली.

''काय हे डेला! अजून घरी गेली नाहीस?'' ड्रेकने विचारले.

तिनं मान हलवली. ''वाटलं होतं, कुणीतरी माझ्यासाठी डिनर मागवेल.''

''मस्त कल्पना आहे. तुझ्याबरोबरच माझंही मागवावं त्यांनी.''

''युद्धभूमीच्या आघाडीवरची बातमी. टेलिफोनवरून नुकतीच मिळालेली ताजी खबर.'' डेला मॅसनला म्हणाली.

''काय खबर आहे?''

''हॉर्टन्स झिकोस्की. ती अगदी चतुर असलीच पाहिजे.''

''ती तशी आहे, कल्पना आहे मला. तिचं काय म्हणालीस?'' मॅसनने विचारले.

''तिच्या बोलण्यावरून जाणवलं, बरीच माहिती मिळाली आहे तिला. फोनजवळ जाण्याची संधी पहिल्यांदाच मिळाल्याचं सांगत होती. ती त्या ड्रायव्हरबरोबर बाहेर गेली आहे.''

''काय माहिती आणली तिनं?''

''त्या ड्रायव्हरला पैशाची जराही फिकीर नाही. होमननं त्याला नोकरीवरून काढून टाकलं. तो पाण्यासारखा पैसा उधळतोय. अठरा तारखेची सकाळ आणि एकोणीसची अपघाताची वेळ या मधल्या कालावधीत गाडी सातशे बत्तीस मैल चालवली गेली होती.''

"त्याला कसं कळलं?'' मॅसनने विचारलं.

"स्पीडो मीटरवरच्या आकड्यांची नोंद ठेवतो तो. त्याला गाडीचं सर्व्हिसिंग तर करावंच लागतं.''

ड्रेकने हलकेच शीळ घातली.

"इतकीच माहिती आहे तिच्याकडे?'' मॅसनने विचारले.

"आत्तापर्यंत. तिनं तुम्हाला सांगायला सांगितलंय की, ती ड्रायव्हरला एकदाच भेटणार नसून दुसऱ्यांदाही भेटण्याच्या तयारीत आहे. त्याला पैशाची काळजी कशी नाही, हे शोधायच्या प्रयत्नात आहे ती. तिच्या मते त्याचे होमनशी आणखीही काही लागेबांधे असावेत.''

"माझ्या मते प्रयत्नपूर्वक स्पिनीची माहिती मिळवण्याइतपत चाणाक्ष आहे ती. होमनचं म्हणणं खरंही असेल. स्पिनीला फोन करणारा आणि स्पिनी ज्याला फोन करायचा तो ड्रायव्हरही असू शकतो. हॉलिवूडशी संबंधित कुणाची काही माहिती, डेला?''

"चित्रपटसृष्टीतील लोकांविषयी म्हणताय का तुम्ही?''

"हो.''

"दोन लेखक आणि एक एजंट''

"एजंटकडे प्रयत्न केलाच असशील तू.''

"मला होमनची दुर्बलता अन् उत्तुंग यश यांचा लेखाजोखा हवाय. त्याच्याविषयी काही वावड्या नक्कीच असणार. त्या काय आहेत त्याच शोधायच्या आणि त्याच्या प्रेमजीवनावर पडलेल्या घाल्याचीही माहिती हवीय मला. त्याची नेहमीच मदत होते.'' मॅसनने अपेक्षा व्यक्त केली.

"मी काहीजणांना या कामावर नेमू शकतो.'' ड्रेक म्हणाला.

मॅसनने मान हलवली. "अशा वातावरणात खासगी गुप्तहेर म्हणजे जणू जेवणात मिठाचा खडाच! मला जे हवं आहे, ती 'अंदरकी बात' आहे, जी त्या खेळात सामील असणाऱ्यांनाच कळते.''

"हा एजंट म्हणजे हुकमी एक्का आहे.''

"पुरुष की स्त्री?''

"स्त्री आहे. सुरुवातीला सेक्रेटरी होती, नंतर थोडंफार लेखन केलं आणि मग पडद्यावरच्या बऱ्याच गोष्टी हाताळू लागली.''

"बाताडी आहे की बुद्धिमान?''

"बाताडी.''

"तिच्याशी संपर्क साध. काही मिळतंय का बघ जरा. शक्य झालं तर अगदी सहज भेटलीस असं दाखव'' मॅसनने सूचना दिली.

"नाही जमायचं ते."

"मग तोंड बंद ठेव आणि तिलाच सगळी बित्तंबातमी सांगू दे. दोनएक तासांत रिपोर्ट देण्यासाठी भेटू शकशील? आपल्याला जे हवंय ते एवढ्या वेळात मिळवू शकशील?"

"काय करता येईल ते फोनवरून सांगते."

"काय गं? म्हणजे माझी डिनर डेट जाणार तर" ड्रेक कुरकुरला.

डेला स्ट्रीट हसली. "तुला काही गंमत कळतच नाही. भिजलेलं घोंगडं व्हायला लागलंय तुझं, पॉल. किती काळजी करतोस? होमनच्या ड्रायव्हरसारखा का वागू शकत नाहीस तू?"

"आधी मी माझ्या कामाची काळजी करायचो." ड्रेकने मान्य केले. "आता अशी काळजी आहे की, पेरी माझा परवाना मागे घ्यायला लावेल. मला त्या ड्रायव्हरसारखी कशाची चिंता नसती, तर मीही मुलींना घेऊन, डिनरला गेलो असतो आणि बेसुमार उघळपट्टी केली असती."

मॅसनने डेला स्ट्रीटकडे पाहून डोळे मिचकावले. "एखाद्या रात्री याला बाहेर फिरवण्यासाठी कदाचित हॉर्टन्सही मिळेल आपल्याला. मग त्याला सगळ्या चिंतापासून मुक्ती मिळेल."

"म्हणजे मला तिचा सहवास मिळू शकेल?" ड्रेकने विचारले.

मॅसनने डेला स्ट्रीटच्या कार्यालयाच्या दिशेने मान वळवली.

"कार्यालयात जाऊन बघ, फोनवरून तुझ्या एजंट मैत्रिणीचा ठावठिकाणा लागतोय का. तुझ्या विश्वासातली आहे ती?"

"म्हणजे चांगली मैत्रीण आहे का, असंच ना?"

"हो."

"मी म्हणेन, आहे चांगली मैत्रीण."

"छान! आता जा आणि सरळ तिला होमनची माहिती विचार. तसंही, ही केस पेपरमध्ये छापून येतेय. उगाच ताकाला जाऊन भांडे का लपवा? काही सांगता येते का, पाहून घेईल ती."

"ठीक आहे, बघते कुठे भेटतेय का ते."

डेला स्ट्रीट तिच्या कार्यालयात निघून गेली. टेलिफोनची डायल फिरवल्याचा आवाज त्यांच्या कानी पडला.

"न्यायाधीश कोर्टराइट उद्या कदाचित सैल सोडतील स्टीफनला. ती लायन्स काही चांगली छाप पाडू शकली नाही त्यांच्यावर... आणि पैज लावून सांगतो, आपण जे शोधतोय, त्यात ट्रॅगला चांगलाच रस आहे. तो न्यायालयात टपकेल याविषयी काही शंका नाही."

"तू त्याच्याबरोबर काम करशील, पेरी?"

"बऱ्याच गोष्टींवर अवलंबून आहे ते. मला माझ्या अशिलाला आरोपापासून वाचवायचंय. खुनाचा प्रश्न त्याचा त्याने सोडवावा. पुढच्या वेळी मी त्याला खबर देईन, त्याचा उपयोग तो करून घेईल."

"यावेळी त्यानं कुठली खबर आणलीय?"

"होमनची."

"बालिशपणा करू नकोस. होमननं त्याच्या कार्यालयातल्या मोठ्या अधिकाऱ्याकडे जाऊन सांगितलं असेल, "मि. होसीस, मी या स्क्रीप्टवर काम करू शकत नाही. कारण या वकिलानं माझ्या मागे पोलिसांचा ससेमिरा लावलाय. मागच्या बुधवारी डिनरला मी काय खाल्लं असले प्रश्न विचारताहेत ते मला." या मोठ्या अधिकाऱ्यानं फोन उचलला असेल आणि मेयरला सांगितलं असेल. मेयरनं चीफला फोन लावला असेल, चीफनं कॅप्टनला आणि... सगळं चित्र नजरेसमोर आलंच असेल तुझ्या."

मॅसन हसला. "त्या गाडीविषयी होमन खोटंच बोलतोय."

"हा ट्रॅग काही खड्डा खणून त्यातून तुझ्यासाठी खबर काढू शकत नाही आणि..."

डेला स्ट्रीट तिच्या कार्यालयात आली आणि तिने विचारले, "चीफ, ती कुठे आहे ते कळलंय मला. तिच्या कार्यालयात आहे ती. मी तिकडे जावं असं अजूनही वाटतं का तुम्हाला?"

"हो तर. माझी गाडी घेऊन जा. मी इथेच थांबेन."

"इथे?"

"हो, हो. तू परत आलीस की, आपण खाऊन घेऊ काहीतरी."

"ठीक आहे. मी काहीतरी कारण काढून तिथून सटकते आणि इकडे येते."

"पॉल, तू?" मॅसनने विचारले.

"नाही बाबा. डेला म्हणते, मी भिजलेलं घोंगडं आहे."

"त्यातून बाहेर पड आता," डेला हसत हसत म्हणाली. "काही झालेलं नाही तुला. चार चांगली कॉकटेल्स पोटात ढकललीस की ठणठणीत होशील तू."

"नंतर सांगतो तुला. डेलाबरोबर नाचायची संधी सोडायची नाही मला."

ती हसली. "आलिशान डिनरची संधीही सोडवत नाही तुझ्याच्यानं. भेटूच आपण. परत येईन ते हॉलिवूडची सगळी 'अंदरकी बात' घेऊनच! दोन पेग दिले की, पोपटासारखी बोलायला लागेल ती."

"तिच्यावर लक्ष ठेव हं पेरी. बरोबर बरेचसे कोरे चेक घेऊन चाललीय आणि खर्चाचं खातं उघडायला सज्ज झालीय. तिची लक्षणं ओळखून आहे मी" ड्रेक म्हणाला.

"तुला ओळखायलाच पाहिजेत. तुझ्या बनावट कागदपत्रांचा हिशेब लावतानाच ही युक्ती शिकलेय मी.'' कपाटाच्या आरशात पाहून हॅट आणि कोट चढवत डेलाने सणसणीत टोला हाणला. हातात हातमोजे चढवले.'' दोन तासांत आवरेल माझं आणि रिकाम्या हाताने परत आले तर फार निराश होऊ नका.''

"नाही होणार'' मॅसन म्हणाला.

निर्जन इमारतीच्या कॉरिडॉरमध्ये पडणारे डेला स्ट्रीटच्या पावलांचे ठोके मॅसन आणि ड्रेक लक्षपूर्वक ऐकत होते.

"लाखात एक आहे'' पॉलने शेरा दिला.

"दहा लाखात एक म्हण, पॉल.''

बराच वेळ दोघे काहीही न बोलता सिगारेटचा धूर सोडत राहिले. कॉरिडॉरमध्ये वाजणारी पावले दाराजवळ येऊन थांबली. अधिकारवाणीने दरवाजा ठोठावला गेला. तशा मॅसनच्या कपाळावर आठ्या दिसू लागल्या.

"पोलीस असावा असं वाटतंय'' ड्रेक म्हणाला.

"हे सांगायला कुणा गुप्तहेराची गरज नाही'' दार उघडत मॅसनने टिप्पणी केली.

लेफ्टनंट ट्रॅग म्हणाला, "हॅलो बॉइज, एकाला भेटायला आलो होतो, तर दोघे समोर हजर?''

मॅसनने घड्याळाकडे नजर टाकली.'' माझी खात्री आहे, बातमी वाईट आहे.''

ट्रॅग आत आला आणि बसला.

"मॅसन, आजच्या न्यायालयातल्या घटना तुझ्यासाठी फार चांगल्या नव्हत्या'' ट्रॅगने सूतोवाच केले.

"अच्छा! मला नाही माहीत. मी समाधानी आहे.''

"माझ्या हातात खुनाची केस आहे. तुझ्याकडे मद्यपी ड्रायव्हरच्या खुनाची केस आहे. ती केस काउंटीमधली आहे. त्याची फारशी फिकीर नाही मला. हा खून मात्र डोक्यावर बसलाय माझ्या. ही केस सुटली, तर शाबासकीची थाप; नाही सुटली, तर पार्श्वभागावर लाथ!'' ट्रॅग म्हणाला.

"काहीतरी माहिती मिळालेली दिसतेय तुला'' मॅसन म्हणाला.

"हो, मिळाली.''

"बोलून टाक.''

"आमच्याविरुद्ध काम करण्याऐवजी बदल म्हणून आमच्याबरोबर काम करायला आवडेल तुला?''

"सांगता नाही यायचं. मला एवढंच माहीत आहे की, तुमचं काम निपटण्यापूर्वी हा खून तुम्ही माझ्या अशिलाच्या माथी मारण्याचा प्रयत्न करणार आहात.''

"आम्ही अगदी आत्ताही ते करू शकतो" ट्रॅग म्हणाला.

"कसं काय?"

"दोन सुगावे मिळाले आहेत आम्हाला, जे थेट तिच्याकडे बोट दाखवतात."

मॅसन खुर्चीत सावरून बसला. "माईकच्या प्रेमापोटी, ट्रॅग! प्रत्येक व्यक्तीला माझा अशील व्हायचं असतं आणि हे पोलीस तत्काळ..."

"चल, हॅट घाल तुझी. ब्रेक देतो तुला" ट्रॅगने आव्हान दिले.

"चल, लगेच निघू."

"त्याआधी तुझ्या अशिलाविषयी थोडं बोलू."

"ठीक आहे. काय हवंय तुम्हाला?"

"तिचे श्रीमंत काका अवतीर्ण झाले, त्यांनी तिच्या जामिनाचा चेक खरडला, ज्या हॉस्पिटलमध्ये तिला ताब्यात ठेवलं होतं, तिथून तिला बाहेर काढलं आणि तातडीनं तिला ॲडिरोडॅक हॉटेलमध्ये नेलं. गेट व्ह्यू हॉटेलपासून किती अंतरावर आहे हे हॉटेल?"

"सांगतो हं. सातव्यापासून... चौथी गल्ली." मॅसनने सांगितले.

"बरोबर. या चार गल्ल्या कुणालाही पाच मिनिटांत पार करता येतील."

"बोलत राहा. मी गृहीत धरतो, तू शोध घेतलास तेव्हा खुनासाठी वापरलेली पिस्तुल माझ्या अशिलाच्या हॅंडबॅगेत होती."

"नाही, पण तिच्याजवळ दुसरं काहीतरी होतं."

"काय?"

"ती हॉस्पिटलमध्ये गेल्याचं तुला ठाऊकच आहे. तो मनुष्यवध होता आणि ती काउंटी केस होती; पण त्यांनी मला दोन बाजूंनी तपास करायला सांगितला. मी तिचं सांगणं ऐकलंय. गाडीच्या इग्निशन स्विचवरची किल्ली घेतल्याचं सांगितलंय तिनं. ती गाडी ज्या गॅरेजमध्ये ओढून नेली, त्या गॅरेजचा मी शोध घेतला. इग्निशन लॉक होतं. साहजिकच, मी तिच्या पर्समध्येही शोधाशोध केली."

"तिच्या नकळत?"

"अर्थातच!"

"पुढे बोल."

"पर्समध्ये किल्ल्यांचा जुडगा होता, त्यात तीन किल्ल्या होत्या. मॅसन, आता पुढे मला हे जाणून घ्यायचंय की, या किल्ल्या तिथे मुद्दाम तर ठेवलेल्या नव्हत्या?"

"तुझं बोलणं कळलं नाही."

"त्या किल्ल्यांविषयी मला जाणून घ्यावसं वाटणं अगदी स्वाभाविक होतं. त्यातली एक किल्ली गाडीच्या इग्निशनसारखी वाटली. म्हटलं, आधी तपासावं

आणि मग प्रश्न विचारावेत. म्हणून तुझी अशील इस्पितळात झोपून होती तेव्हा मी तसं कुलूप बनवणाऱ्या एका कारागिराला बोलावून घेतलं. त्याने सगळी साधनसामग्री बरोबर आणली होती. दरम्यान, नर्सनं तिच्या पर्समधल्या किल्ल्या काढून घेतल्या होत्या. इकडे कारागिराने बनावट चाव्या तयार केल्या. त्यातली एक चावी घेऊन मी गाडीला लावून पाहिली. ती त्या इग्निशनमध्ये बरोबर बसली. इथंपर्यंत ठीक आहे; पण उरलेल्या किल्यांचं काय? त्या कशाच्या आहेत काही लक्षातच येत नव्हतं. का कुणास ठाऊक मॅसन; पण माझा त्या किल्ल्यांवर विश्वास बसला नाही. तज्ज्ञ नाटककाराच्या कुशल कारागिरीसारख्या वाटल्या त्या मला.''

''पुढे?''

''तू सारखं होमनचं नाव घ्यायला लागलास, तसं मी गुपचूप त्याच्या घरी जाऊन आलो. त्या दुसऱ्या दोन किल्ल्या त्याच्या दारांना लावून पाहिल्या, त्या बरोबर बसतात का एवढंच बघायचं होतं मला.''

''या गुप्ततेमागची भव्य कल्पना काय होती?''

''काही नाही, जिल्हा वकिलासाठी तू कुठलं आश्चर्य वाढून ठेवलं आहेस ते पाहायचं होतं मला.''

''लागल्या का त्या किल्ल्या त्याच्या दारांना?''

''दाराला नाही लागल्या; पण त्यातली एक किल्ली त्याच्या होडीची आहे.''

''काय सांगतोस!''

''चकित झालास ना?''

''हो तर! पुढे काय झालं?''

''नाही, पुढे काहीही केलं नाही मी. तू तुझा बॉम्ब कधी फोडतोस याची वाट बघत कोपऱ्यात बसून राहिलो.''

''बरं, मी ऐकतोय.''

''तर ती वेळ आज दुपारनंतर आली.'' ट्रॅगने सांगितलं. ''खरं तर तू या किल्ल्यांभोवती तुझी केस उभी करशील असं वाटलं होतं मला. एवीतेवी त्या मुलीनं त्या किल्ल्यांची नोंद करून त्या पुराव्यादाखल सादर केलेल्याच होत्या. मी विचार केला; तू होमनला विचारशील, 'मि. होमन, ही किल्ली तुमच्या गाडीच्या इग्निशनची आहे का?' होमन ती किल्ली त्याच्या गाडीच्या किल्लीसारखी दिसत असल्याचं अर्थातच मान्य करणार. नंतर तू अगदी सहजपणे विचारणार, त्या बाकीच्या किल्ल्यांविषयी काही माहीत आहे का किंवा त्या ओळखीच्या वाटतात का? यावर तो काहीसं चकित होऊन म्हणणार, यातली एक किल्ली त्याच्या होडीची आहे किंवा म्हणणार, त्या काही ओळखीच्या वाटत नाहीत. मग तू त्यांना त्यांच्याकडच्या किल्ल्या दाखवायला सांगणार, म्हणजे तुला शोध घेता येईल...''

मॅसन खुर्ची मागे ढकलत उभा राहिला. "छे! हे सर्व न करून मी फार मोठी चूकच केली म्हणायची! आता आधी माझ्या अशिलाला शोधतो, तिची फी परत करतो आणि माफी मागतो." त्याच्या आवाजात तिरस्काराची छटा होती.

ट्रॅग त्याचे सूक्ष्म अवलोकन करत होता. "त्या किल्ल्यांसाठी तू होमनकडे पाठपुरावा का केला नाहीस, मॅसन?"

"तेच तर कळत नाही, लेफ्टनंट. मी अगदी वेगळ्याच बाजूने तिथे पोहोचण्याच्या विचारात होतो. ती किल्ली त्यांच्या गाडीच्या इग्निशनची होती हे मला अर्थातच माहीत होतं; पण मी..."

मॅसन बोलायचा थांबला, तसं क्षणभर ट्रॅगने त्याचं निरीक्षण केलं.

"तुझ्या डोक्यात काहीतरी वेगळंच चाललंय, जे तुला पुढे न्यायचंय. असं काहीतरी, ज्याविषयी तू मला बोललेला नाहीस?"

"मग, त्याचं काय?"

"तू जसा त्या किल्ल्यांचा उल्लेख टाळलास, तसा मी विचार केला, काही झालं तरी त्या तिथं मुद्दाम ठेवलेल्या नसणार."

"नव्हत्याच ठेवलेल्या."

"तू त्या ठेवल्या नव्हत्यास?"

"मुळीच नाही. ती तिसरी किल्ली कसली आहे?"

"अजून कळलेलं नाही ते मला."

"ती होमनची नाही?"

"नाही."

"आणि त्या ह्याचं काय..." मॅसन थांबला, तसे ट्रॅगने विचारले.

त्या वकिलानं आपल्या डेस्कमधली एक पेन्सिल उचलली आणि दोन बोटांत धरून डेस्कच्या गुळगुळीत पृष्ठभागावरून मागे-पुढे ओढली.

"गाडी चोरीला गेल्याचं होमनचं म्हणणं खोटं पाडण्याच्या बाजूला चाललाय हा तपास."

"त्यानं ती किल्ली गाडीलाच तर ठेवली नसेल." ट्रॅग म्हणाला.

"त्या त्यांच्या असण्याची शक्यता फार कमी आहे." मॅसनने निदर्शनास आणले. "त्या रिंगमध्ये तीनच किल्ल्या आहेत. त्यातली एक गाडीच्या इग्निशनची आहे. एक होमनच्या होडीची आहे. होमनकडे यापेक्षा नक्कीच जास्त किल्ल्या असणार. घराच्या किल्ल्या, स्टुडिओमधल्या कार्यालयाच्या किल्ल्या."

काही वेळ शांततेत गेल्यावर मॅसनने त्या पोलीस गुप्तहेराला किंचित वाकून अभिवादन केले. "ऑल राइट ट्रॅग, तू जिंकलास." तो ड्रेककडे वळला." पॉल, त्याला मिसेस वॉरफिल्डबद्दल सांग."

"कितपत?"

"सगळं काही."

"आणि या स्पिनीविषयी. मला त्याच्यात रस आहे." ट्रॅग म्हणाला.

"काय काय काम केलंस ते बोलून टाक, पॉल. सुरुवातीपासूनच सुरू कर. टेलिफोन बिलाचं, स्पिनीच्या घेतलेल्या शोधाचं; सगळं सांग." मॅसनने सूचना केली.

ड्रेकने खिशातून एक वही बाहेर काढली. त्यातील नोंदींवरून सगळ्या आठवणींना उजाळा दिला आणि ट्रॅगला संपूर्ण कथानक ऐकवले. त्याचं सांगणं संपताच ट्रॅगने रागारागाने विचारले, "आणि हे सगळं तुम्ही दडपून ठेवत होता?"

"मी सांगितलंच होतं. होमनचा पाठपुरावा करायचा नसेल तर आम्हाला प्रश्न विचारावेच लागतील. आम्ही तुझ्या सगळ्या प्रश्नांची उत्तरे दिली आहेत." मॅसन म्हणाला.

"कधीतरी तुला यापेक्षा बारकाईनं काम करावं लागेल." ट्रॅग ड्रेकला म्हणाला.

ड्रेकने मॅसनकडे पाहिले.

"ड्रेक जेव्हा माझ्या हाताखाली एखाद्या केसवर काम करतो तेव्हा माझ्या सूचनांनुसारच वागतो. या सगळ्याला मी जबाबदार आहे." ट्रॅगने त्याच्याकडे पाहून दात काढले. "ठीक आहे, आपण आता जमिनीवर येऊ या. मला ही खुनाची केस सोडवायची आहे. तुम्हाला गाडी चालवल्याच्या आरोपातून स्टीफन क्लेअरची सुटका हवी आहे. तुम्ही तुमची केस बंद केलेली नाही. तो किल्ल्यांचा जुडगा तुला कामासाठी काही दिशा देऊ शकतो. होमननी मला सांगितलंय की, गाडीबाहेर पडताना ते किल्लीविषयी खूप जागरूक असतात आणि गाडीची किल्ली त्यांच्याकडेच आहे. जो कुणी ती गाडी चालवत होता तो होमनच्या परवानगीशिवाय चालवत होता. हे सिद्ध करण्याचा विचार आहे. ठीक आहे, होमनकडे त्यांची किल्ली आहे. ड्रायव्हरकडे किल्ल्या असणारच. असं असताना, जो इसम गाडी चालवत होता त्याच्याकडे होमनच्या होडीची किल्ली होती, या वस्तुस्थितीचं स्पष्टीकरण होमन कसं बरं देणार?"

मॅसनने जमिनीकडे टक लावलं. त्याचे अंगठे शर्टाच्या बाहीत खुपसले गेले. डोके किंचित पुढे झुकले. तो म्हणाला, "त्यांना ते स्पष्टीकरण द्यावं लागणार नाही. ते देऊच शकणार नाहीत. त्यांना त्यांची साक्ष बदलावी लागेल."

"वेल, माझ्यापुरतं सांगायचं झालं तर तुझ्या अशिलाने गाडी चोरली नव्हती हे मला पटलेलं आहे आणि ती गाडी चालवत नव्हती हेही चांगलंच पटलेलं आहे, मॅसन. वादाचा मुद्दा म्हणून विचारात घेऊ, तो ग्रिली होता. ना ती आधीपासून त्याला ओळखत होती, ना होमनना. तिनं त्या दिवशी सकाळी सॅनफ्रान्सिस्को सोडलं

असणार, यात काही शंका नाही.'' ट्रॅगने स्पष्ट केलं.

''ठीक आहे ट्रॅग. आम्ही सगळे पत्ते उघडे करतो. मंगळवार सकाळपासून, म्हणजे त्या ड्रायव्हरनं ती गाडी शेवटची पाहिली तेव्हापासून ते बुधवारपर्यंत ती गाडी सातशे बत्तीस मैल चालवली गेली होती. आता होमन जर खरं बोलत असतील, तर बुधवारची दुपार ते अपघाताची वेळ म्हणजे रात्री अकराचा सुमार, या दरम्यान ती गाडी सातशे बत्तीस मैल चालवली गेली होती. गृहीत धरू की, ती ताशी साठ मैल वेगानं सतत चालवली गेली, तरी ते सहाशे साठ मैल होतील. हे अगदीच अशक्य आहे.'' मॅसनने मत नोंदवले.

ट्रॅग म्हणाला, ''चालवणं शक्य आहे. ती गाडी तासाला शंभर मैल धावू शकते.''

''गाडी धावेल; पण रस्ते तसं करू देत नाहीत, त्याचं काय?'' मॅसनचा प्रश्न.

''काय म्हणायचंय तुला?''

''तुम्ही किती वेगानं गाडी चालवता याचं काही पडलेलं नाही मला. तुम्ही देशातले सगळ्यात वेगवान रस्ते निवडू शकता आणि अशा रस्त्यानं अकरा तास ड्रायव्हिंग केल्यावर लक्षात येतं की, तुम्ही सहाशे मैलांपेक्षा जास्त अंतर कापू शकला नाहीत. अर्थात एखाद्या सरळ, वेगवान, निर्जन रस्त्यावरून मागे-पुढे चालवून तुम्ही जास्त सरासरी मिळवू शकता; पण असं कुणी करणार नाही. तीन-चारशे मैल सरळ रस्त्याने जाताना उंचसखल भाग, वळणे, आडमार्ग, शहरे, चिंचोळे रस्ते, महामार्गावरचे थांबे या सगळ्यांचा सामना करावा लागतो. सातशे बत्तीस मैल म्हणजे ती गाडी शहरापासून चारशे मैलांवर नेली, माघारी वळवली आणि परत शहराकडे आणली. अपघात लॉस एंजलिसपासून सुमारे साठ मैल अंतरावर झाला.'' मॅसनने सांगितले.

''खरंच खूप इंटरेस्टिंग आहे हे!'' ट्रॅग उद्‌गारला.

''पॉल आणि मी त्या गाडी चालवणाऱ्याचा विचार करत होतो...''

''वादाचा मुद्दा म्हणून ग्राह्य धरू की, तुझी अशील खरं सांगते आहे.'' ट्रॅगने मॅसनला अडवले.

''सरळ आहे ते. जेव्हा जेव्हा मी एखादी केस सुरू करतो तेव्हा मी हे गृहीतच धरलेलं असतं.''

''मी काहीही गृहीत धरू शकत नाही'' ट्रॅगने सांगितले.

''ठीक आहे. वादाचा मुद्दा म्हणून ग्राह्य धरू की, दहाच्या सुमारास हा माणूस बेकर्सफिल्डमधून आला किंवा बेकर्सफिल्ड पार करून गेला. त्यानं डिनर जॅकेट घातलेलं होतं. समारंभाचा पोषाख परिधान करणाऱ्याला नेहमी अशा ठिकाणी जायचं असतं जो कार्यक्रम लवकरात लवकर साडेसात-आठशिवाय सुरू होत नाही. अशा

कार्यक्रमातून त्यानं पावणेदहा वाजता बाहेर पडणं खरं वाटत नाही. हां, आता तो बेकर्सफिल्डमधून आला नसेल तर ही वेळ आपण तासाभरानं कमी करू शकतो. म्हणजे तो साडेआठ-पावणेनऊलाच तिथून निघाला असेल.''

''कुठून?''

''जिथं कुठं तो असेल तिथून. डिनर असेल. नृत्य असेल. नाहीतर आणखी काही.''

''लॉजही असू शकेल.''

''असू शकेल.''

''पण अपघाताच्या रात्री ग्रिली सॅनफ्रान्सिस्कोमध्ये होता.''

''येतोय मी तिथं,'' मॅसन म्हणाला, ''सव्वापाचला ग्रिली सॅनफ्रान्सिस्कोला होता. तिथे जाताना त्यानं बरोबर करड्या रंगाचा डबल ब्रेस्टेड बिझनेस सूट नेला होता, समारंभाचा सूट नेला नव्हता. त्या रात्री दहा वाजता समारंभाचा सूट परिधान करून तो बेकर्सफिल्डमध्ये होता.''

''याचा अर्थ काय घ्यायचा?''

''अंदाजे पावणेपाच तासांत सॅनफ्रान्सिस्को ते बेकर्सफिल्ड हा प्रवास करणं शक्यच नाही त्याला.''

''अचूक सांगतोयस अगदी. बोलत राहा.''

''त्या वेळी त्यानं करड्या रंगाचा सूट घातला असेल तर विमानात बसणं, कुणाशी तरी भेटण्याची जागा ठरवणं, तिथून गाडी घेणं, सूट बदलून समारंभाचा सूट घालणं आणि इतकं सगळं करून रात्री दहा वाजता बेकर्सफिल्डमध्ये हजर राहणं अशक्य आहे त्याला.'' मॅसनने निरीक्षण नोंदवलं.

''ठीक आहे. थोड्या वेळासाठी आपण सगळं बाजूला ठेवू. त्यानं असं केलं असेल असं समजू, पण याच्या पुढचं ऐकायचंय मला.''

''आता पाच वाजता त्यानं समारंभाचा सूट घातला असेल का, या प्रश्नापाशी येतो आपण. ज्या अर्थी त्यानं समारंभाचा सूट बरोबर नेला नव्हता, त्या अर्थी तो दुसऱ्याच कुणाचा तरी असला पाहिजे. त्यानं तो भाड्यानं घेतला असावा किंवा सॅनफ्रान्सिस्कोमध्ये एखादा ठेवला असावा अशीही एक शक्यता आहे; पण संध्याकाळी सव्वापाच वाजता, समारंभाचा सूट घालून तो सदर्न पॅसिफिक डेपोवर का गेला होता? डिनर जॅकेट घालण्यासाठी ही वेळ अगदीच लवकरची वाटते.''

''किती तर्कनिष्ठ बोलतोस तू!''

''चोवीस तासांपूर्वीच त्यानं समारंभाचा सूट घातला असणार.'' मॅसनने जाहीर केलं. ''दुसऱ्या शब्दांत एखाद्या समारंभाला जाण्यासाठी त्यानं आदल्या रात्री तो सूट घातला, कुठल्याशा कारणानं एकाएकी त्याला दुसऱ्या ठिकाणी जावं लागलं,

जाण्यापूर्वी अगदी कपडे बदलायलाही वेळ मिळाला नाही.''

''सॅनफ्रान्सिस्को सोडल्यानंतर ग्रिलीला कपडे बदलायला वेळ मिळाला नसेल तर त्यानं त्या आधीच तो सूट घातला असणार.''

ट्रॅग विचारात गढून गेला. त्याच्या कपाळावर आठ्या पडल्या. ''एक मिनिटभर काही बोलू नकोस. यावर विचार करू दे मला.''

खुर्चीत बसल्या बसल्या त्यानं आपली स्थिती बदलली. सीटच्या एका टोकाला थोडं पुढे झुकून बसला. दोन गुडघ्यांत अंतर घेतलं. दोन्ही कोपरं गुडघ्यांवर टेकवली, हनुवटी दोन्ही हातांमध्ये धरली आणि कार्पेटकडे नजर लावली.

अचानक तो ताठ झाला. ''मॅसन, तुझ्याकडे गुप्तहेर असणारच. बरोबर आहे तुझं.''

''अर्थातच, सामान्य परिस्थितीत एखाद्याचा मागोवा घेणं कठीण आहे; पण दिवसाढवळ्या समारंभाचा पोषाख घालणारा सहज उठून दिसतो'' मॅसनने उत्तर दिले.

''मॅसन, मला थोडे कागद दे.'' ट्रॅगने आज्ञा केली. त्याने आपल्या खिशातून झटकन पेन्सिल बाहेर काढली, मॅसनने दिलेले पॅड गुडघ्यावर ठेवले आणि भराभर नोंदी करू लागला. ''आपण सॅनफ्रान्सिस्कोमध्ये स्पिनीचा शोध घेऊ या. त्यानंतर, समारंभाचा पोषाख करून कुणी गाडीत गॅस भरण्यासाठी आला होता का, यासाठी सगळ्या सर्व्हिस स्टेशन्सच्या चौकशीला लागू या. त्या खोऱ्यातल्या रस्त्यावरच्या सगळ्या स्टेशन्सची चौकशी करू या. शिवाय बुधवारी रात्री सॅनफ्रान्सिस्कोहून निघणाऱ्या विमानात समारंभाचा सूट घालून कुणी प्रवासी बसला होता का, याची चौकशी एअरलाइन्सकडे करू या.''

''ही चौकशी करताना मंगळवारच्या रात्रीची आणि बुधवारच्या पहाटेचीही चौकशी करा.'' मॅसनने सूचना दिली.

ट्रॅग लिहिता लिहिता थांबला. ''हे काही कळलं नाही मला.''

''अशीही एक बाजू आहे. प्रयत्न तर करून बघू. मंगळवारी दिवसभर आणि बुधवारी रात्री त्यानं समारंभाचा सूट घातला असावा हे तू ओळखलं आहेस, कारण त्याचा करड्या रंगाचा डबल ब्रेस्टेड सूट होमनच्या घरी राहिला असावा.''

''का, असा का विचार करतो आहेस तू?''

''घरातून बाहेर पडला तेव्हा त्यानं करडा सूट घातला होता. रिज रोडवर असताना त्याच्या अंगावर समारंभाचा सूट होता. घरी आला, तेव्हा काही त्यानं असा सूट घातला नसल्याचं त्याची बायको सांगतेय. तरीही होमनच्या गाडीतून रीज रोडवर येताना त्याच्या बरोबर काहीही सामान नव्हतं.''

''वेल, या बाबतीत फार काही सांगू शकत नाही; पण ही एक बाजू आहे. ठीक आहे, मी आता मुख्यालयाला फोन लावतो.''

“डेला स्ट्रीटच्या कार्यालयातला फोन वापरू शकतोस तू.” मॅसनने सुचवले.

“मला यावर तत्काळ कारवाई करायची आहे” ट्रॅग म्हणाला.

“पण तुझी ही घाई आम्हाला नडेल.”

मॅसन आणि ड्रेक सिगारेट ओढत ट्रॅगचे बोलणे लक्षपूर्वक ऐकू लागले. डेला स्ट्रीटच्या कार्यालयातून मुख्यालयाला फोन लावून त्याने शोध घेण्याच्या, स्टेट हायवे पोलिसांकडे चौकशी करण्याच्या आणि विमानतळावर काय घडले याची सॅनफ्रान्सिस्को पोलिसांकडून शहानिशा करून घेण्याच्या सूचना दिल्या.

“बाहेर पडून काही खाऊन घेण्याचा विचार कसा वाटतो?” डेलाच्या कार्यालयातून परतलेल्या ट्रॅगने विचारले.

“आम्ही डेला स्ट्रीटसाठी थांबलोय. होमनची माहिती मिळवायला ती हॉलिवूडला गेली आहे” मॅसनने सांगितले.

“तिच्यासाठी काही निरोप ठेवता येणार नाही का?”

“ठेवता येईल; पण मी जरा वाट बघतोय; एवढ्यात फोन येईलच तिचा.”

“मला सगळे रिपोर्ट मिळून कामाला लागायला तासभर तरी लागेल. या मधल्या वेळात खाऊन घेतलेलं चांगलं. नंतर कामात अडकून पडू आपण.” ट्रॅग म्हणाला.

“तुम्ही सगळेजण जा, मी थांबतो,” मॅसनने सुचवले.

“पटकन काउंटरवर जाऊन हॅंबर्गर सॅंडविच घ्यावं म्हणतोय मी. मला...”

मॅसनच्या डेस्कवरचा फोन वाजला.

मॅसनने रिसीव्हर उचलला. “हॅलो.” पलीकडून सुटकेचा नि:श्वास टाकल्यासारखा एका स्त्रीचा आवाज आला. “मि. मॅसन, तुम्ही कार्यालयातच सापडलात हे पाहून फारच आनंद झाला. ताबडतोब भेटायचंय तुम्हाला.”

“कोण बोलतंय?”

“मिसेस ग्रिली.”

“काय झालंय?” मॅसनने विचारलं. “नाही, एक मिनिट थांबा. होल्ड करा थोडं.”

रिसीव्हरवर हात धरून त्याने ट्रॅगला सांगितलं, “मिसेस ग्रिली आहे फोनवर, तिला काहीतरी सांगायचंय मला. बरीच उत्तेजित झाली आहे. तू ते एक्सटेंशनवर ऐकलेलं बरं पडेल- वेळ पडलीच तर...”

“कुठाय?” ट्रॅगने विचारलं.

“डेला स्ट्रीटच्या कार्यालयात जा आणि डाव्या हाताचं बटण दाब...”

“मी दाखवतो त्याला...” पॉल म्हणाला.

ट्रॅग वायर प्लगमध्ये घालेपर्यंत थांबून मॅसन म्हणाला, “येस, मिसेस ग्रिली?”

“आता कसला ‘क्लिक’ आवाज झाला? दुसरं कुणीतरी...”

“दुसरा फोन वापरलेलाच बरं, असं वाटलं मला. माझ्या कार्यालयात काहीजण होते. काय म्हणत होता?”

“मि. मॅसन, मला भीती वाटतेय- म्हणजे, काही कळत नाही मला... मला तुम्हाला काहीतरी विचारायचंय.”

“काय?”

“मला खूप अपराधी वाटतंय.”

“का?”

“त्या तरुणीवर माझ्याकडून अन्याय झाल्यासारखं वाटतंय.” तिने सांगितलं.

“कसला अन्याय?”

“मी... वेल, माझ्या भावना कदाचित समजतील तुम्हाला. मी आणि माझा नवरा एकमेकांच्या खूप जवळ होतो. मी... मला अगदी एकाकी आणि सर्वस्व गमावल्यासारखं वाटत होतं. आज रात्री मला वाटलं, काहीतरी केलंच पाहिजे. कुणाला तरी देण्यासाठी मी नवऱ्याचे कपडे गोळा करू लागले. त्याच्या खोलीत जाणं, कपाटातले त्याचे कपडे आणि सगळ्या वस्तू बघणं मला अगदी असह्य झालं होतं. आणि...”

“आणि काय, बोला...”

“काहीतरी घडलं आणि मी... वेल, मला काहीतरी सापडलं.”

“काय म्हणायचंय तुम्हाला?” मॅसनने विचारलं.

“मी... वेल, मि. मॅसन, माझ्या नवऱ्याच्या एका शर्टावर लिपस्टिकची एक लांबलचक रेघ उठली होती. शिवाय स्त्रीच्या ओठांचा शिक्काही उमटलाय. मी...”

“तुम्ही आता कुठे आहात?” मॅसनने विचारले.

“माझ्या फ्लॅटवर.”

“हा शर्ट किती वेळापूर्वी सापडला तुम्हाला?”

“का- अगदी काही मिनिटांपूर्वीच. पाचेक मिनिटं झाली असतील. त्यानं लाँड्रीत पाठवण्यासाठी कपडे ठेवले होते, त्या बॅगेत सापडला तो. माझा नवरा ती गाडी चालवत असेल असं नाही वाटत मला, पण... काय सांगू मि. मॅसन, मला कुणावर अन्याय करायचा नाही. त्या तरुणीला मी चुकीच्या जागी ठेवू शकत नाही. म्हटलं, हे तुम्हाला कळलंच पाहिजे.”

“मलाही तो शर्ट ताबडतोब बघायला फारच आवडेल, मिसेस ग्रिली. येऊ मी आत्ता?” मॅसनने विचारले.

“उद्यापर्यंत थांबू नाही शकणार?”

“नाही. आत्ताच्या आत्ता बघायचाय तो मला- जसा तुम्हाला सापडला तसा.”

“वेल. मी... सांगते हं मी आता काय करते ते. तुम्ही कार्यालयात आणखी

काही वेळ थांबणार असाल तर मीच डिनरसाठी येते आणि येताना तो शर्टही आणते.''

''ठीक आहे. आणखी एक काम होतं तुमच्याकडे'' मॅसनने सांगितले.

''बरं, काय काम आहे?''

''कपाटातले तुमच्या नवऱ्याचे सगळेच्या सगळे कपडे एकदा नजरेखालून घाला. त्याचा समारंभाचा सूट शोधून काढा आणि तोही बरोबर घेऊन या.''

''मी तुम्हाला तेच विचारणार होते, मि. मॅसन. म्हणजे तुम्हाला तो हवाय का, हेच.''

''हो, हवाय.''

''मला तयार व्हायला अर्धा तास तरी लागेल. तोपर्यंत तुम्ही तिथे असाल?''

''हो, हो. इथेच असेन मी.''

''नाहीतर उगाचच माझी खेप व्हायची...''

''असणार आहे मी इथं.''

''छान झालं, मि. मॅसन.''

लाइनच्या दुसऱ्या टोकाला रिसीव्हर ठेवल्याचा आवाज झाला. फोन ठेवून मॅसन डेला स्ट्रीटच्या कार्यालयात गेला. टेलिफोनकडे रोखून पाहात ट्रॅग अद्याप डेलाच्या डेस्कवरच बसून राहिला होता.

''काय मग?'' मॅसनने विचारले.

''तुझी केस आहे ही. उद्या तिला साक्षीदाराच्या स्टँडमध्ये बोलावून घे आणि तुझ्या अशिलाला हवेसारखे मुक्त कर.'' ट्रॅग उत्तरादाखल म्हणाला.

''माझ्या खांद्यावरचा भार हलका झाला. तुला काय वाटतं?'' मॅसनने विचारलं.

''गंडल्यासारखं वाटतं मला.'' ट्रॅगचे उत्तर.

''ते का?''

''कारण ग्रिलीनं होमनची गाडी चोरली असेल असं नाही वाटत मला. ग्रिली होमनची गाडी चालवत असेल तर तो ती त्याच्या परवानगीनेच चालवत होता. म्हणजे मला होमनचा पाठपुरावा करावाच लागेल. याचा अर्थ काय होतो हे तू जाणतोसच.''

''तुझी बाजू मांडण्याइतपत पुरावा तुझ्याकडे नक्कीच आहे...''

''माझी बाजू मांडण्याचा हा प्रश्नच नाही, मॅसन. असं बघ, या केसमध्ये बकरा बनायला तुला कसं वाटेल?''

''पोलीस खात्याला हस्तकाची गरज असते तेव्हा ते नक्कीच मदचीचा हात देतात'' मॅसन म्हणाला.

''काय रे बाबा तू! लक्षात ठेव, त्या किल्ल्या मीच आणून दिल्यात तुला.''

''हं, ते काम केलं आहेस तू. बदल्यात माझ्याकडून काय हवंय?''

"होमनला उद्या पुन्हा एकदा स्टँडवर बोलावून घे. हा शर्टाचा पुरावा सादर कर आणि त्याचा पिच्छा पुरव. उलटतपासणीचा पाया म्हणून या किल्ल्यांचा वापर कर. त्याला पुरतं बोलतं कर. त्याच्या बोलण्यात काही विसंगती आढळते का ते पाहा, आणि तशी ती आढळली की, लगेच जाम कर त्याला."

"तसं ठीक वाटतंय हे, पण थोडा विचार करावा लागेल मला." मॅसनने सांगितले.

"बरं, आता मी निघतो आणि सँडविच पदरात पाडून घेतो बाबा, मॅसन. तोपर्यंत विचार कर तू. ड्रेक, तू काय करतोस? येतोस माझ्याबरोबर?" ट्रॅगने विचारले.

ड्रेकने दात दाखवले. "ट्रॅग, तू महान आहेस- कधीकधी; पण मी नृत्य नाही करू शकत तुझ्यासोबत."

"काहीतरीच काय बडबडतोस?"

"डेला स्ट्रीट परत येणाराय आणि मग मॅसन आम्हाला डिनरला नेणाराय." ड्रेकने सांगितले.

ट्रॅग हसला. "हुशार आहेस."

"तशी खात्री नाही बरं का पॉल. गोष्टी अशा घडताहेत की, रात्र फारच कामात जाणार असं दिसतंय. फार तर हॉट डॉग मागवू शकू आणि तेवढं मिळालं तरी स्वत:ला भाग्यवान समजावं लागेल." मॅसन म्हणाला.

"चालेल मला, थांबेन मी" पॉलने तयारी दाखवली.

हॅट उचलून ट्रॅग दरवाज्याकडे निघाला. "चांगलं असेल तर मी माझ्यासाठी सँडविच मागवणार आहे. तुझ्यावर दबाव टाकण्याची भावना अप्रियच आहे मला; पण पोलीस खात्याला तू ब्रेक द्यावास ही कल्पना तशी वाईट नाही. तुलाही त्याची गरज पडेल आज ना उद्या."

"ठीक आहे. माझ्या अशिलाच्या हितसंबंधांना बाधा येणार नसेल तर मदत करेन मी तुला" मॅसनने स्पष्ट केले.

"बाधा कसली? ती आता यातून बाहेर पडली आहे. मिसेस ग्रिलीला तू जिल्हा वकिलाकडे पाठवायचा अवकाश, तो तिची गच्छंती करेल. तुलाही ठाऊक आहे हे" ट्रॅग म्हणाला.

"सांगितलं ना मी विचार करीन, ट्रॅग. तसं ठीक वाटतंय; पण दोन गोष्टींचा वेध घ्यावा लागेल मला."

"ठीक आहे. भेटू विसेक मिनिटांत."

ट्रॅग निघून गेला. दाराचं लॅच खटकन बंद होताच पॉल ड्रेक मॅसनकडे वळला. "ही संधी साधायची का, पेरी?"

"हरकत नाही काही; पण आपण फार उत्सुक आहोत असं दाखवायचं नव्हतं मला. ट्रॅगला असं वाटू नये की, त्याला हवं तेव्हा तो मला शर्यतीच्या घोड्यासारखं वापरेल आणि मी त्याच्यासाठी माझी सगळी शक्ती पणाला लावेन."

"पण या एका गोष्टीमुळे तू तुझ्या अशिलाला संकटातून बाहेर काढू शकतोस."

"पॉल, वस्तुस्थिती अशी आहे की, मी ट्रॅगच्या सांगण्याबरहुकूम वागणार आहे, तसंही- त्यानं सुचवो की न सुचवो; फक्त गाठीशी पैसा आहे एवढ्या कारणानं कुणी स्वत:चा बचाव करण्यासाठी लिफ्ट मागणाऱ्याला वेठीला धरावं, हे पटत नाही मला."

"पण होमन हे का करतोय? फक्त नागरी जबाबदारीचे काही हजार डॉलर्स टाळण्यासाठी? तुला असं वाटतं, त्याच्यासारखं स्थान असणाऱ्याने आणि त्याच्यासारखी संसाधने असणाऱ्याने..."

"कंपूवर शॅंपेनसाठी उधळायला पैसा आहे याच्याकडे" मॅसनने त्याला मध्येच टोकले. "एखाद्या पार्टीसाठी ताजुआना किंवा पाम स्प्रिंगमध्ये खिसा रिकामा करेल; पण अशी वेळ येताच पैसा झाडाच्या सालीसारखा त्याच्या खिशाला धरून ठेवतो."

"तो..."

टेलिफोन वाजतो.

"हॉर्टीनं फोन केला असेल परत... हॅलो" मॅसनने प्रत्युत्तर दिले.

हॉर्टन्स झिकोस्कीचा स्वर कर्कश आणि तारसप्तकात लागला होता." कोण, मि. मॅसन का?"

"हो"

"मी हॉर्टी बोलतेय. थोडा वेळ आहे का?"

"आहे, आहे."

"ऐक ना, तू आत्ताच्या आत्ता इकडे येऊ शकतोस का? इकडे- जाऊ दे. ते मी फोनवर नाही सांगू शकत."

"मला नाही वाटत, मला येता येईल." मॅसन म्हणाला. "स्टीफन क्लेअरवरचा डाग काढून टाकेल असा पुरावा घेऊन एक बाई यायच्या आहेत कार्यालयात. त्यांची वाट बघतोय मी. मी..."

"ऐक तरी, कृपया इकडं येता नाही का येणार? अत्यंत महत्त्वाचं आहे हे."

"कुठे?"

"ॲडिरोडॅक हॉटेल, खोली क्रमांक पाचशे अठ्ठावीस. लगेच आलास तर खूप मदत होईल."

"इथून बाहेर पडलो तर बरीच किंमत मोजावी लागेल. काय आहे ते थोडक्यात सांगू नाही का शकणार?" मॅसनने विचारले.

"मी... नाही. तुला यावंच लागेल, ताबडतोब."

"लॉबीत थांब, येतोच मी" त्याने सांगितले.

"नाही, मॅसन. खोलीतच यावं लागेल तुला. तेच चांगलं होईल."

"ठीक आहे."

मॅसनने रिसीव्हर दाणकन आदळला.

"कोण आहे?" ड्रेकने विचारले.

"हॉर्टन्स. काहीतरी घडलंय, जे फार महत्त्वाचं आहे. दुसरं कुणी असतं तर मी गेलो नसतो; पण त्या तरुणीकडं आगळावेगळा आणि अमूल्य ठेवा आहे- चाणाक्ष बुद्धी."

ड्रेकने मान डोलवली.

पटापट चार ढांगा टाकत मॅसन कपाटापाशी आला. हँगरवरचा कोट ओढून घेतला. कसाबसा अंगावर चढवला आणि हॅट घातली. "पॉल, ऐक. कार्यालयाची जबाबदारी आता तुझ्यावर आहे. मिसेस ग्रिली इथं यायच्या आत मी परत येईन. ट्रॅग कदाचित तिच्या आधी येईल. त्याला सांग, त्याला मदत करायला तयार होण्यापूर्वी मला स्टीफन क्लेअरशी बोलून तिची परवानगी घ्यावी लागेल. हा तत्वाचा भाग आहे म्हणावं, माझी व्यावसायिक नीतिमत्ता आहे ही."

"तू तिला भेटायला गेल्याचं सांगू का?"

"हं, सांग."

"तू तिला फोन केलास आणि सगळं सांगण्याचा प्रयत्न केलास; पण तिला ते समजू शकलं नाही; म्हणून तिला भेटायला जावंच लागलं तुला असं त्याला सांगितलं तर थोडं जास्तच नाही ना वाटायचं?"

"नाही वाटायचं. तू तुझा ठोकताळा जमव. फार वाचावीर बनू नकोस, वस्तुस्थितीला धरून बोल. चल, निघतो मी.."

कार्यालयीन इमारतीसमोरच्या थांब्यावरच्या टॅक्सीत मॅसन घाईघाईने बसला. "ॲडिरोडॅक हॉटेल. सैतानासारखी चालव टॅक्सी." त्याने सांगितले.

"पाच मिनिटांत नेतो."

"चार मिनिटांत जमतंय का बघ. रस्त्याच्या पलीकडे घे म्हणजे तेवढा वेळ वाचेल माझा."

टॅक्सी भरधाव वेगाने रस्ता कापू लागली. टॅक्सीतील उशांवर रेलून निवांत न बसता, मॅसन सीटच्या अगदी टोकाशी, दाराच्या हँडलला धरून, वेगाने मागे पडणाऱ्या रहदारीचे निरीक्षण करत सावधपणे बसला.

एक गल्ली ओलांडून गेल्यावर रिमझिम पावसाला सुरुवात झाली. ड्रायव्हरने हॉटेलच्या समोर; पण रस्त्याच्या बरोबर विरुद्ध बाजूला टॅक्सी थांबवली तेव्हा

पावसाने चांगलाच जोर धरला होता.

“धावत रस्ता पार केलात, तर संपूर्ण मिनिट वाचेल, कॅप्टन. मला वळसा घालून जावं लागेल.”

मॅसनने धाडकन दार उघडले.

“थांबू का मी इथंच?”

“चालेल.”

“ठीक आहे, हॉटेलच्या बरोबर समोर येऊन थांबतो. तयारीत राहतो.”

मॅसनने धावतपळत ओला रस्ता पार केला. हॉटेलमध्ये पोहोचताच लगबगीने लॉबी पार करून, तो लिफ्टमध्ये शिरला. ‘पाचवा मजला’ असे सांगून, पाचवा मजला येताच चपळाईने लिफ्टबाहेर पडला. लिफ्टमनने साशंकतेने त्याच्याकडे पाहिले. मॅसनने रजिस्टरमध्ये नोंद केली होती की केवळ पाहुणा होता याची बहुधा तो खात्री करून घेत असावा. त्या वकिलाने जराही न संकोचता डावीकडे वळण घेतले आणि आत्मविश्वासाने कॉरिडॉरमधून पावले टाकू लागला.

लिफ्ट लॉबीत परत जाईपर्यंत थांबून, तो दारावरील क्रमांक वाचू लागला. आपण चुकीच्या दिशेने जात असल्याचे त्याच्या लक्षात आले. पावले माघारी वळवून त्याने लिफ्टचा गडद रंगाचा शाफ्ट मागे टाकला. पाचशे अठ्ठावीस क्रमांकाची खोली शोधून दरवाजा ठोठावला.

एका स्त्रीचा मृदू आवाजातला प्रश्न आला, “कोण आहे?”

“मॅसन.”

खोलीचे दार उघडले. “ये, आत ये.” हॉर्टन्स झिकोस्कीने त्याचे स्वागत केले. मेक-अपमुळे तिचा चेहरा तेजस्वी दिसत होता. गालांवर रुजचा ताजेपणा, ओठांवरची लालभडक लिपस्टिक त्वचेच्या पोताला मागे टाकून झळाळत होती. काही ठिकाणची त्वचा झाकण्यात मेक-अप अयशस्वी ठरला होता.

“काय झालंय?” मॅसनने विचारले. बेडरूम पार करून तिने एका दाराच्या मुठीवर हात ठेवला, परत काढून घेतला. “तूच कर हे काम.”

मॅसनने अधीरपणाने दार झटकन उघडले अन् आतल्या दृश्याकडे डोळे फाडून बघत राहिला.

बाथरूमच्या फरशीवर एक उशी उसवून पसरली होती. उशीच्या अंतर्भागातून उधळलेली शुभ्र हलकी पिसे बाथरूमभर आणि आतील मृतदेहावर पसरली होती. मृतदेह बाथटबवर तोललेल्या अवस्थेत होता. त्याचे डोके खाली झुकलेले, हात फैलावलेले होते. डोक्याच्या मागच्या बाजूला, मेंदूच्या तळाशी जखम दिसत होती. तिथून निघालेले लालभडक रक्ताचे प्रवाह मानेच्या, जबड्याच्या बाजूने ओघळत बाथटबमध्ये ठिबकत होते. खोलीभर धूरविरहित पावडरचा जळकट, हलका जहाल

दर्प भरून राहिला होता. छोट्या कॅलीबरच्या स्वयंचलित पिस्तुलातून बाहेर पडलेले कार्टेज एके ठिकाणी चमकत होते. नव्यानेच सोन्याचा मुलामा दिला असावा इतके त्याचे पिवळेपण लखलखीत होते.

"माफ कर मला. पाहिलंस नं इथे कसं आहे ते. फोनवर सांगू नाही शकले तुला. खरं सांगते मॅसन, मी आतून ढवळून निघालेय. इथंच थांबले तर काही खरं नाही माझं." हॉर्टी म्हणाली.

मॅसनने डौलदार अधिकारवाणीने सांगितले, "आधी बाहेर पड त्यातून." पुढे होत खाली झुकून त्याने बुटेलचे छिद्र न्याहाळले. त्वचेवर पावडरचे छोटे डाग पडले होते. जमिनीवरील उशीवरच्या निशाण्याभोवतालचा रंग जळल्याने निस्तेज झाला होता.

आणखी पुढे झुकून मॅसनने त्या इसमाचे मनगट धरले.

"ठार मेलाय तो" हॉर्टन्स म्हणाली.

त्याने त्या इसमाचे डोके वळवले. तो टॅनर होता, गाडीचा ड्रायव्हर.

मॅसनचे पाऊल मागे पडले. "हे कसे काय घडले?" त्याने विचारले.

"आपण इथून बाहेर जाऊ या... ठिकाय... आम्हाला खूप छान वाटू लागलं होतं. भला माणूस होता तो. त्याला काहीतरी माहीत होतं. तो होमनवर चिडलेला होता. त्यावरून मी त्याला छेडलं. हा खेळ कसा असतो, माहीतच आहे तुला. काही वेळानं तो सूचक अंगविक्षेप करू लागला."

"मग काय केलंस तू?" मॅसनने विचारलं.

"मी काय करणार होते असं वाटतं तुला? त्याला बाहेर घेऊन जाईन, खेळवीन आणि भलतंसलतं वागू लागला की, चपराक ठेवून देईन असं वाटलं की काय? माझं तसं नाही. मी माझ्या पद्धतीनं वागते. मी त्याला नुसतीच छेडत होते."

"बरं, ठीक आहे." मॅसनने मनगटी घड्याळावर नजर टाकली. "आता मुद्द्यावर येऊ. घडलं कसं हे सगळं?"

"ते माहीत असतं तर कशाला..."

"बरं, आता मला पोलिसांना बोलवावंच लागेल, तेव्हा इथली वस्तुस्थिती जाणून घेऊ. तुला माहीत असलेलं सांगून टाक. काहीही विधानं करू नकोस म्हणजे बघ, मी याला कसं वळण देतो ते."

"हो. खूप आनंदात होता टॅनर. मी त्याला मोकळं, आनंदी करण्याच्या प्रयत्नात होते आणि कदाचित इथंच माझ्याकडून अति झालं असावं. स्टीफनला मदत करून तो होमनला कसा शह देऊ शकतो यावर बोलतं ठेवलं होतं मी त्याला. सुरुवातीला ओठ घट्ट बंद केले होते; पण नंतर उघडले एकदाचे. त्याला माहीत असलेलं सांगायच्या भरात येऊ लागला. तसं म्हटलं जिथून मी भराभर हालचाली करू शकते अशा ठिकाणी घेऊन जावं त्याला."

"त्याला स्टीफनला भेटवणार होतीस का?"

"नाही, तिच्या काकांना. विचार केला एक पुरुषच..."

"समजू शकतो मी. पुढे काय झालं?"

"एकदाचे ॲडिरोडॅक बारमध्ये पोहोचेपर्यंत मी त्याला त्याच दिशेने नेत होते. आणि नंतर-नंतर लक्षात आलं, माझा हिशेब चुकला होता. त्यानं जरा जास्तच ढोसली; पण काही खरी माहिती देण्यासाठी तिथून यायला तयार होता तो. मॅसन, आता मात्र पंचाइत झाली, काय करावं तेच कळेना. अशा परिस्थितीत सापडलेल्या मुलीला वेगानं विचार करावाच लागतो. मी त्याला मिनिटभर थांबायला सांगितलं आणि जाऊन स्टीफनच्या खोलीचा क्रमांक फिरवला. ती नव्हती खोलीत. मग तिच्या काकांना फोन केला. उत्तर नाही. मला त्याला माझ्या हातातून निसटू द्यायचं नव्हतं. तेव्हा म्हटलं, त्याला काकांच्या खोलीत न्यावं आणि त्याला बरं वाटण्याची आणि काकांच्या येण्याची वाट बघावी."

"हे सगळं कसं जमवलंस मग?"

"मला खात्री होती. मी अगदी धिटाईनं डेस्कवर गेले आणि पाचशे अठ्ठावीस क्रमांकाची किल्ली मागितली. ती त्यांचीच खोली असल्याचं माहीत होतं मला. तिथला कारकून कुणाशी तरी बोलण्यात मग्न होता. त्यानं की-बोर्डवरून किल्ली उचलली आणि काउंटरवर टेकवली. परत जाऊन मी टॅनरला घेतलं आणि त्याला घेऊन त्या खोलीत गेले. अगदी त्याच वेळी त्याला मळमळू लागलं आणि त्यानं बाथरूमकडे धाव घेतली. स्टीफन कुठे भेटेल याचा अंदाज लागेना; तसं विचार केला. तुलाच फोन केलेला बरा. म्हणजे इथं घडलेला प्रकार सांगता येईल. म्हटलं, मि. ओल्गर कुठे आहेत हे माहीत आहे का विचारावं किंवा तू येऊन त्याच्याशी बोलतोस का तेही विचारावं. तुला त्रास द्यायचा नव्हता मला, पण..."

"असू दे. पुढे बोल."

"या हॉटेलच्या बेडरूमचं कसं असतं माहीत आहे नं? बाथरूममध्ये असलं तरी बाहेरचा माणूस फोनवर काय बोलतोय ते ऐकता येतं. एकतर दारं अगदी पातळ असतात आणि फोनही बेडच्या डोक्याशी असतो. बाथरूमच्या दाराच्या अगदी जवळ. अर्नेस्टला बाथरूममध्ये बराच वेळ लागेल असं वाटलं मला. नीट काही विचारच करता येत नव्हता. हाताशी वेळ अगदी थोडासाच. लॉबीमधल्या बूथमध्ये फोन असल्याचं लक्षात आलं माझ्या. मी लिफ्टकडं धाव घेतली, खाली लॉबीत गेले आणि तुझ्या कार्यालयात फोन लावला. फोन बिझी लागला. अर्नेस्ट माझ्या मागोमाग बाहेर पडला नसल्याची खात्री करून घेण्यासाठी परत एकदा खोलीत आले. कॉरिडॉरमध्ये येऊन पाहते तर काय, खोलीचं दार किंचित उघडं होतं..."

"जाताना तू लॉक केलं होतंस?"

"नाही, नव्हतं केलं. नुसतं ओढून घेतलं होतं."

मॅसनने खाली जाणारं बटण दाबलं आणि क्षणार्धात लिफ्ट येऊन थांबली. ऑपरेटर तोच होता ज्यानं मॅसनला पाचव्या मजल्यावर आणलं होतं. त्यानं दोघांकडे सहजपणे पाहिलं, दरवाजा लावून घेतला आणि लिफ्ट खालच्या लॉबीत आणली.

"माझा हात धर. कारकुनाकडं पाहू नकोस. तू काही माहिती विचारायला चालली आहेस असं वाटू शकेल त्याला. डेस्कच्या बाजूनं चालत राहा आणि किल्ली अगदी अलगद डेस्कवर ठेव म्हणजे काही आवाज होणार नाही. तयार? चल तर मग" मॅसनने तिला भराभर सूचना दिल्या.

"आता पुढे काय?" तिने विचारलं.

"बाहेर मी एक टॅक्सी थांबवली आहे. ड्रायव्हर वाटच बघतोय. त्याचं लक्ष असेल माझ्यावर. त्यानं तुला माझ्यासोबत पाहावं असं वाटत नाही मला. मी गेल्यानंतर काही मिनिटांनी बाहेर पड आणि कोपऱ्यापर्यंत चालत जा. काही गल्ल्यांसाठी स्ट्रीट कार घे, मग बाहेर पड आणि टॅक्सी करून घरी जा." मॅसनने सांगितलं.

"स्ट्रीट कारनंच घरापर्यंत गेलं तर नाही का चालायचं?"

"टॅक्सीनं त्यापेक्षा लवकर पोहोचशील घरी. टॅक्सीनं घरी जाण्यासाठी इझी मनीचा वापर कर. लक्षात येतंय का? हा माणूस अपमानित होऊन तुझ्या अंगचटीला येऊ लागला, तसं त्याला रामराम ठोकून टॅक्सीतून तू घरी निघून गेलीस."

"स्ट्रीट कारमधून का नाही?"

"स्ट्रीट कारमधून तो तुझा पाठलाग करू शकला असता. तू पळत बाहेर आलीस आणि टॅक्सी पकडलीस. एखाद्या बारसमोरची टॅक्सी घे. अगदी गडबडीत असल्यासारखी बाहेर ये, टॅक्सीत उडी मार आणि पत्ता दे. कळलं?"

"कळलं, कळलं."

"पैसे आहेत का?"

"आहेत थोडेसे."

मॅसननं एक बंडल तिच्या हातात कोंबलं. "ठेव हे. आणखी पैसे मिळतील तुला. डोकं शांत ठेव. घरी गेल्यावर कपभर कडक कॉफी घेऊन टवटवीत हो. आता या क्षणापासून डोक्यावरचं ओझं खाली उतरव."

मॅसनच्या हाताला तिच्या हाताचा दबाव जाणवला. "खरंच, तू फार मोठा आहेस." कृतज्ञतेनं ती कुजबुजली.

"खून होण्याची अशी वेळ क्वचितच येते- आणि स्टीफनला यापासून दूर ठेवण्याचा हा एकमेव मार्ग आहे. ग्रिलीचा खून ही वेगळी गोष्ट होती- पण हे म्हणजे- तिच्या हॉटेलच्या खोलीतच- नाही, सगळे दुवे मिटेपर्यंत आपण सगळेच

त्यांच्या निशाण्यावर असू- पण काही झालं तरी मी हे शेवटाला नेणारच; तेव्हा आता डोकं ठिकाणावर ठेव आणि माझ्या वाटेत येऊ नकोस.''

''नाही येणार.''

लॉबीतून शांतपणे चालत तो बाहेर गेला. टॅक्सी हॉटेलच्या अगदी दारापर्यंत आली. द्वारपालाने त्याच्या डोक्यावर छत्री धरली आणि अदबीने टॅक्सीचे दार उघडले.

टॅक्सीत पाऊल ठेवल्या ठेवल्या मॅसनने सांगितले, ''ठीक आहे, जिथून आलो तिथेच घे परत.''

मागच्या उशीवर विसावत, सिगारेट पेटवून, त्याने एक खोल झुरका घेतला.

१७

त्या वकिलाने आपल्या खासगी कार्यालयाचे लॅच उघडले तेव्हा पॉल ड्रेक त्याच्या डेस्कवर पाय पसरून सायंकाळच्या वृत्तपत्रातील खेळ विभागाचे वाचन करण्यात गढून गेला होता.

''वेल, लवकर आवरलीस ट्रीप.'' वृत्तपत्रातून मान वर काढत ड्रेक म्हणाला.

''ट्रॅग कुठे आहे?''

''आला नाही अजून.''

मॅसनने घड्याळाकडे नजर टाकली. ''अर्धा तास झाला की.''

''हो, कुठल्याही क्षणी येईल तो. काय होती सनसनाटी?''

कपाटाजवळ जाऊन मॅसनने आपला कोट आणि हॅट अडकवली.

''ती झिकोस्की इतकी उत्तेजित होईल असं वाटलं नव्हतं.''

''का, काय झालं?''

''अरे, तो ड्रायव्हर बेभान झाला आणि तिच्याकडं पाहून खाणाखुणा करू लागला. त्याला तिथंच सोडला आणि सहज मिळालेल्या पैशाचा उपयोग करून टॅक्सी पकडली. आता तिला वाटतंय की, तिनं त्याच्यातल्या शत्रूला जागं केलंय आणि तो काही आपली साक्ष द्यायचा नाही.''

''तू काय केलंस मग?''

''थोडी कॉफी पाजून तिला शांत केलं आणि सांगितलं, काही काळजी करू नकोस; आपण त्या ड्रायव्हरला बोलतं करू आणि काही झालं तरी रात्री परत मला फोन करू नकोस असंही सांगितलं मी तिला. तसा तिलाही चांगला अंदाज आहे म्हणा कामाचा. मिसेस ग्रिलीनं फोन करून आणखी काही सांगितलं का?''

''नाही, काही नाही.''

मॅसनने घड्याळात पाहिलं'' खरं तर आतापर्यंत इथे पोचायला हवी होती ती. ती...''

ड्रेक एकाएकी म्हणाला. ''ते सगळं मला तद्दन खोटं वाटतंय, पेरी.''

''काय खोटं वाटतंय?''

''ती झिकोस्कोची कथा.''

मॅसनने दात विचकले. ''ठीक आहे, बदलतो मी ती. त्यातलं काय खोटं वाटतंय?''

''तिला खुणावणाऱ्याकडं बघून तिचं वेडपिसं आणि आक्रमक होणं. ती इतकी आकर्षक आणि सुस्वभावी आहे की, हे शक्यच नाही...''

''ठीक आहे. बदलतो मी ते. सूचनेबद्दल आभारी आहे'' मॅसन म्हणाला.

ड्रेकने चौकसपणे त्याला आपादमस्तक न्याहाळले. ''पुढे काय?'' त्याने सवाल केला.

''हे सगळं ट्रॅगला पटेल अशा शब्दांत सांगितलं पाहिजे.''

''काय करतोस मग? थांब जरा, कुणीतरी इकडंच येतंय. कुणी बाई असावी असं वाटतंय.''

मॅसन कॉरिडॉरपर्यंत जाणाऱ्या दाराकडे गेला. त्याने ड्रेकला सांगितलं, ''तुझ्या माहितीसाठी सांगतो पॉल, मी कार्यालयातून बाहेर पडलोच नाही. हॉर्टी तिच्या बॉयफ्रेंडवर का चिडली हे सांगण्यापेक्षा ते बरं.'' त्याने दार सताड उघडले. काळ्या वस्त्रांत लपेटलेली, हातात हलकी सूटकेस घेतलेली मिसेस ग्रिली कॉरिडॉरमध्ये उभी होती.

बाहेर जाऊन तिच्या हातातली सूटकेस घेत त्याने तिचे स्वागत केले, ''या आत या.''

ती कार्यालयात येताच त्याने दरवाजा बंद केला. ''बसा, मिसेस ग्रिली. माफ करा, मी तुमच्या डिनरमध्ये व्यत्यय आणला.''

''त्यात काय एवढं? तुम्हाला मोकळेपणानं सांगते मि. मॅसन, एवढ्या लवकर मी बाहेर पडावं असं वाटत नाही मला; पण घरात बसून काहीही न करण्यापेक्षा हे बरं, असंही वाटलं मला. सर्वस्व गमावल्याचे भावना फार भयानक आहे हो...''

''समजू शकतो मी.''

''लोक आपल्या जीवनात किती गोष्टी गृहीत धरतात.'' किंचित हसून ती पुढे म्हणाली, ''मागच्याच आठवड्यातली गोष्ट आहे, नवऱ्याला रात्री उशिरापर्यंत काम करावं लागतं म्हणून धुसफुसत असायची मी आणि आता... आणि आता.... जाऊ दे झालं. अशीच बोलत राहिले तर स्वतःला आणखी दुःखी करेन. म्हटलं, त्यापेक्षा काहीतरी काम करावं; त्यात स्वतःला बुडवून टाकावं.''

"मृत्यू म्हणजे किती भयंकर शेवट आहे, मि. मॅसन- याआधी मृत्यूनं मला - मला कधीही एवढ्या जवळून स्पर्श केला नव्हता. काही का असेना, पण यानं माझ्या विश्वासाला हादरा बसलाय, सगळ्यावरच्याच विश्वासाला. यातून बाहेर पडायला मदत करतील असे बोलही कुणाकडून ऐकायला मिळाले नाहीत. मृत्यू ... तो क्रूर आहे... तो कराल आहे.''

"जन्मापेक्षा कराल नाही तो.'' मॅसन म्हणाला. ''आपण जीवन जसं समजू शकतो तसं मृत्यूला नाही समजू शकत. रात्रीचं आकाशही आपल्याला कळू शकतं. आपल्याकडे फक्त जीवनाचा समग्र आलेख पाहण्याचं द्रष्टेपण असेल तर मृत्यूकडे आपण हितकारक या अर्थाने पाहू शकतो.''

तिने त्याच्याकडे रोखून पाहिले. ''कृपया असेच बोलत राहा, जे व्यावहारिक आणि शहाणपणाचे असेल. ''सगळं काही चांगलं होईल.'' हे दांभिक शब्द मी इतके वेळा ऐकलेत की वीट आणि वैताग आलाय त्यांचा. हे चांगलं कसं असू शकेल? काहीतरीच!''

"समजा, आपल्याला दुसरे दिवशी आदल्या दिवशीचं काही आठवत नाही. सकाळी जाग येईल ती कालच्या स्मरणाविना. आपल्यात प्रचंड ऊर्जा आहे असं वाटेल मग. गवतावर दवबिंदू चमकत असतील. सूर्य उबदारपणे आणि तेजाने तळपत असेल. पक्षी गाणी गात असतील; अशा वेळी निसर्ग अप्रतिम सुंदर भासतो. दिवस जसजसा चढू लागतो, तसं शिणल्यासारखं वाटू लागतं.''

"दुपारपर्यंत आपण बरेच दमून जातो. एकाएकी ढग सूर्याला झाकोळून टाकतात. वादळ घोंघावू लागते आणि जे आकाश स्नेहाने वागत होते, त्याची दहशत वाटू लागते. आकाशातून असे पाणी ओतले जाते की, वाटते यात आकंठ बुडून जाऊ की काय! कडाडणाऱ्या विजा आकाशाला भेदत त्याचे तुकडे तुकडे करतात. वारे रोरावू लागतात. मनात भीती दाटून येते.''

"जमले तसेच एकाएकी ढग पांगतात. सूर्य पुन्हा दर्शन देतो. हवा शुद्ध आणि ताजीतवानी होते. आपला गमावलेला आत्मविश्वास पुन्हा गवसतो. आता सावल्या लांबू लागतात. सूर्य दिसेनासा होतो. अंधाराचे साम्राज्य पसरते. 'पुढे काय होईल' या विचाराने आपण आजूबाजूला उजेडासाठी चाचपडू लागतो. मनात भीतीपेक्षाही चिंतेची भावना असते. असं वाटू लागतं, ज्या निसर्गानं इतकी सुंदर सुरुवात केली, त्यानंच आपला सर्वनाश साधला. मग श्रद्धा अबाधित ठेवण्यासाठी आपण खूप धडपड करतो; पण त्या युद्धात हार होते.

"आपल्या सोबत शेकोटीभोवती बसलेले प्रियजन थकले, भागलेले दिसू लागतात. त्यांचे चेहरे पुढे येत नाहीत अन् ते कोसळतात. त्यांच्या पापण्या मिटून जातात अन् पुढच्याच क्षणी त्यांची व्यक्तिमत्त्वे विरून जातात. आपल्याही झोपावेसे

वाटते. तसे करताच भीतीदायक बेशुद्धावस्था आपला घास घेते...''

थोडं थांबून, हसून मॅसन पुढे म्हणाला,''माझे शब्द फार काही विश्वासार्ह नाहीत हं! कारण ही सगळी लक्षणं आयुष्याचा एक भाग म्हणून आपल्या सगळ्यांनाच माहीत आहेत. बेशुद्धावस्था म्हणजे फक्त झोप आहे हे आपल्याला उमगतं. काही तासांतच आपल्याला जाग येईल, आपण ताजेतवाने होऊन उठू, पहाट फुटत असेल, सूर्य वर येईल, पक्षी गाणी गाऊ लागतील या सगळ्याची आपल्याला खात्री असते. आवाजाचा भयानक कल्लोळ आणि विजांचा कडकडाट म्हणजे फक्त वादळी पाऊस, समुद्रातील पाणी पर्वतरांगांपर्यंत आणण्याच्या निसर्ग योजनेचा एक भाग, हे आपण ओळखतो. यातून निघणारे जलस्रोत नद्यांना संजीवनी देतात अन् हिरवीगार पिके डोलू लागतात. झोप म्हणजे नवदिवसाचे सामर्थ्य देण्याचे निसर्गाचे साधन याचा साक्षात्कार होतो. निसर्ग आपल्याला सहकार्य करत असतो, तेव्हा दिवसाची कामे रात्री उशिरापर्यंत करत राहणे निरर्थक आहे. पण समजा, आपल्याला हे कळलेच नाही तर? रात्रीला विसरून आपण एका दिवसाकडून दुसऱ्या दिवसाकडेच पाहू लागलो तर?''

तिने हलकेच मान डोलवली. क्षणभराने खोल नि:श्वास टाकला.

मॅसन म्हणाला,''जीवन हे असं आहे. आपण जन्मापासून मृत्यूपर्यंतचा काळ बघू शकतो. बाकीचं सगळं आपल्या नजरेआड राहतं.''

ड्रेक मॅसनकडे रोखून पाहू लागला. ''मला भोवळ येईल आता.'' तो म्हणाला.

''काय झालं, पॉल?''

''तू इतका गूढ असल्याचं ठाऊक नव्हतं मला.''

''गूढ वगैरे काही नाही रे मी'' मॅसन हसत म्हणाला, ''आपण ज्याला अस्तित्वाच्या योजनेचं तार्किक म्हणतो, त्याचं हे फक्त उपयोजन आहे. साधारणपणे असं बोलत नाही म्हणा मी. आता बोलण्याचं कारण म्हणजे मिसेस ग्रिलीना त्याची आवश्यकता असावी असं वाटलं, एवढंच!''

''मि. मॅसन, तुमच्या बोलण्यानं किती बरं वाटू लागलंय म्हणून सांगू! तुमच्या शब्दांत आश्वासन होतं. मला वाटतं, माझी श्रद्धा परत मिळाली मला.'' मिसेस ग्रिली भावनेनं ओथंबलेल्या स्वरात म्हणाली.

''ती तुम्ही कधी गमावली होती असं वाटत नाही, मिसेस ग्रिली. पटण्यासारखं नाही ते. शक्य तितक्या लवकर यावर मात करायची आहे का?'' मॅसनने विचारले.

''आता त्याची फिकीर नाही मला. तुम्ही मला किती दिलासा दिलात ते मी शब्दांत नाही मांडू शकणार, मि. मॅसन. अखेरीस मृत्यू म्हणजे काय, तर झोप. ती असायलाच पाहिजे. मला माझी लाज वाटते, मि. मॅसन. या विश्वाच्या योजनेवर शंका घेत होते मी. मी... कुणी येतंय की काय?''

''लेफ्टनंट ट्रॅग असेल. तुम्ही ओळखता त्याला.'' मॅसनने उत्तर दिले.

''हो, ओळखते.''

कॉरिडॉरमध्ये चटचट पडणारी पावले वाजली, नंतर दरवाज्यावर थापा पडल्या. मॅसनने ड्रेकला मानेने इशारा केला. त्याने दार उघडताच ट्रॅग आत आला. ''माफ करा, मी एका कामात अडकलो होतो,'' त्याने सांगितले.

''गुड इव्हीनिंग, मिसेस ग्रिली. आम्ही अगदीच भावनाशून्य आहोत असं तुम्हाला वाटू नये, म्हणजे मिळवली.''

''नाही नाही, मी समजू शकते. या वस्तू दाखवायच्या होत्या तुम्हाला.''

मॅसनने देऊ केलेली सूटकेस घेऊन तिने ती पायापाशी ठेवली. झाकण उघडून, त्यातून चुरगळलेला शर्ट बाहेर काढला. कडक स्टार्च असलेल्या त्याच्या बटणपट्टीवर किरमिजी रंगाचा ठसठशीत ओरखडा उमटला होता. पाच इंच तरी लांबी असेल त्याची. त्याच्यावर होता किंचित विलगलेल्या ओठांचा लालभडक ठसा. पुढे वाकून तो ते डाग पाहू लागला.

ट्रॅग म्हणाला, ''इथे पाहा. शर्टावर पहिल्यांदा बोट कुठं दाबलं गेलं, तेही दिसतंय. त्यानंतर अस्पष्ट होत दिसेनासा झालेला ओरखडा. ती त्याला दूर लोटायचा प्रयत्न करत होती.''

मॅसनने मान डोलवली.

ट्रॅगचे लक्ष सूटकेसकडे गेले. ''तुम्हाला आणखी काही दाखवायचंय, मिसेस ग्रिली?''

''मि. मॅसननी समारंभाच्या सूटविषयी विचारल्यावर मी त्याचा शोध घेतला. कसलेही डाग नाहीत त्याच्यावर.'' तिने सांगितले.

ट्रॅगने तो सूट घेऊन दिव्याखाली धरला. काही क्षणांनी त्याने मॅसनकडे पाहिले. ''मला तरी काही दिसत नाही.''

''ती मुलगी खरं बोलत असेल तर या सूटवरही काही डाग असायला नकोत का?'' मिसेस ग्रिलीने विचारले.

''कदाचित'' ट्रॅगने उत्तर दिले.

''तिला बऱ्याच ठिकाणी लागलं होतं, नाही का?''

''हो, काही जखमा होत्या.''

''माझा नवरा जर गाडी चालवत असता, तर तो डाव्या हाताला बसलेला असता. म्हणजे ती बाजू खाली गेलेली होती. ती त्याच्यावर असायला हवी. स्टिअरिंग व्हीलखालून रांगत सुटका करून घेण्यासाठी त्याला त्या बेशुद्ध स्त्रीला मागे टाकावं लागलं असतं. मगच त्याला खिडकीबाहेर पडता आलं असतं. वेल, हे करताना त्याच्या सूटवर थोडे तरी डाग पडलेच असते.''

''हं. असा विचार करू शकता तुम्ही. तुम्हाला नेमकं काय म्हणायचंय?'' ट्रॅगने विचारले.

ती सहजपणे म्हणाली, ''मी हा शर्ट तुमच्याकडे आणला, कारण तो मला सापडला आणि तो पुरावा आहे. म्हटलं, हे माझं कर्तव्य आहे; पण कसं सांगू आता? मी आणि माझा नवरा एकमेकांच्या खूप जवळ होतो. मला भावूक व्हायचं नाही. मला स्वत:बद्दल कणव वाटू द्यायची नाही आणि माझं व्यक्तिगत खासगी जीवन तुम्हा लोकांसमोर ठेवायचं नाही; पण मला न्याय्य तोडगा हवाय.''

''तो तुम्हाला मिळेल,'' मॅसन म्हणाला. तिने हसून कृतज्ञता व्यक्त केली.

''मला कळत नाही, मिसेस ग्रिली. हा पुरावा समोर असताना, तुम्हाला अजूनही वाटतं की, तुमचे पती ती गाडी चालवत नव्हते?'' ट्रॅगने शंका व्यक्त केली.

''हो.''

''मिसेस ग्रिली, मला तुमच्या वागण्याचा अंदाजच लागत नाही'' ट्रॅगने पुन्हा सांगितले.

''ती गाडी चालवणाऱ्याने ज्या गोष्टी केल्या त्या ॲडलरने मुळीच केल्या नसत्या'' तिने सांगितले.

ट्रॅगने शर्टाकडे बोट दाखवले. ''तुम्हाला असं म्हणायचंय का की, त्यानं चुंबन घेण्याचा प्रयत्न...''-----

''अच्छा, ते होय'' तिने ट्रॅगला मध्येच थोपवले. ''ते काहीच नाही. तो प्यायलेला होता. खुशीत होता. ही मुलगी कशी लोण्यासारखी होती; पण न वितळणाऱ्या. म्हणजे ती तसं सांगते; पण कारमध्ये कदाचित ती त्याला खेळवतही असेल. सगळे असंच वागतात. त्याची फिकीर नाही मला. ॲडलर काही संत नव्हता; पण मला म्हणायचंय की, त्या मुलीला स्टिअरिंग व्हीलमागे सोडून तो गाडीबाहेर पडला नसता. त्यानं तसं केलेलं नाही. असं वागणाऱ्यातला नव्हता तो.''

''पण ते तसंच वागले असणार'' मॅसन म्हणाला.

तिने दुराग्रहाने मान हलवली. ''मि. मॅसन, यात असं काहीतरी आहे, जे आपल्याला माहीत नाही. जर ॲडलर गाडी चालवत असेल आणि गाडीबाहेर पडून त्या मुलीवर जबाबदारी ढकलत असेल, तर कुणीतरी नक्कीच त्याच्यावर तशी बळजबरी केली असणार. कुणीतरी गाडीत लपलेलं असणार. मागच्या बाजूला फ्लोअरिंगवर, डिकीत किंवा इतरत्र; कदाचित तो त्यांच्या मागोमाग येत असेल.''

''एक मिनिट थांबा,'' ट्रॅग म्हणाला, ''हा सिद्धान्त झाला. पुरावा सांगतोय की, अनेक गाड्या एकदम थांबल्या. रहदारी अगदी ठप्प झाली.''

''कुणीतरी त्याच्यावर गाडीतून बाहेर पडण्याची जबरदस्ती केली.'' तिच्या संयत स्वरात प्रामाणिकपणा होता.

"कुणीतरी त्याला अपघातस्थळापासून दूर नेले आणि तोंड बंद ठेवायला लावले. जेव्हा तुम्ही त्या कुणाला तरी शोधाल तेव्हा माझ्या नवऱ्याचा मारेकरी सापडेल आणि - आणि..." ती हुंदके देऊ लागली. काही वेळातच स्वत:वर ताबा मिळवत म्हणाली, "माफ करा, पण खूप हताश झाले आहे मी."

मॅसनने ट्रॅगकडे पाहिले. "आपल्याला आता इथं त्यांची आवश्यकता नाही, नाही का लेफ्टनंट?"

ट्रॅगने मान हलवली.

मिसेस ग्रिलीने आपला हात मॅसनसमोर धरला. "पहिल्यांदा जेव्हा आपण भेटलो, तेव्हा तुम्ही आवडू लागलात मला, तरीही तुम्ही मला फार संताप आणलात. आशा करते, इथून पुढे आपण एकमेकांना चांगलं समजून घेऊ."

तिने मॅसनच्या हातावर चटकन थोडा दाब दिला. ट्रॅगकडे पाहून हसली. मानेने ड्रेकचा निरोप घेतला आणि कार्यालयाबाहेर पडली. भराभर कॉरिडॉरमधून निघून गेली.

तिच्या कमीकमी होत जाणाऱ्या पायरवाकडे लक्षपूर्वक पाहात ड्रेक म्हणाला, "मी ग्रिली असतो, तर अविचाराने असा वेडावाकडा वागलो नसतो. बाप रे! पेरी, तू काय प्रवचन ठोकलंस?"

"मी काही चुकवलंय की काय?" ट्रॅगने विचारले.

"काही चुकवलंय का? मी म्हणतो, नक्कीच चुकवलंय. जीवन आणि मृत्यूच्या तत्त्वज्ञानावरचं पाच मिनिटांचं भाष्य. मी कधीही विसरणार नाही ते."

ट्रॅगने मॅसनकडे पाहात, प्रश्नार्थक मुद्रेनं भुवया उंचावल्या.

मॅसनच्या स्वरात सहानुभूती होती. "काही नाही रे, तिला 'सगळं चांगलं होईल' या शब्दांची मात्रा जरा जास्तच झाली होती. मी तिला माझं जीवन-मृत्यूवरचं तत्त्वज्ञान ऐकवायचा थोडा प्रयत्न केला."

"ते ठीक आहे; पण माझ्याकडे एक बातमी आहे. मी इथं लवकर येऊ शकलो नाही कारण एका रेस्टॉरंटमधल्या टेलिफोन बूथमध्ये तळ ठोकला होता. मुख्यालयाला वेड लागायची वेळ आली होती; पण मी हालचाल केली. एकोणीस तारखेच्या, बुधवारच्या पहाटे समारंभाचा सूट घातलेल्या एकाने सॅनफ्रान्सिस्को ते फ्रेस्नो असं विमान भाड्याने घेतलं होतं. नेमकं सांगायचं तर दोन वाजता. कळलं का, मॅसन? पहाटे दोन वाजता."

"त्या विमानानं तो फ्रेस्नोला कधी पोहोचला असेल?" मॅसनने विचारलं.

"अगदी तासाभरात."

"मग पुढे काय?"

"फ्रेस्नोपासून पुढे आम्ही त्याच्या शोधावर आहोत. मिळू शकेल त्याची माहिती." ट्रॅगने सांगितले.

“तिकीट कुठल्या नावावर विकलं गेलं ते नाव मिळालं का?” मॅसनने विचारलं.

ट्रॅगने दात काढले. “एल. सी. स्पिनी.”

“फ्रेन्सोवरून येणारी माहिती किती लवकर कळेल?”

“आत्ता, कुठल्याही क्षणी.” ट्रॅग म्हणाला.

“तू इथे असल्याचं मुख्यालयाला माहीत आहे का? तसंच काही कळलं तर ते फोनवरून तुला कळवू शकतील?”

“नक्की.”

“एकंदरीत आपण गुंता सोडवण्याच्या दिशेनं चाललोय तर. ही सगळी सुरुवात चित्रात चपखल बसणारी आहे.” मॅसन म्हणाला.

“ती वॉरफिल्ड जणू काही हवेतच विरून गेली रे. मला नाही आवडलं ते. एक साधी, अशिक्षित, कामगार महिला हॉटेलमधून बाहेर पडून अशा शहरात जाऊ शकत नाही, जिथे तिचे कुणीही संबंधित नाहीत.” ट्रॅग म्हणाला.

“त्या कॅफे टेरियामधल्या तिच्या मित्राकडे दुर्लक्ष तर होत नाही ना तुमचं की होतंय? ड्रेकने विचारलं.”

“नाही, नाही; माझं तरी नाही” ट्रॅग म्हणाला. “आम्ही तिच्याशी बोललोय. तिने साफ कानावर हात ठेवलेत. तिच्यावर पाळत ठेवतोय आम्ही. आम्हाला इतपत कळलंय- मिसेस वॉरफिल्डची कॅफे टेरियामधली नोकरी रुळावर आल्यावर कुणीतरी येऊन कळ लावली; तिचा नवरा जेलमधून सुटलेला आरोपी आहे आणि ती त्याला पैसे पाठवत होती. त्याबद्दल तिला बरेच प्रश्न विचारले त्यानं. झालं, इकडे तिची नोकरी मिळण्याची संधी हुकली. त्या कॅफे टेरियामध्ये जेलमधून सुटलेल्या गुन्हेगारांच्या पत्नी चालणार नव्हत्या....”

“तर मग मिसेस वॉरफिल्डला त्या नोकरीचा शब्द मिळाला होता हे त्याला माहीत असायलाच हवं. फक्त स्पिनीला ते माहीत होतं.” ट्रॅगला थांबवत मॅसन म्हणाला.

ट्रॅग हसला. “त्या माणसाचं वर्णन ग्रिलीशी अगदी तंतोतंत जुळतंय,” त्याने सांगितलं.

ड्रेकने शीळ घुमवली.

ट्रॅग मॅसनला म्हणाला, “तुमचा होमनविषयीचा अंदाज खरा ठरतोय, असं निश्चितच दिसायला लागलंय.”

कॉरिडॉरमधून झपाट्याने येणारी पावले कार्यालयाच्या दारापाशी थांबताच त्याचा आवाज बंद झाला.

“आज रात्री आपल्याला पुढची चाल मिळणार.” ड्रेक म्हणाला.

“डेला असेल.” मॅसनने त्याला खात्री दिली.

त्याने दार उघडले. डेला स्ट्रीट तरातरा खोलीत घुसली आणि म्हणाली, “हॅलो, एव्हरीबडी. तुम्हाला फार ताटकळवलं नाही ना मी? ओ... गुड इव्हीनिंग, लेफ्टनंट.”

मॅसनने हसत सांगितले, “डेला, या क्षणी ट्रॅग आपल्यातलाच एक आहे. परिस्थितीत खूप बहुमोल आणि महत्त्वाच्या सुधारणा झाल्या आहेत. त्या निष्काळजी मनुष्यवधात स्टीफन क्लेअर निरपराध असल्याचं पोलिसांनी मान्य केलंय. गाडी चालवण्याच्या आरोपातून तिची सुटका झाली आहे आणि तुझा विश्वास बसो की न बसो, मी पोलिसांना सहकार्य करतोय.”

डेला स्ट्रीटने जमिनीवर ठेवलेल्या सूटकेसकडे पाहिले आणि नंतर मॅसनच्या डेस्कवरच्या शर्टाकडे तिची नजर गेली. “हे इथे कसं आलं?” तिने विचारलं.

“मिसेस ग्रिली,” मॅसनने सांगितलं. “हा तिच्या नवऱ्याचा होता. त्याच्या मृत्यूनंतर मळलेल्या कपड्यांत सापडला तिला तो.”

“असं आहे तर,” म्हणून क्षणभरानंतर डेला म्हणाली, “तर मग मी गृहीत धरते की, मी जे शोधून काढलंय ते कवडीमोलाचं आहे.”

“उलट ते सगळ्यात महत्त्वाचं आहे” असं म्हणत ट्रॅगकडे वळून त्याने सांगितले, “होमनविषयी काय बोललं जातं ते पाहायला गेली होती ती.”

“मला ऐकायला आवडेल ते” तिचे निरीक्षण करणाऱ्या ट्रॅगच्या नजरेत तिच्याविषयी वाटणाऱ्या खात्रीला दिलेली कबुली होती.

“बोल, डेला.” मॅसनही म्हणाला.

ती म्हणाली, “ओ- होऽ- मी हॉलिवूड आहे की काय!” तिने हातांनी काही आविर्भाव केले. “खरंच, मला कसं वाटतंय, सांगू! भयंकर आहे हे. म्हणजे, मला वाटतं, काहीतरी मिळालंय मला.”

“डेला, सांगून टाक ना आता.” मॅसनने आर्जव केले.

“आपण काही खायचं नाही का?”

मॅसनने अस्वस्थपणे टेलिफोनकडे पाहिले. “तसं ट्रॅगचं डिनर झालंय आणि तो एका रिपोर्टची वाट बघतोय...”

“डिनर नाही हं.” ट्रेगने संभाषणात भाग घेतला. “फक्त खाल्लंय थोडंसं. बीफ स्टेक खायला मी एका पायावर तयार आहे. मुख्यालयाला फोन करून मी सांगू शकतो, माझ्याशी कुठे संपर्क साधायचा ते. तसंही, आता माझी ड्यूटी संपलेली आहे. या एकाच कामावर किती तास घालवायचे?”

“खरं तर मलाही मरणाची भूक लागली आहे,” डेलाने कबुली दिली.

“खरंच, प्रचंड भूक लागली आहे. स्टेक खायची कल्पना एकदम भन्नाट आहे.

नक्कीच...''

मॅसनने कायद्याचे एक पुस्तक उचलले, हातांवर तोलून धरले आणि म्हणाला, ''आता बोल, नाही तर डोकंच फोडतो बघ...''

तिचे डोळे खट्याळपणे चमकत होते. ''काहीतरीच बोलताय तुम्ही. म्हणजे, संध्याकाळ टळून पार रात्र झाली.''

''चला आता.'' उठून उभा राहत ड्रेकने जाहीर केले. ''पेरीच्या पैशाने खाण्यासाठी आणि त्याच्या सेक्रेटरीबरोबर नृत्य करण्याची संधी मिळवण्यासाठी पुरेशी वाट पाहिली आहे मी.''

''कायद्याचा अधिकृत प्रतिनिधी म्हणून माझ्या अधिकारात मी घोषित करतो की, मला तुझ्या दाण्यावर हक्क दाखवलाच पाहिजे'' ट्रॅग कठोर शब्दांत म्हणाला.

''गेला तो जमाना, सरकार'' ड्रेकने प्रत्युत्तर दिले.

''मी यात कुठे बसतो की नाही?'' मॅसनने विचारले.

''हो, तर. तू यजमान आहेस. पाहुण्यांचं योग्य आदरातिथ्य होतं की नाही हे पाहण्याची जबाबदारी तुझी.'' ड्रेकने त्याला सांगितले.

''मोठ्ठाच्या मोठ्ठा बीफ स्टेक'' ड्रेकने घोषणा केली.

''बरं बाबांनो, चला.'' म्हणत मॅसन उठला.

''बाहेर पावसाची रिमझिम सुरू आहे.'' डेलाने त्याला सांगितले.

''छे बुवा!'' कोट आणि हॅट चढवत मॅसन उद्‌गारला.

ट्रॅग त्याला संशयित नजरेने न्याहाळत उभा राहिला. काहीही समजत नसल्यासारखी मान हलवत, सिगारेटच्या पाकिटातली एक सिगारेट काढत मॅसनला म्हणाला, ''तुला माहिती आहे, मॅसन? तुझी पाळंमुळं खूप खोल आहेत.''

''तुला त्यातली अर्धीही माहीत नाहीत,'' ड्रेकने सुनावले.

मॅसनने सगळे दिवे बंद केले, सगळ्यांना कॉरिडॉरमध्ये पिटाळले आणि दारे, कुलपे नीट लावल्याची खात्री करून घेतली. टोळके लिफ्टकडे निघाले.

''ॲडिरोडॅक चांगली जागा वाटते,'' डेला स्ट्रीट म्हणाली.

''जास्त जिवंत असणारी एखादी जागा बघू. तिथं खूप गंभीर आणि निरुत्साही वातावरण असतं.'' मॅसन म्हणाला.

''मला तरी चालेल तिथं. डेला, नृत्य करण्याची पहिली संधी मला मिळेल का?'' ट्रॅगने विचारले.

''बघू ना. पहिला स्टेक खाल्ल्यावर कसं वाटतं यावर अवलंबून आहे ते. माझ्या तर तोंडाला पाणी सुटलंय.''

''माझा नंबर पहिला आहे हं.'' ड्रेक म्हणाला.

''लक्षात घ्या रे, यजमान म्हणून जबाबदारी पार पाडताना मला अतिशय वेदना

होताहेत; पण डेला, शेवटचं नृत्य माझं. पहिल्या नंबरवरून त्यांना तंडू दे.'' मॅसन म्हणाला.

तिने चटकन वळून, एक समजूतदार हास्यफेक केली. ड्रेकने सुस्कारा सोडला. ''काय आपली अवस्था आहे, लेफ्टनंट! किनारा सोडतोय न सोडतोय तोच आपल्या जहाजाच्या ठिकऱ्या उडाल्या. तू मघाशी म्हणालास ते अगदी खरं आहे. मॅसनची पाळंमुळं खूप खोल आहेत.''

''बरं, कुठे जातोय आपण खायला?'' डेलाने विचारले.

''टँग्रीनला जाऊन बघू या. छान जागा आहे. उत्साही वाटतं तिथं. आणखी एक फायदा म्हणजे कार्यालयापासून अवघ्या तीन गल्ल्या टाकल्या की आलं,'' मॅसनने सांगितले.

''तेवढं आपण चालतही जाऊ शकतो.'' ट्रॅग म्हणाला.

''या पावसातनं नाही हं.'' डेला स्ट्रीटने सांगून टाकलं. ''पावसाला सुरुवात होणारच आहे. खात्री आहे माझी. पक्कं सांगते.''

मॅसनने तिला पकडण्याचा प्रयत्न केला; पण ती हसत, त्याला चकवा देत कोपऱ्यात सरकली आणि कॉरिडॉरकडे धावत सुटली. मॅसन तिचा पाठलाग करू लागताच ट्रॅगची नजर चपळाईने त्याचा वेध घेऊ लागली. तो उगाचच धापा टाकल्याचा आविर्भाव करू लागला. लिफ्टजवळ आल्यावर मॅसनने तिला पकडलं. तिच्या मनगटाभोवती आपल्या बोटांचा वेढा घातला. हात सोडवून घेण्याची धडपड करत ती त्याच्या निकट आली आणि हलकेच त्याच्या कानात कुजबुजली,

''तुमच्या हॅटला काय झालंय, चीफ?''

''कुठे काय?'' चकित होऊन त्याने विचारले.

''तुम्ही ती कपाटातून घेतलीत तेव्हा ट्रॅग पाहात होता तिच्याकडे.''

''असेल, असेल'' म्हणत त्याने लिफ्टचे बटण दाबले.

उरलेले दोघे चालत आले. लिफ्ट येऊन थांबताच डेलाने मॅसनच्या पकडीतून आपला हात सोडवून घेतला. चौकडी हसतखेळत, चेष्टामस्करी करत लिफ्टमध्ये शिरली.

ते रस्त्यावर आले तेव्हा तुफान पाऊस पडत होता. मॅसनला टॅक्सी मिळेपर्यंत लॉबीच्या आडोशाला त्यांना पाच मिनिटे तरी थांबावे लागले; पण पावसामुळे टँग्रीनला बरीच टेबल्स रिकामी होती. प्रमुख वेटर आदराने त्यांना त्यांच्या निवडीच्या डान्स फ्लोअर शेजारच्या टेबलाकडे घेऊन गेला.

''डेला, चांगला यजमान म्हणून मी डान्स फ्लोअरकडे पाठ करून बसेन. तू ट्रॅगच्या आणि पॉलच्या मध्ये... अरेच्चा, गेली कुठे ही?'' मॅसन अचंबित झाला.

ट्रॅग मागे वळला. ''आत्ता तर इथे होती... कुठे गेली?''

उठून त्याने डान्स फ्लोअरकडे नजर टाकली. पॉल ड्रेक आणि डेला स्ट्रीट तिथे गिरक्या घेत होते.

"ते बघ, ते तिकडे आहेत." खुर्चीत बसत ट्रॅग म्हणाला. "हा खासगी गुप्तहेर नेहमी मला मात देतो. आता त्याचा परवानाच रद्द करून टाकतो."

"स्टेक डिनर?" मॅसनने विचारले.

"चालेल. मुख्यालयाला फोन करून काही बातमी कळलीय का बघावी म्हणतो."

"कॉकटेल?" मॅसनने विचारले.

ट्रॅग संकोचला.

"अरे बाबा, ड्युटीवर नाहीस तू" मॅसनने सांगितले.

"चालेल. मार्टिनी पण सांग."

"चौघांनाही ते लागेलच." मॅसन पुटपुटला. नर्तकांमधून वाट काढत ट्रॅग टेलिफोन बूथकडे जाऊ लागला.

एक वेटर मॅसनजवळ आला. "चार ड्राय मार्टिनीज, चार डीलक्स स्टेक डिनर्स. स्टेकस फार पातळ नको. फक्त त्या तिकडे बसलेल्या सद्‌गृहस्थासाठी पातळ कर. डिनर लवकर आणशील अशी आशा करतो. आणशील ना?"

"हो. आणतो."

मॅसन नर्तकांकडे पाहात खुर्चीत विसावला. ट्रॅग टेलिफोन बूथवरून परतला, तशी मॅसनने चटकन त्याच्या चेहऱ्याकडे नजर टाकली. ट्रॅगच्या हास्याने सूचित केले, ॲडिरोडॅक हॉटेलमधील बाथटबवर काळजीपूर्वक तोलून धरलेल्या त्या मृत आकृतीविषयी अद्याप काही बातमी मिळाली नव्हती.

"काही बातमी?" मॅसनने विचारले.

"सांगतो, सांगतो. आपल्याला हवा असलेला समारंभाचा सूट घातलेला इसम फ्रेस्नोला मिळणारच याची खात्री होती. विमानातून उतरल्यावर त्याने तो स्वत: चालवू शकेल अशी गाडी भाड्याने मिळेल का याची चौकशी केली. सकाळी आठच्या सुमारास एक गॅरेज उघडेपर्यंत त्याला गाडी मिळू शकली नाही. एल. सी. स्पिनी या नावाने त्याने गाडी भाड्याने घेतली. ती एकशे पासष्ट मैल चालवली आणि दुपारी दोनच्या सुमारास परत आणली. बाहेर पडला आणि कुठं नाहीसाच झाला. पुढं त्याचा काही पत्ताच नाही. वर्णन मात्र ग्रिलीचंच आहे."

नृत्याचं संगीत थांबलं. पॉल ड्रेक आणि डेला स्ट्रीट टेबलाच्या दिशेने येऊ लागले.

अचानक मॅसनने सांगितले. "ड्रायव्हरसह गाड्या भाड्यानं देणारी गॅरेजेस शोधा."

“विचार काय आहे तुझा?”

“समजलं नाही का तुला?”

“नाही, अजिबात नाही.”

“पैज लाव, दुपारी तीनच्या आधी तो ड्रायव्हरसह गाडी भाड्यानं देणाऱ्या एका गॅरेजमध्ये गेला, तिथून एक गाडी घेतली आणि डोंगरात बरोब्बर ब्याऐंशी मैल चढून गेला. तिथे त्याने गाडी सोडली. असं घडलं असेल तर आजचं डिनर तुझ्याकडून.”

पॉल ड्रेक आणि डेला स्ट्रीट आता टेबलाजवळ आले. ड्रेकने डेला स्ट्रीटसाठी खुर्ची मागे सरकवून सज्ज केली.

ट्रॅग म्हणाला, “डिनरची पैज काही मी लावू शकत नाही बाबा. मी पडलो गरीब कष्टकरी माणूस. तू तुझ्या श्रीमंत अशिलांसाठी पैसा खर्चू शकतोस, मी नाही. माझ्या सेवांची भरपाई मी इतकी लवचीक नाही ठेवू शकत, जिच्यात अख्खी रहदारी सामावेल. शिवाय, माझ्या मते तू गंडवतोयस.”

“पुढे काय होतंय ते बघ, मग सांग मला.” मॅसन म्हणाला.

“ठीक आहे, मुख्यालयाला फोन करून फ्रेस्नो पोलिसांच्या साहाय्याने तसा शोध घ्यायला सांगतो मी. हे बरोबर निघालं तर तू असा तर्क कशावरून काढलास, सांगशील?” ट्रॅगने विचारले.

“नक्की, नक्की.”

ट्रॅग पुन्हा एकदा टेबलांमधून आणि डान्स फ्लोअरवरून उशिरा परतणाऱ्या नर्तकांमधून वाट काढू लागला. डेला स्ट्रीटने विचारणा केली,

“काय झालं, चीफ?”

“मला वाटतं, लवकरच आपण घराच्या दिशेने मार्गस्थ होऊ.” मॅसनने सांगितले.

“केस इतक्या लवकर सोडवू नकोस बाबा.” ड्रेकने विनोदी टिपण्णी केली. “मला रोजंदारीवर पगार मिळतो. शिवाय जेव्हा तुझ्या हातात एखादी केस असते आणि हात सैल असतो तेव्हाच मला असं स्वादिष्ट भोजन आणि डेलाबरोबर नाचायची संधी मिळते.”

मॅसनने डेलाच्या दिशेने मान उडवली. “अजूनही ती हॉलिवूडमध्येच आहे का रे, पॉल?”

“हो, नक्कीच” डेलाने उत्तर दिले.

“चल बाळा, बोल आता तुला काय कळलंय ते...” मॅसन म्हणाला.

“ते पाहा, ट्रॅग परत येतोय.”

“येऊ दे, येऊ दे. तो आपल्या कुटुंबातलाच आहे.” टेबलापाशी येताच आपले शब्द त्याच्या कानी पडतील इतपत मोठ्या आवाजात मॅसनने सांगितले.

"आता काय?" ट्रॅगने विचारले.

"डेला आता आपल्यासमोर हॉलिवूडमधील गरळ ओकणाराय."

वेटर त्यांची कॉकटेल्स घेऊन आला.

ग्लासच्या काठातून पलीकडे ट्रॅगकडे पाहात मॅसन म्हणाला, "हा झाला गुन्हा."

"आणि ही गुन्हेगारावरची पकड." घोट घेण्यापूर्वी ट्रॅगने पुस्ती जोडली.

"साम, दाम, दंड, भेद कुठल्याही मार्गाने." डेला स्वयंस्फूर्तीने म्हणाली.

कॉकटेलचा पहिला मोठा घुटका घेतल्यानंतर त्यांचे ग्लासेस खाली आले. "मी पाहतोय, तुझी विचारसरणी तू डेलाला पण शिकवली आहेस बरं का," ट्रॅग म्हणाला.

"का नाही शिकवणार?" मॅसनने विचारले. "गुन्हेगार काही क्रिकेट खेळत नाही. हाती असलेल्या कुठल्याही मार्गाने तो आपले उद्दिष्ट साध्य करतो. त्याच मार्गांनी त्याला का पकडू नये?"

"कारण ते कायदेशीर नाही."

"कायद्याला मार गोळी." मॅसन तत्परतेने उद्गारला. "असं म्हणणारे तुमच्यासारखे एक तर मूर्ख तरी असतात किंवा दांभिक असतात."

"नाही, तसं नाही." ट्रॅग कळकळीने सांगू लागला. "कायद्याची संपूर्ण इमारत टिकायची असेल ना, तर ती भव्य, शानदार आणि भक्कम पायावर उभी केली पाहिजे. जेव्हा जेव्हा तुम्ही कायद्याचं उल्लंघन करता तेव्हा तुम्ही त्या इमारतीचा एकेक चिरा उतरवता, मग तुम्हाला कुठलंही उद्दिष्ट साध्य करायचं असो."

"ठीक आहे, ठीक आहे." मॅसन दात दाखवत म्हणाला. "पण त्या इमारतीचे चिरे का नाही उतरवायचे?"

"काय म्हणायचंय काय तुला?"

"सांगतो ना. समज, तू इमारतीच्या छपरावर आहेस आणि तळमजल्यावरून खुनी निसटून चाललाय. आरडाओरडा करून तर तू त्याला थांबू शकत नाहीस; पण त्या इमारतीच्या धुराड्यातली एक सैल झालेली वीट घेऊन त्याच्या टाळक्यात हाणलीस तर त्यामुळे तो थांबेल आणि मला सांग, हे अगदी न्याय्यच नाही का? फार फार तर काय, तू ज्या भव्य इमारतीविषयी बोलत होतास तिची एक वीट काढली आहेस आणि..." मॅसन म्हणाला.

"नाही, मला अगदी तसं म्हणायचं नव्हतं. ते..."

"तसं नाही काय, तसं नाही?" मॅसनने त्याला मध्येच तोडले. "समज, एका माणसाचा अड्डा आहे. जिथे तो बेकायदेशीरपणे मद्य विकतो; पण तिथे येणाऱ्या सगळ्यांची माहिती तो तुम्हाला देतो. अशा परिस्थितीत तो अड्डा चालू राहणंच

पोलिसांच्या हिताचं नाही का? त्यांना माहीत असतं, तो मद्य विकतोय, तेही दुकानं बंद करायची वेळ उलटून गेल्यावर; म्हणजेच ती विक्री अवैध आहे. तरीही ते त्याकडे कानाडोळा करतात.''

''खरं तर अशा परिस्थितीत मान्य करावंच लागेल की, कायद्याचं अगदी थोडंसं उल्लंघन करून तुम्ही फार महत्त्वाचं काहीतरी मिळवताय.''

''नक्कीच, तू तुझ्या त्या भव्य इमारतीच्या धुराड्याची एक सैल झालेली वीट घेतोस आणि ती त्या खुन्याच्या माथी मारतोस.'' मॅसन म्हणाला.

ट्रॅगने आपले दोन्ही हात उडवले. ''एका वकिलाशी हुज्जत घालू नये हे कळायला पाहिजे होतं मला. डेला, लक्षात आहे ना, पुढचं नृत्य माझं आहे.''

''हो. चालेल.''

''दरम्यानच्या काळात त्या होमनचं काय सांगत होतीस?'' मॅसनने विचारले.

''माय डियर, तो माणूस कसा पुढे आला, काही माहीत नाही तुला! अविश्वसनीय आहे ते. खरंच सांगते. काही किरकोळ लेख आणि एक पांचट नाटक लिहिण्यापासून त्याच्या लिखाणाची सुरुवात झाली. थोड्या दिवसांतच त्याला एक मोऽठ्ठं काम मिळालं आणि त्याची चांदी झाली.'' डेलाने धडाधड सांगून टाकले. जन्मजात कुचाळक्या करण्याची सवय असलेल्या स्त्रीसारखा टिपेचा आवाज लावला होता तिने.

''सगळ्यात आधी या हॉलिवूड स्टाइलच्या बडबडीसाठी मुकुट बहाल करतो मी तुला. आता सांग, याच्या मागे कोण आहे?'' मॅसनने विचारले.

''एक बाई.''

''कोण आहे ती?''

''ते कुणालाच ठाऊक नाही.''

''पण मग ती बाईच आहे हे कसं कळलं सगळ्यांना?''

''कारण होमन कधीच बायकांच्या आगेमागे करत नाही. मला माहिती देणारीनं निष्कपटपणे सांगितलं की, तो वनवासी जीवन जगतो. यातून तिला नेमकं काय म्हणायचं होतं काय की!''

''तू स्वत:ची काळजी घे बरं का. हा शेरा एकाएकी बदलू शकतो.'' ड्रेक म्हणाला.

ती हसली. ''ते काहीही असलं तरी होमन हे हॉलिवूडमधलं एक अनन्य व्यक्तिमत्त्व आहे; पण तो नेहमी हॉलिवूडच्या आसपास वास्तव्य करत नाही. अधूनमधून गायब होतो आणि जो गायब होतो, तो कुणाला त्याचा पत्ताच लागत नाही.''

''असा जातो कुठे तो?'' मॅसनने विचारले.

"अशा ठिकाणी जातो, जिथे आपल्या कामाच्या संगतीत तो अगदी एकटा राहू शकतो." डेलाने गंभीरपणाचा आव आणून, मुद्दामच वस्तुस्थितीची अतिशयोक्ती करून सांगितले. तिचे टपोरे, गोल डोळे जेवणाऱ्यांच्या डोक्यावर असलेल्या उंच सीलिंगमध्ये चमकताना दिसत होते. ओठांना मुरड घालून ती तोऱ्यात म्हणाली, "तो नेहमीच जिथे काम करता येईल अशा दूरवरच्या ठिकाणी जाण्याच्या प्रयत्नात असतो. जराही व्यत्यय खपत नाही त्याला. स्टुडिओतून बाहेर पडून तो घर गाठतो अन् अभ्यासिकेत स्वत:ला कोंडून घेतो. मग लिखाणावर लक्ष केंद्रित करायला पठ्ठ्या मोकळा! त्या सांस्कृतिक वातावरणानं मनोधैर्य खचलं की, गाडीत उडी टाकतो आणि एकटाच स्टुडिओत हजर होतो."

"एकटाच?" मॅसनने विचारले.

"एकटा, खात्रीशीरपणे आणि सकारात्मकतेने एकटा. खरंच, अगदी एकटा असंच म्हणायचंय मला." तिने सांगितले.

नृत्याचं संगीत वाजू लागलं, तसं ट्रॅग म्हणाला, "मि. होमनच्या तथाकथित ब्रह्मचर्याची चर्चा पुन्हा कधीतरी मिस स्ट्रीट; पण आत्ता दुसऱ्या आणि अधिक महत्त्वाच्या कामासाठी तू हवी आहेस."

तो तिच्या खुर्चीमागे जाऊन उभा राहिला. मॅसन म्हणाला, "तो तुझ्याकडून माहिती काढून घेईल बरं का. ताकास तूर लागू देऊ नकोस."

"उगाचच काहीतरी काय? ते तसे करण्याऱ्यांतले नाहीत. लेफ्टनंट, आहात का हो तुम्ही तसे?"

"नाही. त्यातून तरून जाईन असं वाटेपर्यंत तरी नाही."

"त्याच्यावर लक्ष ठेव बरं का, पेरी. माझ्या मते तो विषारी साप आहे. तिला त्याच्याबरोबर अजिबात नाचू दिलं नाहीस आणि माझ्या बरोबरच नाचवत ठेवलंस तर चांगलं होईल पेरी. मी सुरक्षित तरी आहे" ड्रेक म्हणाला.

"बरोबर बोलतोय तो." डेला म्हणाली. "होमनसारखा आहे तो. त्याला चित्त एकवटायचं असतं. नाचत असताना तो माझ्याकडून सारखं जाणून घ्यायच्या प्रयत्नात होता..." ती एकाएकी थांबली.

"काय जाणून घ्यायचं होतं त्याला?" ट्रॅगने विचारले.

तिने त्याच्याकडे पाहून कृत्रिम हास्य केले. "हेच, की बॉस कॉकटेलवर खर्च करणार आहे की नाही?"

नृत्य संगीताच्या तालावर किंचित हेलकावत तिने आपले हात ट्रॅगच्या हातात सोपवले.

मॅसनने ड्रेककडे नजर टाकली. "तिच्याकडून काय हवं होतं, पॉल?"

"त्या बाळीनं ते तुझ्यापर्यंत पोहोचवलं असणार हे मला कळायला पाहिजे

होतं.''

''काय पण?''

''ट्रॅग खात असताना फोन करून तुला कार्यालयाबाहेर धाडायला ती जबाबदार होती का याची चाचपणी करायची होती मला.''

''का?'' मॅसनने विचारले.

''ते नाही माहीत मला. मला एवढंच वाटलं की, तो फोन तितकाच महत्त्वाचा असणार, अन्यथा तू कार्यालय सोडलं नसतंस. का कुणास ठाऊक, पण मिसेस ग्रिलीला भेटायची वेळ संकटात टाकून त्या हॉर्टीशी बोलायला तू इतकी धावपळ करावीस हे पाहावलं नाही माझ्याच्यानं.''

''एक मिनिट थांब हं.'' मॅसनची मुद्रा एकाएकी कठोर झाली. ''मी बाहेर गेल्याचं डेलाला सांगितलंस तू?''

''हो, सांगितलं.''

''आणि मी कुठं गेलोय याची तिला कल्पना आहे का, असं विचारलंस?''

''नाही, अगदी तसंच नाही; पण मला पाहायचं होतं की...''

''हे ट्रॅगला बोलू नकोस असं तरी सांगितलंस का तिला?''

''काय?''

''माझ्या बाहेर जाण्याविषयी.''

ड्रेकच्या चेहऱ्यावर अचानक दहशतीचे सावट दिसू लागले. ''अरे बापरे! नाही, मी तसं नाही सांगितलं...''

''आणि हे तू तिला गांभीर्यानं विचारलंस की थट्टामस्करी चालली होती?''

''थट्टामस्करीच रे- पेरी. तेवढाच बोलायला एक विषय मिळाला आणि... देवा! हे ती त्या ट्रॅगला बोलली तर...''

''ट्रॅग काही मूर्ख नाही. तो आत आला तेव्हा पाऊस पडत नव्हता. त्यानंतर पावसाला सुरुवात झाली. सगळं अंतर मी टॅक्सीनेच गेलो; पण एके ठिकाणी रस्ता ओलांडावाच लागला मला; तेव्हा माझ्या करड्या हॅटवर पावसाचे काही शिंतोडे उडाले. जेव्हा मी कपाटातून हॅट काढून घेतली, तेव्हा ते ओलसर डाग ट्रॅगच्या नजरेत भरले. हॅटमध्ये पाणी शोषलं गेल्यानं अगदी अस्पष्ट झाले होते ते. तो चांगला गुप्तहेर आहे हे मान्य करावंच लागेल, पॉल. ते डाग त्याच्या लक्षात आले आणि त्याचा अर्थही कळला त्याला; पण त्यानं तोंडातनं चकार शब्दही काढला नाही. कॉरिडॉरमधल्या त्याच्या त्या वेडगळ हातवाऱ्यांचा अर्थ काय? आणखी काही लक्षात आलंय की काय त्याच्या?'' मॅसनने विचारले.

''काय की. मी तुम्हा दोघांकडे बघत होतो. हाय रे देवा! पेरी, मला माफ कर बाबा.'' ड्रेकने कबुली दिली.

टेबल क्लॉथकडे बघता बघता मॅसनच्या कपाळावर आठ्या उमटल्या. ''मला ट्रॅगबरोबर काम करायला आवडेल; पण त्याची चाल फार वेगवान आहे आणि काही झालं तरी तो कुंपणाच्या विरुद्ध बाजूला आहे. माझ्या काही पद्धती त्याला मान्य होणार नाहीत.''

''तू बाहेर पडला होतास तेव्हा काय घडलं?'' ड्रेकने विचारलं.

''मी हॉर्टन्स झिकोस्कीच्या घरी गेलो. पाहतो तर तिनं भरपूर ढोसलेली. मग काय, तिला कॉफी घ्यायला सांगितली आणि परत आलो, झालं.''

''धन्य आहेस तू! परत आलास तेव्हा तुझ्या चेहऱ्यावर किंचित हास्य दिसत होतं. याचा अर्थ - पेरी, तू जुगारी आहेस.''

''अर्थात, आहेच मी जुगारी!''

''न्यायाच्या तुझ्या कल्पनांच्या पूर्तीसाठी भयंकर संकटांची जोखीम पत्करण्याचा निखळ आनंद मिळवण्यासाठी जुगार खेळतोस तू, पेरी.''

''मग, त्यात काय?''

''बर्फाच्या ज्या पापुद्र्यावरून स्केटिंग करतो आहेस ना, त्यावरून तंगडं मोडून घेणार आहेस एखाद्या दिवशी.''

''मोडलं तर मोडलं.''

''आणि आपटताना मलाही बरोबर घेणार आहेस,'' ड्रेक म्हणाला.

''अजून तरी झालं नाही ना तसं?''

''नाही. तू आपटला नाहीस कारण तू भरभर पुढे चाललाहेस; पण...''

''बास कर आता. ते बघ, ते येताहेत.'' मॅसनने त्याला सावध केले.

''काय झालं?'' मॅसनने विचारलं.

''फ्लोअरवर खूप गर्दी आहे आणि मी भुकेनं व्याकुळ झाले आहे. मश्रुम सॉसबरोबर भरपूर स्टेक खाल्ल्याशिवाय नाचायला जमायचं नाही मला. माझं मध्यम पातळ करायला सांगितलंय ना, चीफ?'' डेलाने विचारलं.

''हो. सांगितलंय तर.''

''माझं?'' ड्रेकनं विचारलं.

''जास्त शिजलेलं.''

''तुला कसं कळलं?''

''कितीदा सांगायचं पॉल, तुझ्यासाठी मी इतके वेळा स्टेक मागवलंय की, मला आता हे कळलंच पाहिजे.'' मॅसनने टोला हाणला.

''ते तुझ्या अशिलांना हवं असायचं. मी....''

हॉटेलचा एक पोऱ्या टेबलाजवळ येऊन ट्रॅगजवळ थांबला. ''लेफ्टनंट, फोन आहे तुमचा.'' त्याने सांगितले.

"एक्सक्यूज मी.'' ट्रॅगने खुर्ची मागे ढकलली.

मॅसनने डेला स्ट्रीटकडे नजर टाकली.

"माझ्याकडून काढून घ्यायला बघत होता.'' तिने मुद्द्याचे सांगून टाकले. "हा पॉलसुद्धा. त्याचं काही वाटत नाही मला. निरुपद्रवी आहे तो; पण तो ट्रॅग महाभयंकर निघाला.''

"कसली माहिती हवी होती त्याला?''

"मी बाहेर असताना तुम्ही कुठे गेला होता का?''

"मग काय सांगितलंस त्याला?''

"मी बाहेर असताना ते कुठे गेले होते का हे मला कसं कळणार? असं विचारलं मी त्याला?''

"पॉलही तुला हाच प्रश्न विचारत होता, असं काही बोलली नाहीस ना त्याला?'' मॅसनने विचारलं.

"वेड्यासारखं काय विचारता? तुम्ही कुठे तरी गेल्याचं कळलंच असतं मग त्याला. तसंही तुमच्या हॅटवरचे पावसाचे थेंब पाहून त्याला त्याचा अंदाज आलाच होता.'' तिने सांगितले.

ड्रेकने नि:श्वास टाकला. "शहाणी मुलगी ती! त्याच काळजीत होतो मी.''

"एकंदरीत हवा कशी काय आहे?'' डेलाने विचारले.

"फार काही नाही; पण आपण हळूहळू पाश आवळत आणलाय.'' मॅसनने सांगितले.

"ग्रिलीला होमननं मारलंय?''

"ते थोडं बाजूला ठेवलंय मी. आता माझं लक्ष कशाकडे लागलं असेल तर ॲडलर ग्रिली होमनचा एजंट म्हणून आणि याच्या विशिष्ट सूचनांना अनुसरून ती गाडी चालवत होता हे सिद्ध करता येईल, याकडे. म्हणजे मग ट्रॅगला होमनची चौकशी करण्यासाठी सबळ कारण मिळेल.''

"त्याचं काय पडलंय तुला? स्टीफन ती गाडी चालवत नव्हती एवढं सिद्ध केलंस की तुझं काम संपलं; हो की नाही?'' ड्रेकने विचारलं.

"होमन तिला तडाखा द्यायला इतका उतावळा झालाय की त्यालाही तसाच तडाखा बसल्याचं बघायचंय मला आणि तिला त्याच्याकडून नुकसानभरपाई मिळवायलाही बरं पडेल ते. तो पैसा तिच्या उपयोगी पडेल.'' मॅसनने स्पष्ट केलं.

ड्रेकने हलकेच शीळ घातली.

"ग्रिलीच गाडी चालवत होता याविषयी काही दुमत नाही?'' डेलाने विचारले.

"त्याच्या मळलेल्या कपड्यांच्या बॅगेत तो डाग पडलेला शर्ट कुणी मुद्दाम ठेवला नसेल तर.'' म्हणून ड्रेकने सूचकपणे मॅसनकडे पाहिले.

मॅसनने मान हलवली. ''हा ठपका माझ्यावर ठेवू नकोस हं.''

''पण ते तुझं काम असू शकतं.'' त्याने आरोप केला. ''आणि तो तोंडाचा लाल शिक्का डेलाच्या ओठांसारखा दिसतो.''

वेटर सीफूड कॉकटेल्स घेऊन आला. अदबीने मॅसनला म्हणाला,''जेवण लगेचच आणतो, साहेब.''

वेटरचं वाढून व्हायच्या आत ट्रॅग आला. वेटर जाईपर्यंत तो तसाच थांबला आणि मग खुर्चीवर बसून त्याने कॉकटेल ग्लासच्या साहाय्याने समोरची प्लेट मागे सारली. आता त्याला पुढे वाकून थेट मॅसनकडे पाहाणे शक्य झाले.

''काही शोध लागला का?'' आपल्या कॉकटेलवर काटा-चमचा टेकवत मॅसनने विचारले.

''याचं श्रेय तुला द्यावंच लागेल मॅसन - तुला दैवी देणगी लाभली आहे - अगदी जन्मजात बुद्धिमानापेक्षाही लाखमोलाची.'' ट्रॅग म्हणाला.

''आता काय?''

''तू अंदाज केल्याप्रमाणेच स्पिनी एका गॅरेजमध्ये गेला होता. गाडी आणि ड्रायव्हर घेऊन बरोबर ब्याऐंशी मैल प्रवास केला त्यानं. डोंगराळ रस्त्याच्या मध्यावर गाडी थांबवली आणि इथंच उतरतो म्हणाला. ड्रायव्हरनं त्याला शेवटचं पाहिलं तेव्हा तो डोंगरातल्या चढ-उतारांवरून रमतगमत चालला होता. समारंभाचा पोषाख, फिक्या रंगाचे बूट आणि टॉपकोट घातलेल्या निरुपद्रवी इसमानं पाईन वृक्षांमधून वाट काढणाऱ्या, घाणीनं भरलेल्या धूळमाखल्या रस्त्यानं सहजपणे फिरावं, तसा. मला कळलेल्या बातम्यांपैकी ही पहिली झाली.''

''दुसरी कोणती?'' ड्रेकने विचारले.

''आणि दुसरी म्हणजे?'' मॅसनच्या चेहऱ्यावरची नजर किंचितही न हलवता ट्रॅग म्हणाला, ''ॲडिरोडॅक हॉटेलमध्ये स्टीफन क्लेअर आणि तिचे काका मॅक्स ओल्गर यांच्या खोल्यांना जोडणाऱ्या बाथरूमच्या बाथटबवर अर्नेस्ट टॅनर मृतावस्थेत आढळला आणि तुला आठवत नसेल तर सांगतो मॅसन, अर्नेस्ट टॅनर म्हणजे जूल्स होमनचा ड्रायव्हर. होमनने सॅनफ्रान्सिस्कोमधील एल. सी. स्पिनीला अनधिकृतपणे लांब अंतराचे फोन करण्यासाठी आपल्या फोनचा वापर करत असल्याचा आभासी आरोप ज्याच्यावर केला होता, तोच हा टॅनर.''

मॅसन सरळ झाला. त्याच्या काटे-चमच्याने प्लेटवर ठेका धरला. ''तू मस्करी तर करत नाहीस?'' त्याने विचारले.

''अजिबात नाही.'' लेफ्टनंट ट्रॅग शांत, संयत आवाजात म्हणाला. ''आणि तुझ्या माहितीसाठी सांगतो, ''मॅसन, मी हॅम्बर्गर सँडविच खात असताना तू जेव्हा तुझ्या कार्यालयाबाहेर पडलास, अगदी त्याच सुमारास हा खून झाल्याचे दिसते.''

मॅसनने गोड शब्दांत उत्तर दिले. ''पाहण्यासारख्या गोष्टींचा मोह आवरत नाही, लेफ्टनंट. तुला तरी आवरतो का? माझ्या हॅटवरच्या ओल्या डागांविषयी विचारत असशील तर...''

ट्रॅगने त्याला अडवले, ''ती तर माझी सुरुवात होती. फोन करत असताना सगळा वेळ मी काय करत होतो, वाटलं तुला? तुझ्या कार्यालयीन इमारतीभोवती उभ्या असलेल्या सगळ्या टॅक्सी ड्रायव्हर्सच्या संपर्कात राहायला सांगत होतो मुख्यालयाला. मॅसन, तू ताडकन बाहेर पडलास, टॅक्सीत उडी मारलीस, ॲडिरोडॅक हॉटेलवर गेलास, तिथे बारा मिनिटे थांबलास आणि त्यानंतर परत कार्यालयात येऊन धडकलास; त्याच वेळी मला सगळे संदर्भ लागले.''

१८

पॉल ड्रेकच्या चेहऱ्यावर एकाच वेळी आश्चर्य आणि त्रेधा दिसू लागली; पण लेफ्टनंट ट्रॅगचे त्याच्याकडे लक्षच नव्हते. तो निदान करणाऱ्या शल्यविशारदाच्या तल्लीनतेने मॅसनचे निरीक्षण करत होता.

डेला स्ट्रीटने सहजपणे विचारले, ''चीफ, तुमच्या हातून आणखी एक खून तर झाला नाही?''

अद्याप मॅसनकडे पाहात असलेल्या ट्रॅगने याचे उत्तर दिले. ''खून त्याने नाही केला; पण स्टीफन क्लेअरने केलाय किंवा मृतदेह खोलीत आढळल्याचे पाहून मॅसनला फोन केला आणि त्याने तिला बाहेर जायला सांगितले. म्हणजे गुन्हा घडला तेव्हा आपण दुसरीकडेच असल्याचा बनाव रचता आला असता तिला.''

''काय बोललास लेफ्टनंट? अतिशय हास्यास्पद निर्णय देणे ही तर तुझी खासियत! तू सँडविच खात असताना, तुला विश्वासात घेणं योग्य ठरेल का हे स्टीफन क्लेअरकडून जाणून घेण्यासाठी मी ॲडिरोडॅक हॉटेलवर गेलो नव्हतो, हे कसं कळलं तुला?'' मॅसनने विचारले.

''यावर काय उत्तर दिलं तिनं?''

मॅसन हसला. ''हा प्रश्न अपेक्षित होताच, लेफ्टनंट; पण इथे मला काही मदत करता येणार नाही. ती दिसलीच नाही ॲडिरोडॅकला.''

''पण तू तिथे कशाला गेला होतास?''

''तिला भेटायला तिथे जाऊ शकलो असतो; पण तिथे ती नजरेस पडली नाही.''

''जाऊ शकला असतास; पण गेला होतास का?''

"माझ्या सगळ्या हालचाली तुला कळवाव्यात असं कुठलंही कारण दिसत नाही मला." मॅसनने सांगितले.

"मॅसन, यजमान म्हणून तू खूपच आनंददायी आहेस. व्यक्तिशः तू आवडतोस मला; पण अधिकृतपणे आपण एकमेकांच्या विरोधात आहोत आणि माझ्या अधिकृत अधिकारात हा प्रश्न विचारतोय मी तुला." ट्रॅगने स्पष्ट केले.

"ठीक आहे. मीही माझ्या अधिकारात उत्तर देतो. पेशाने मी वकील आहे. माझ्या क्षमतेचा परिपूर्ण वापर करून मी माझ्या अशिलाचं रक्षण करतो. अशिलानं सांगितलेल्या एकाही गोष्टीची मी वाच्यता करता कामा नये. आपण थंड डोक्याने, हेतुपुरस्पर खून केला आहे हे एखादा अशील मला सांगू शकतो आणि आमच्यातलं हे संभाषण अगदी गुप्त असतं." मॅसनने उत्तर दिले.

"संभाषण गुप्त असू शकेल; पण इतर बऱ्याच गोष्टी आहेत ज्या गुप्त नसतात."

"उदाहरणादाखल अशी एखादी गोष्ट?" मॅसनने आव्हान दिले.

ट्रॅगने अंगठा आणि तर्जनी पँटच्या खिशात खुपसून कागदाचा एक चिटोरा बाहेर काढला. तयची घडी उलगडून एक छोटंसं पीस त्याच्यासमोर धरलं. अजूनही दमट, ओलसर होतं ते. त्याचा खालचा अर्धा भाग मात्र गडद लाल रंगात रंगलेला होता.

आपली नजर मॅसनवर स्थिरावून ट्रॅग सांगू लागला, "मला मिळालेली माहिती अशी- मेंदूच्या तळाशी गोळी घालून टॅनर मारला गेला. छोट्या कॅलीबरच्या रिव्हॉल्व्हरमधून गोळी अगदी जवळून झाडली गेली. शस्त्राचा रिपोर्ट चुकावा यासाठी उशीचा वापर केला गेला. गोळीच्या मार्गात दुमडलेली उशी धरली गेली. त्यानं उशी उसवली गेली आणि तिच्यातली पिसं बाथरूमभर पसरली. पावसाला सुरुवात झाली होती. तू आत गेलास तेव्हा बूट ओलसर होते. विशेषतः टाच आणि तळवा यांच्या मधली जागा. तुझ्या नकळत त्यातलं एक पीस तुझ्या बुटाच्या टाचेला चिकटलं. तू इथे परतल्यावर वाळून ते बुटावरून जमिनीवर घरंगळलं."

"माझ्या कार्यालयातून तू ते उचललंस असं सांगायचा प्रयत्न आहे का तुझा?" मॅसनने विचारलं.

"नाही, कार्यालयातून नाही. तू कपाटातून हॅट काढून घेतलीस तेव्हाच तिनं माझं लक्ष वेधून घेतलं आणि नंतर कॉरिडॉरमध्ये तू डेला स्ट्रीटचा पाठलाग करत असताना तिच्या स्कर्टमुळे उठलेल्या हवेच्या तरंगांनी ते पीस जमिनीवर गिरक्या घेत होतं."

डेला स्ट्रीट चटकन म्हणाली. "मला वाटतं, तुम्ही फारच चाणाक्ष आहात, लेफ्टनंट. दुसरा कुणी असता तर माझ्यावरच संशय घेतला असता."

ट्रॅगची नजर अचानक तिच्याकडे वळली. "खरंच की."

डेलाने भुवया उंचावल्या.

"या आधीच हे माझ्या लक्षात कसं नाही आलं? तू बाहेर होतीस. हॉलिवूडमध्ये गेल्याचं सांगितलंस तू. कुणीतरी मॅसनला फोन केला. तो निरोप इतका महत्त्वाचा होता की, मिसेस ग्रिलीची वाट पाहात असतानाही तो कार्यालयाबाहेर पडला. ती असा पुरावा आणणार होती जो त्याच्या अशिलाला निरपराध ठरवू शकला असता. फोन करणारी तूच असली पाहिजेस."

तिची प्रतिक्रिया अजमावण्यासाठी तो बोलायचा थांबला. तिने बेडरपणे त्याच्या नजरेत नजर मिळवली." बोला ना, लेफ्टनंट. कुशाग्र मन कसं काम करतं ते पाहणं अद्‌भुत आहे."

एक एक शब्द सावकाश उच्चारत ट्रॅग म्हणाला, "तुला तो मृतदेह आढळला, पण मॅसनला तुला त्यात सामील करून घ्यायचं नव्हतं. मिस क्लेअरला वाचवण्यासाठी त्यानं एवढी मोठी जोखीम पत्करली नसती. जिला तो या संकटातून वाचवू पाहात होता ती तू होतीस; पण ते पीस त्याच्या बुटावरून निघालं, तेव्हा तो मृतदेहाबरोबर त्या खोलीत होता."

तो बोलायचा थांबला.

"बरं, मग?" तिने विचारले.

"यावर तुला काय म्हणायचंय?"

"हॉलिवूडमध्ये बोललं जात तसं, तुमचं कुणीतरी खरंच तिथे आहे. हे भयंकर आहे, नक्कीच!" ती म्हणाली.

ट्रॅगने आपली खुर्ची मागे ढकलली." चला, मी ॲडिरोडॅकला जातो."

"आधी डिनर तरी संपव. नेहमीचं काम करायला तुझी माणसं असतीलच की तिथं," मॅसन म्हणाला.

ट्रॅगने त्याचे आमंत्रण धुडकावून लावले. मुठी टेबलावर ठेवत तो पुढे झुकला. "मॅसन, तू मला आवडतोस. कधीतरी वाटतं, मीही तुला आवडत असेन; पण एक योद्धा म्हणून मी तुझ्याइतकाच चांगला, तुझ्या इतकाच कडवट आणि तुझ्याइतकाच निष्ठूर आहे. कळलं मला काय म्हणायचंय ते?"

"अगदी, अगदी." मॅसन म्हणाला.

"गुन्हे केलेल्या लोकांचं वकीलपत्र घेतोस तू" ट्रॅग पुढे बोलू लागला. "मी परवानगी देईपर्यंत तू हे रेस्टॉरंट सोडू नयेस अशी माझी इच्छा आहे. तसं केलंस तर परिणाम वाईट होतील. पुढच्या अर्ध्या तासात माझ्याकडून काही निरोप मिळाला नाही तर ॲडिरोडॅक हॉटेलला किंवा मुख्यालयात फोन कर मला. कधी आणि कुठे जातो आहेस त्याची कल्पना दे मला."

"असं काही करणार नाही मी. कुणालाही रिपोर्ट करत नाही मी. माझ्यावर नियंत्रण ठेवायचं असेल तर तुझ्याकडे एकच मार्ग आहे. मला अटक करणे." मॅसनने उत्तर दिले.

"कदाचित तेही करीन मी."

मॅसन उठून उभा राहिला. "तसं केलंस तरी मला वाईट वाटणार नाही, लेफ्टनंट. पण तसा प्रयत्न केलास तर मी भूमिगत होऊ शकतो. आपल्या छोट्या भेटीत खूप मजा आली. थोड्या वेळासाठी का होईना, पण पोलिसांना मदत करताना आनंद वाटला. तू माझी परिस्थिती जाणतोस आणि मी तुझी. पुन्हा कधीतरी आपलं अर्धवट राहिलेलं जेवण पूर्ण करण्याचा सन्मान मला मिळेल अशी आशा करतो."

ट्रॅगच्या ओठांच्या कडेला स्मितहास्य झळकले. "मॅसन, येत्या काही दिवसांत कदाचित तुझी रवानगी जेलमध्ये करावी लागेल."

"उत्तम! मग मी माझी सुटका करून घेईन आणि या घटनाक्रमात तुझं माकड करून टाकेन."

"तसं करू शकलास तर चांगलंच आहे; पण मी तुला जेलमध्ये पाठवणार."

मॅसन हात उडवत म्हणाला, "हेही चांगलंच आहे; पण तू करू शकलास तर."

दोघांनी हस्तांदोलन केले.

"मी त्या खुनाचा तपास करायला चाललोय. मी सांगितलेलं लक्षात ठेव. माझ्या संपर्कात राहा आणि माझ्या परवानगीशिवाय इथून हलू नकोस. गुड नाइट." ट्रॅगने निरोप घेतला.

ट्रॅग नृत्यमंच पार करून, ढांगा टाकत टेबलांमधून वाट काढत असताना मॅसन त्याला न्याहाळत राहिला.

"त्याच्या मागोमाग जाण्यात काही फायदा आहे?" ड्रेकने विचारले.

"निश्चितच नाही. त्यानं साध्या कपड्यातली माणसं पेरून या जागेची नाकाबंदी करून टाकलीच आहे. पैजेवर सांगतो, मी कुणाला तरी फोन करेन या अपेक्षेनं त्यानं इथल्या बूथची लाइन टॅप केलेली आहे. मीही सांगतो, नाही फोन केला तर नाव बदलेन."

"चीफ, जपून पावलं टाका बरं का." डेलाने मॅसनला सावध केलं.

मॅसनने मनगटी घड्याळाकडे कटाक्ष टाकला. "सगळी तयारी झाल्याची खात्री करायला दहा मिनिटं देतो मी त्याला."

"आणि मग?"

मॅसन गालातल्या गालात हसला.

"पेरी, त्यानं हॉलमधलं पीस खरंच उचललं होतं हं. त्यात काही खोटेपणा

नाही. त्या मृतदेहाबरोबर तू तिथे नव्हतास तर ते पीस आलं कुठून?'' ड्रेकने विचारलं.

''जसं तो म्हणाला, अगदी तसंच, पॉल.''

''बाप रे पेरी! तू तिथे होतास हे मान्य करू नकोस-माझ्यासमोर तरी.''

मॅसनने काटा-चमचा उचलून परत कॉकटेल खायला सुरुवात केली.

''ट्रॅग फार धोकादायक शत्रू आहे.''

ड्रेकने सुस्कारा सोडला. ''त्याच्यासारखं मनोबल माझ्याकडं असायला हवं होतं.'' डेला स्ट्रीटकडे पाहात तो म्हणाला.

नृत्य संगीताला सुरुवात झाली. डेला स्ट्रीटने टेबलाखालून मॅसनच्या घोट्याचा अदमास घेत छोटासा धक्का दिला. खुर्ची मागे सरकवून तो उठला, डेलाच्या खुर्चीजवळ गेला. क्षरभरात दोघांनी नृत्यमंचाची दिशा धरली.

''काय होतं ते?'' तिने विचारलं.

''हॉर्टन्स झिकोस्कीचा फोन आला होता. ती घाबरलेली होती. म्हटलं, झिकोस्की घाबरली म्हणजे प्रकरण गंभीरच असणार; प्रत्यक्ष तिथे जाऊनच बघावं. पाहतो तर काय, ट्रॅगने वर्णन केल्याप्रमाणं टॅनर बाथटबवर पडलेला. कुणीतरी त्याच्या डोक्याच्या मागे उशी दाबून धरली, त्यात पिस्तूल खुपसलं आणि त्याचा खटका दाबला.''

''हे सगळं घडत असताना तो काय करत होता?''

''बरंच अल्कोहोल ढोसल्यानं त्याची तब्येत बरीच बिघडली असावी.''

''कुणी केलं हे?''

''हॉर्टी म्हणते, तिला काहीच कल्पना नाही. ती त्याला घेऊन स्टीफनच्या खोलीवर गेली कारण त्याचं म्हणणं ऐकण्यासाठी मॅक्स ओल्गर येईपर्यंत थांबायला मध्यवर्ती जागा हवी होती तिला. त्याच्या तोंडाचा पट्टा सुटला होता. तिला वाटलं, तो काही महत्त्वाचं बोलून जाईल. मला फोन करायला ती खालच्या मजल्यावर आली. माझा फोन बिझी होता. परत वर खोलीत गेल्यावर तिला या घटनेचा पत्ता लागला. दुसऱ्या वेळी खोलीतूनच फोन लावला तिनं मला. तेव्हा हातमोजे घातले होते तिनं.''

त्याचं बोलणं पचनी पाडून घेताना ती यांत्रिकपणे मॅसनबरोबर नृत्य करत होती.

''हॉर्टीला ओळखत असाल तरच तुम्ही विश्वास ठेवू शकता तिच्यावर; ओळखत नसाल तर विश्वास ठेवता येणार नाही.'' मॅसनने सांगितले.

''पण ती त्याच्याबरोबर फिरायला गेल्याचं ते शोधून काढतील ना...''

''कसं काय?''

''कसं म्हणजे... कुणीतरी त्यांना पाहिलं असेल असं नाही वाटत तुम्हाला? तिचं असणं जरा- वेगळंच, उठून दिसणारं असतं.''

"स्टीफन क्लेअरशी तिचा संबंध जोडला तर ते तसं आहे. नाही जोडला तर नाही. तशी फार भडक नाही ती. शोभेल इतपतच रंगरंगोटी करते. माझ्या माहितीतल्या मुलींपैकी फार थोड्या तिच्यासारख्या आहेत. विलासी या विशेषणाला अगदी यथायोग्य न्याय देते ती."

"पण काही झालं तरी तुम्ही जबाबदार नव्हता. पोलिसांच्या नजरेस आणून द्यायचं आणि बाजूला व्हायचं तर..."

"मी शिकारी आहे, डेला. काहींना वाघ-सिंहाच्या शिकारीतूनच जीवनाचा थरार मिळतो. काहींना छोट्या पक्ष्यांची शिकार करायला आवडते. काहींना फक्त शिकार करायला आवडते; मग ती कुणाची का असेना. शिकारीचा थरार अनुभवायचा असतो त्यांना. तसा मी खुन्यांची शिकार करतो. माझ्या मते ग्रिलीला कुणी मारलं ते मी ओळखलंय. हेच एकमेव उत्तर वस्तुस्थितीशी मिळतंजुळतं आहे आणि डेला, त्या खुन्याला जेरबंद करायचंय मला. मला ते ट्रॅगकडून व्हायला नको आहे. त्याला त्याचं श्रेय मिळावं असं वाटतं मला; पण ती शिकार करणारा आणि पाळंमुळं खणणारा मी असावा असंही वाटतं मला."

"पण टॅनरच्या केसमध्ये इतकं कशाला गुंतायचं की तुम्हाला..."

"ट्रॅग मला काम करायला मोकळीक देणार नाही. सगळ्या बाजूंनी आवळून टाकलंय त्यानं मला."

"म्हणजे फक्त तुम्ही खुनाचा रिपोर्ट दिलात, म्हणून?"

मॅसन हसला. "नाही तर काय? ट्रॅगच्या दृष्टीकोनातून बघ ना त्याकडे. सँडविच खाण्यासाठी तो कार्यालयातून जातो काय आणि मी दुसरा मृतदेह शोधतो काय."

"तुम्ही तिकडे होता हे त्याला कळलंय आता."

"हे सगळं त्या चोंबड्या पिसामुळं. ती अगदी अनपेक्षित कलाटणी होती, जी माझ्या विरुद्ध गेली."

"म्हणजे तुम्ही आता गरम पाण्यात आहात तर?"

"तर, पाणी उकळायला लागल्याचं जाणवतंय ना मला." त्याने मान्य केलं. "चल, आपण टेबलाकडे परत जाऊ म्हणजे ड्रेकची गाडी रुळावर राहील. फार वेळ एकटं ठेवलं तर स्वतःच्या कल्पना लढवत बसेल तो. शिवाय मला दोन फोनही करायचेत."

"कुणाला?"

"ट्रॅग ज्यांची चौकशी करेल असं वाटतं अशा काहीजणांना."

आपलं टेबल जवळ येईपर्यंत त्यांनी नृत्यमंचावर गिरक्या घेतल्या. नंतर मॅसन तिला तिच्या खुर्चीकडे घेऊन गेला.

"मी फोन करायला जातोय. तोपर्यंत किल्ला लढव." त्याने ड्रेकला सांगितले.

"वेटर येऊन गेला इथे. कॉकटेलबरोबरच जेवण पाहिजे असल्याचं बोलला होतास म्हणे तू त्याला...?" ड्रेकने विचारले.

"हो, हवं तर सूपही राहू देत. थेट स्टेकच घेऊ. परत असं ताजं, लुसलुशीत जेवण मिळायला बराच वेळ जावा लागेल."

ड्रेक दचकलाच. "आता मस्करी बास झाली हं, पेरी. ट्रॅग या वेळी अगदी गंभीर दिसतोय."

"हो हो" मॅसनने मान्य केले.

नृत्यमंचाच्या कडेकडेने, टेबलांमधून वाट काढत तो टेलिफोन बूथपाशी गेला. त्याने होमनचा डिरेक्टरीत न नोंदवलेला क्रमांक फिरवला. काही क्षणांतच दुसऱ्या बाजूने फिलीपिनी मुलाचा आवाज आला.

"मि. होमन आहेत का?" मॅसनने विचारले.

"कृपया कोण बोलतंय, सांगाल का?"

"मी मि. मॅसन, वकील बोलतोय."

"अच्छा! माफ करा, पण ते खूप कामात आहेत. अगदी कुणीही असलं तरी व्यत्यय आणू नकोस असा निरोप दिलाय त्यांनी. पण कदाचित..."

"ठीक आहे, फिलीप. मि. होमनना लक्षात ठेवायला सांग की, आज रात्री तू कुठे बाहेर गेला नव्हतास. आलं लक्षात? तू कुठे बाहेर गेला नव्हतास."

त्या मुलाच्या आवाजातून आश्चर्य डोकावले. "पण मी कुठे गेलोच नाही, मि. मॅसन. संध्याकाळभर मी इथेच आहे की."

"हे छान झालं!" म्हणून मॅसनने रिसीव्हर ठेवून दिला.

वहीत शोधाशोध करून मॅसनने मोना कार्लचा क्रमांक मिळवला आणि तिला फोन लावला. ती रीगल्स कॅफे टेरियाची कर्मचारी होती.

"मिस कार्ल, मी मि. मॅसन बोलतोय. मि. ड्रेकच्या वतीनं बोलतोय मी. मिसेस वॉरफिल्डला त्यांनी एक नोकरी देऊ केली होती. काही कारणांनी त्यांनी ती नोकरी न स्वीकारण्याचा निर्णय घेतला. कारण काय ते त्यांचं त्यांनाच ठाऊक. कुठे आणि कधी रिपोर्ट करायचा ते मि. ड्रेककडून कळेपर्यंत त्यांनी हॉटेलवरच थांबायचं असं ठरलं होतं; पण तरीही त्या हॉटेलबाहेर पडल्या" मॅसनने कार्लला सांगितले.

"माफ करा, मि. मॅसन, मी खरंच तुम्हाला काही मदत करू शकत नाही. तिच्याविषयी काहीही माहिती नाही माझ्याकडे, "पलीकडून आवाज आला.

"त्याची कल्पना आहे मला; पण पुढच्या काही तासांत ती तुमच्याशी संपर्क साधेल असं कळलंय मला."

"का? असं का वाटतंय तुम्हाला?"

"ते नाही सांगता यायचं. कदाचित फक्त एक ऊर्मी असेल माझी. जेव्हा ती संपर्क

साधेल तेव्हा त्यांना सांगाल का, त्यांच्या पतीविषयीच्या माहितीची मी शहानिशा केली आहे. त्यांना सगळी माहिती हवी असेल तर द्यायला आनंदच वाटेल मला; पण त्यासाठी त्यांना माझ्याशी वैयक्तिक संपर्क करावा लागेल. एवढं सांगाल का त्यांना?''

''हो, सांगेन मी'' तिच्या आवाजात शंका होती. ''पण खरं तर ती माझ्याशी संपर्क साधेल असं मला किंचितही वाटत नाही, मि. मॅसन.''

''मला तरी वाटतंय तसं. आभारी आहे मी तुमचा.'' त्याने रिसीव्हर ठेवून दिला.

मॅसन टेबलाकडे परतला. ड्रेक आणि डेला हलक्या आवाजात संभाषण करत होते. वर पाहून हसून डेला म्हणाली, ''बरं झालं परत आलात ते. मी एकटी सापडले की, प्रत्येक वेळी तीच जुनी गोष्ट घडते.''

''माहिती विचारत असेल कसली तरी?'' खुर्चीत बसताबसता मॅसन म्हणाला.

''नाही तर काय? माझ्यातलं सेक्स अपील हरवत चाललंय की काय असं वाटायला लागलंय मला. पूर्वी तो माझी चेष्टा करायचा. आता उद्देश बदललेत त्याचे.''

''ते राहू दे रे पेरी! नेहमी तू मला नेहमी एखाद्या जाळ्याकडे खेचतोस आणि आंधळेपणाने त्यात उडी मारायला लावतोस.'' ड्रेकने तक्रार केली.

''माहीत आहे मला ते.'' मॅसन समजावणीच्या सुरात म्हणाला. ''ते एक प्रकारे चांगलंच आहे. तुझं म्हातारपण रोखलं जातंय त्यामुळे.''

''बरं, पण आता तू माझी उत्सुकता शमवणार आहेस की नाही? म्हणजे, ऑफ द रेकॉर्ड?'' त्याने विचारले.

''ऑफ द रेकॉर्ड असं काही नाही रे, पॉल. तसं तू नेहमी अगदी भानावर असतोस. निसटून जाणाऱ्या खुन्याच्या डोक्यात मारण्यासाठी धुराड्याची वीट काढून घेणार नाहीस तू.''

''तू ट्रॅगला दिलेलं ते उदाहरण अगदी छान होतं; पण ते मला चिकटवू नकोस. मी तुला चांगलंच ओळखून आहे. तू सगळं घर भुईसपाट करशील आणि धुराड्याची सैल झालेली वीट तिथेच ठेवशील.''

''पण मी ते सगळं पुन्हा एकत्र जोडतो'' मॅसन हसत म्हणाला.

''आतापर्यंत जमलं तुला ते. या खेपेला मात्र तुझी अवस्था सम्राटाच्या घोड्यांसारखी आणि हंपी-डंपीला परत एकत्र आणू न शकलेल्या सम्राटाच्या सैन्यासारखी आहे, तंतोतंत.''

''फक्त याच खेपेला हंपी-डंपी भिंतीवरून पडलेले नाहीत.'' मॅसन म्हणाला.

''तुमच्या फोन कॉलचं काय झालं?'' डेलाने विचारलं,

''ते ट्रॅगच्या खोडसाळपणाला आवर घालण्यासाठी होते. होमनची चौकशी करायला कचरतोय तो. एखाद्या राजकीय पुढाऱ्याकडून कान टोचले जातील, हे माहीत आहे त्याला. या वेळेला मी त्याची अवस्था अशी केली आहे की, त्याला

आर या पार उतरावेच लागेल. दुसरा फोन म्हणजे विमा आहे माझा. आता तो मला हिंडू फिरू देईल. आता आपल्याला निवांतपणे जेवणाचा आनंदही लुटता येईल.''

''इथून निघून जायचा प्रयत्न करणार नाहीस तू?''

''ज्या तरुणीबरोबर मी लिफ्टमध्ये दिसलो होतो तिची माहिती विचारण्यासाठी ट्रॅग इथे येईपर्यंत तर नाहीच नाही. मी...''

एक पोऱ्या टेबलाजवळ आला. ''आपण मि. मॅसन का?''

''हो.''

''लेफ्टनंट ट्रॅगना तुमच्याशी फोनवर बोलायचंय.''

''लेफ्टनंट वेळ वाचवतोय. पुन्हा एकदा मला जावं लागेल असं दिसतंय. वेटर, तू वाढून दे जेवण. आपल्याला भरभर उरकावं लागेल.'' मॅसनने सांगितले.

मॅसन फोनजवळ गेला. ट्रॅगने सांगितले, ''मॅसन, एका लिफ्टमनने तुझा फोटो ओळखलाय.''

''माझा फोटो!''

''हो.''

''माझा फोटो कुठून मिळाला तुला?''

''आणीबाणीच्या वेळी वापरण्यासाठी फोटो सज्ज केल्याशिवायच मी तुझ्यावर पाळत ठेवून आहे असं वाटलं की काय तुला? तसं असेल तर तुझी गैरसमजूत आहे मी.'' ट्रॅग म्हणाला.

''वा वा, तुझी ही दूरदृष्टी प्रशंसनीय आहे! त्या लिफ्टमनचं काय म्हणालास?''

''त्याने तुला तिसऱ्या मजल्यावर नेलं. तिथं तुझ्याबरोबर एक तरुणी होती. आता मला सांग, तू तिसऱ्या मजल्यावर काय करत होतास आणि ती तरुणी कोण होती?''

''बेलबॉयने माझा फोटो ओळखला?'' मॅसनने विचारले.

''हो तर.''

''ओळख बरोबर आहे?''

''अगदी!''

''मग ती तरुणी माझी अशीलच असली पाहिजे. हे माझं अनुमान तर्कसंगत वाटत नाही, ट्रॅग?''

ट्रॅगचा आवाज तापला ''मॅसन, हा खून आहे. मी काही घोड्यांची रेस खेळायला नाही आलो. मला माहीत आहे, नेहमी तुझी सरशी होते; पण या वेळी माझ्या हातात हुकमाचे पत्ते आहेत. तुला तुझे पत्ते खाली ठेवावे लागतील.''

''एखादा खून झालेला असताना, एखाद्या गावातल्या हॉटेलात एखाद्या लिफ्टमनने मला कुणा तरुणीबरोबर पाहिले असेल तर त्या प्रश्नांची उत्तरे देऊ शकणार नाही मी. हा तुमच्या कार्यालयाचा डावपेच आहे. यातून तुला परिस्थितीचं आकलन

झालंच असेल लेफ्टनंट?'' मॅसनने विचारले.

''मॅसन, उद्या सकाळी अकरा वाजेपर्यंत मी तुला जेलबाहेर ठेवतो.'' ट्रॅगने दरडावले. ''एवढे तरी उपकार कशाला?''

''कारण मला तुला रंगेहाथ पकडायचंय. होमनची चौकशी करायला तुला भाग पाडणाराय मी. नेहमी माझी मान अडकवायला बघतोस ना? आता थोडा माझ्याही पापाचा धनी हो ना...''

''त्याला काही प्रश्न विचारायची वेळच येणार नाही माझ्यावर. मिसेस ग्रिलीची साक्ष सगळं काही सांगून जाईल'' मॅसन म्हणाला.

''या बाळबोध युक्तीनं मला मूर्ख बनवशील असं वाटलं?''

''बाधबोध काय त्यात?''

''आपल्या नवऱ्याला या मुलीची भुरळ पडली नसणार यावर मिसेस ग्रिली किती ठाम होती, आठवतंय का? पण हा शर्ट सापडल्याबरोबर तो आणून देण्याइतपत विवेकबुद्धी जागृत होती तिची. तिनं त्याकडे दुर्लक्ष केलं असतं तर तुझ्यावर आफत ओढवली असती.'' ट्रॅग म्हणाला.

''कशाबद्दल बोलतोयस तू?''

''तू तुझ्या अशिलासाठी जी छोटीशी पार्श्वभूमी तयार केलीस ना, त्याविषयी, मॅसन. तो शर्ट तिथं ठेवताना, एका गोष्टीकडं दुर्लक्ष झालं तुझं.''

''ट्रॅग, तू कशाबद्दल बोलतोयस त्याची मला किंचितही कल्पना नाही.''

''मी कशाबद्दल बोलतोय ते तुला माहीत आहे, मॅसन. युक्ती छान होती; पण चालली नाही. तुझ्या चटपटीत सेक्रेटरीनं ओठांवर लिपस्टिक थापली आणि विलगलेल्या ओठांचा ठसा उमटवला असं गृहीत धरतो मी.''

''ठीक आहे, या वेळी तुझी बाजी; पण त्यात चुकलं कुठे?''

''शर्टावरचा लॉंड्रीमार्क. तू त्याकडं दुर्लक्ष केलंस, नाही का मॅसन?

''त्या लॉंड्रीमार्कचं काय?''

''शर्टावरचा लॉंड्रीमार्क हा गुन्हा सिद्ध करणाऱ्या पुराव्यांपैकी एक असल्यानं, तुझ्या दुर्दैवानं मी त्याचा तपास करायचं ठरवलं. तपास केल्यावर पुढे आलं, तो ग्रिलीच्या लॉंड्रीचा शिक्का नव्हता. मिसेस ग्रिलीला सापडावा म्हणून त्याच्या मृत्यूनंतर त्या बॅगेत ठेवला होता तो. मृत माणूस घटना सांगू शकत नाही, हे जाणणाऱ्या नीच माणसाचं कृत्य होतं ते. तो शर्ट सापडल्यावर मिसेस ग्रिली तुझ्याशी संपर्क साधणार हेही ओळखलं होतं त्यानं. वेळ अगदी अचूक साधलीस हं, मॅसन.'' ट्रॅग म्हणाला.

''एक मिनिट हं. कुणाचा लॉंड्रीमार्क होता तो?'' मॅसनने काळजीपोटी विचारले.

''कुणाचा आहे हे कळलं नाही अजून; पण कुणाचा नाही हे शोधलंय आम्ही.

ग्रिलीचा नाही तो.'' ट्रॅगने स्पष्ट केले.

''कदाचित सॅनफ्रान्सिस्कोमध्ये धुतला असेल तो.''

''नाही, ग्रिलीचा शर्ट नाहीच तो. त्याच्या बाह्यांची लांबी ग्रिली घालायचा त्या शर्टपेक्षा दीड इंचानं कमी आहे. शिवाय त्याची कॉलर सव्वासोळा इंच आहे. ग्रिलीच्या शर्टाची कॉलर पावणेसोळा इंच असायची; तेव्हा माझ्या मते मॅसन, सकाळी तुला त्या किल्ल्यांवरून मि. होमनची उलटतपासणी घ्यावीच लागेल आणि आता तुला हव्या त्या वेळेला तू टॅग्रीन हॉटेल सोडू शकतोस; पण सकाळी जेव्हा लिफ्टमध्ये तुझ्याबरोबर असलेल्या तरुणीचं नाव सांगायला तू तयार होशील तेव्हा मला कुठे गाठायचं ते माहीतच आहे तुला आणि बरं का, मी काही डिनरसाठी परत येत नाही तेव्हा तू दोन्ही स्टेवस खाऊ शकतोस. उद्या रात्रीचं तुझं जेवण काही खास असायचं नाही. पुन्हा एकदा चांगलं दाट स्टेक खायला कदाचित बराच काळ उलटावा लागेल.''

''त्या शर्टाचं सांगतो, ऐक ट्रॅग. मी...''

''आता मी तुला सांगणाराय, हे मी सांगितलंय, मॅसन. मिस क्लेअर फार वेळ निरपराध राहू शकणार नाही. थोडीफार तरी नामुश्की टाळण्यासाठी तुला होमनची चौकशी करावीच लागेल आणि पोलीस विरुद्ध क्लेअर या केसचा सोक्षमोक्ष लागल्यावर लगेचच आज संध्याकाळी तुझ्याबरोबर लिफ्टमधून खाली आलेली तरुणी कोण होती हे तू मला सांगणार आहेस; अन्यथा प्रत्यक्ष साक्षीदार म्हणून तुझी पोलीस कोठडी ठरलेलीच आहे आणि हो, तो शर्ट पॉल ड्रेकचा असेल तर त्याला सांग, तूही दोन स्टेक्स खाल्लेले बरे. कारण काही झाले तरी मी त्या लाँड्रीमार्कचा शोध घेणारच आहे.'' लाइनच्या दुसऱ्या बाजूने रिसीव्हर ठेवल्याचा आवाज आला.

मॅसनने फोन ठेवून दिला आणि पॉल ड्रेक व डेला स्ट्रीट ज्या टेबलावर बसले होते त्या टेबलाकडे तो सावकाश चालत आला. त्यांच्या नजरा मंचावर नुकत्याच सुरू झालेल्या खेळाकडे वळल्या होत्या. हॉटेलच्या इतर ग्राहकांवरही उत्तम मद्य, उत्तम पदार्थ आणि उत्तम खेळ यांची धुंदी चढली होती. ड्रेक आणि डेला जणू काही अंतिम संस्कारांसाठी बसले असावेत तसे दिसत होते.

खुर्चीत दाणकन बसत मॅसनने स्टेक समोर ओढून घेतले, काटा-चमचा उचलला आणि अत्यानंदाने तो मांसावर तुटून पडला.

''तुझ्या भुकेवर काही परिणाम झालेला दिसत नाही'' ड्रेक म्हणाला.

''नाही झाला'' मॅसनने त्याच्या सुरात सूर मिसळला. ''तू नेहमी म्हणतोस, पॉल, मी बर्फाच्या पातळ पापुद्र्यावरून स्केटिंग करतो आणि कडमडतो. तर आता हसायला तयार हो. आजही कपाळमोक्ष झालाय माझा.''

''काय झालं,'' डेलाने विचारले. ''तो ग्रिलीचा शर्ट नव्हता. मिसेस ग्रिलीला सापडावा म्हणून कुणीतरी मुद्दाम तो लाँड्रीबॅगमध्ये ठेवला होता.''

"काय हे मॅसन?" ड्रेक उद्गारला. "म्हणजे आपली निवड झाली आहे तर!"

"आधी ती काळजी सोड आणि खेळ बघ, पॉल. मी होमनची उलटतपासणी घेतल्याशिवाय तो आपल्याला अटक करणार नाही असं बोललाय ट्रॅग" मॅसनने सांगितले.

१९

न्यायाधीश कोर्टराइट यांनी पोलीस विरुद्ध स्टीफन क्लेअर ही केस पुकारली आणि होमनने परत एकदा साक्षीदाराच्या स्टँडमधली जागा घेतली, तसे न्यायालयात उत्सुकतापूर्ण तणावाचे वातावरण पसरले.

"मी. होमन, आता अगदी एक-दोनच प्रश्न" मॅसनने सांगितले.

"फार छान! शक्य तितक्या थोडक्यात उरकायचा प्रयत्न करशील तर बरं होईल."

"माझ्या प्रश्नांना नि:संदिग्ध उत्तरं दिलीत तर अगदी लवकरच आटोपता येईल. लेफ्टनंट ट्रॅग न्यायालयात हजर आहे असं म्हणता येईल ना?" मॅसनने विचारले.

ट्रॅग आहे का हे पाहण्यासाठी मॅसन वळला. ट्रॅग पायऱ्यांवरून परतला. त्याच्या कपाळावर सूक्ष्म आठ्यांचे जाळे पसरले होते.

"लेफ्टनंट ट्रॅग, माझ्या समजुतीनुसार तुझ्या ताब्यात एक पांढरा स्टार्च केलेला शर्ट असून, त्याच्या मध्यावर लाल रंगाचे काही डाग पडले आहेत. माझा प्रश्न आहे, तो शर्ट तू या साक्षीदाराला दाखवशील का?" मॅसनने विचारले.

"काय, विचार काय आहे तुझा?" हॅनलीने विचारले.

"तुम्हाला आठवतच असेल, साक्षीदाराच्या साक्षीनुसार या केसमधील बचाव पक्षाच्या करंगळीवर लाल रंगाचा एक डाग होता. मी..."

"प्रश्न अगदी उचित आहे" न्यायाधीश कोर्टराइट यांनी निर्वाळा दिला.

"लेफ्टनंट ट्रॅग, असा शर्ट तुमच्या ताब्यात आहे?"

ट्रॅगने मान डोलवली.

"इथे, न्यायालयात?" मॅसनने विचारले.

ट्रॅग काही क्षण थांबला. वकिलाच्या टेबलाजवळ जाऊन त्याच्या खालची काळी हँडबॅग उचलली. त्याने ती बॅग उघडेपर्यंत प्रेक्षकांच्या उत्सुक नजरा तो शर्ट आणि त्यावरचा तो चुगलखोर डाग पाहण्यासाठी त्याच्याकडे लागून राहिल्या. ट्रॅगने तो शर्ट मॅसनकडे सोपवला.

"आभारी आहे मी ट्रॅग. मि. होमन, या शर्टाचे काळजीपूर्वक निरीक्षण करून

तो तुमचा आहे का ते सांगाल?'' मॅसनने विचारले.

''माझा शर्ट?'' होमन चकित झाला.

''हो.''

''अरे बाबा, मी ती गाडी चालवत नव्हतो! मी इथे होतो...''

''पण प्लीज जरा पाहून घ्या मि. होमन आणि नंतर माझ्या प्रश्नाचं उत्तर द्या.''

त्याने तो शर्ट होमनसमोर पसरून ठेवला.

होमनने शर्टाकडे, त्यावरच्या डागाकडे पाहिले. ''काय की, हा कुणाचा शर्ट आहे ते मी कसं सांगणार?'' त्याने चटकन विचारले,

''बोला, बोला मि. होमन. आपण यापेक्षा चांगला शोध घेऊ शकतो. तुमचा लाँड्रीमार्क ठाऊक आहे तुम्हाला?'' मॅसनने विचारले.

''नाही. मला नाही ठाऊक.''

''ठीक आहे. कदाचित मी तुम्हाला मदत करू शकेन. माफ करा. तुम्हाला त्रास देतोय; पण टाय जरा सैल करता का? म्हणजे मला कॉलरची आतली बाजू पाहता येईल?''

होमनने याला मान्यता दिली आणि तो पुढे झुकला. मॅसनने त्यावरचा लाँड्रीमार्क वाचला.'' डब्ल्यू ३६२.''

पसरून ठेवलेल्या शर्टाच्या कॉलरकडे बोट दाखवत मॅसन म्हणाला, ''आता पाहा, या शर्टावर तोच लाँड्रीमार्क आहे.''

होमनने त्या शर्टाचे सूक्ष्म अवलोकन केले. तो हातात घेऊन खाली-वर केला. त्यावरचा लिपस्टिकचा डाग न्याहाळला आणि कडवट आवाजात तणतणू लागला, ''हा कट आहे. आयुष्यात कधी मी या केसमधल्या बचाव पक्षाला पाहिलेले नाही. मी तिला लिफ्ट दिलेली नाही. मी...''

''ते बघता येईल,'' न्यायाधिशांनी हस्तक्षेप केला. ''तुम्ही फक्त प्रश्नांची उत्तरे द्या.''

''प्रश्न असा आहे मि. होमन. हा शर्ट तुमचा आहे की नाही?'' मॅसनने सांगितले.

''मला नाही माहीत.''

''पण हा लाँड्रीमार्क तुमचा आहे?''

''असावा असं दिसतंय, हो.''

''तुम्ही सव्वासोळाचे शर्ट वापरता?''

''हो.''

''या शर्टाविषयी अशी एखादी गोष्ट आहे का, जी हा शर्ट तुमचा नसल्याचं दाखवते?''

"नाही, मला नाही वाटत."

"फारच छान! आता प्रतिवादीला तिच्या पर्समध्ये आढळलेल्या किल्ल्यांविषयी विचारणार आहे मी तुम्हाला. यातली एक किल्ली तुमच्या गाडीच्या इग्निशन स्वीचची आहे का? पाहा," मॅसनने विचारले.

"आणि ही किल्ली कसली आहे, माहीत आहे?"

"नाही, सर."

"अजिबात ओळखीची वाटत नाही?"

"नाही ती... एक मिनिट हं... नाही, क्षणभर वाटलं, ती माझ्या किल्ल्यांमधल्या एका किल्लीसारखी वाटते की काय; पण नाही ती."

"या किल्ल्या तुमच्या नाहीत तर?"

"नाही सर, अजिबात नाही."

"योगायोगाने तुमच्या किल्ल्या खिशात आहेत का?"

"का... आहेत की."

"कृपया त्या दाखवता?"

"मला कळत नाही, त्याचा याच्याशी काय संबंध?"

"साक्षीदार किल्ल्या सादर करेल." न्यायाधिशांनी आज्ञा दिली. होमनने नाखुशीने खिशातून चामडी आवरण असलेला किल्ल्यांचा जुडगा काढला.

"आता या किल्ल्यांची तुलना करून पाहू काही मिळतंय का. अरे, यातल्या दोन तर अगदी एकसारख्या आहेत की! मि. होमन किल्ल्यांच्या जुडग्यातली ही किल्ली कशाची आहे, सांगू शकाल?" मॅसनने विचारले.

"माझ्या नौकेची."

"केबिनमधल्या कुलपाची की काय?"

"हो. तीच."

"आता ही दुसरी किल्ली. हिच्यासारखी दिसणारी किल्ली आहे का तुमच्याकडे?"

"सांगता येत नाही; पण माझ्या सगळ्या किल्ल्या कशा दिसतात ते पक्कं आठवतंय मला."

मॅसनने त्याचा किल्ल्यांचा जुडगा निरखला." नाही. अशी किल्ली नाही दिसत तुमच्याकडे."

होमन जरा सावरून बसला.

"या किल्ल्या तुमच्या आहेत असं नाही वाटत तर तुम्हाला?"

"नाही ना."

"गाडी पार्क केलीत तेव्हा चुकून किल्ल्या गाडीला तर राहिल्या नव्हत्या ना ती चोरीला गेली त्या दिवशी?"

“नाही.”

“खात्री आहे तुम्हाला?”

“हो, आहे.”

मॅसनने की-चेन चाचपली. “ही तिसरी किल्ली- जी तुम्ही ओळखू शकला नाहीत- ती कुठल्या कुलपाची आहे तुम्हाला कल्पना नाही तर?”

“नाही.”

मॅसनने बराच वेळ त्याच्याकडे रोखून पाहिले. “अखेरीस, मि. होमन, ही किल्ली कुठल्या कुलपाची आहे त्याचा शोध पोलीस घेणारच आहेत. त्यातून हे सिद्ध झालं तर ते दुर्दैव ठरेल की...”

“एक मिनिट हं,” होमनने मध्येच तोंड घातले. “काम करत असताना मी फारच विसराळूपणे वागतो. पार्क केली तेव्हा किल्ल्या माझ्या हातून गाडीलाच राहिल्या असतील कदाचित.”

“म्हणजे या किल्ल्या तुमच्या असू शकतात?”

न्यायाधीश कोर्टराइट यांनी कठोरपणे प्रश्न केला, “तुम्हाला स्वत:च्या किल्ल्या ओळखता येत नाहीत असा समज करून द्यायचाय का न्यायालयाला?”

“होय. युवर ऑनर... इतक्या किल्ल्या आहेत ना माझ्याकडे...

मला वाटतं की... कसं आहे, मी नेहमी नोकरांकडे आणि ड्रायव्हरकडे किल्ल्या देतो आणि नंतर त्यांच्याकडून त्या परत घेतो. ग्लोव्ह कंपार्टमेंटमध्ये माझ्याकडून राहिलेल्या जुन्या किल्ल्या असतील त्या; हो, त्याच असल्या पाहिजेत त्या. माझ्याकडून नकळत ग्लोव्ह कंपार्टमेंटमध्ये राहिलेल्या.”

न्यायाधीश कोर्टराइट यांनी बराच वेळ साक्षीदाराकडे तिरस्काराने पाहिले आणि पेरी मॅसनला सांगितले, “वकील महाशय, पुढचे प्रश्न विचारा.”

मॅसन हसला. “संपले माझे प्रश्न.”

“काय!” हॅनली चकित झाला.

“मला पुढे काहीही प्रश्न विचारायचे नाहीत.” मॅसनने जाहीर केले. ट्रॅग आणि हॅनली कुजबुजत्या स्वरात एकमेकांशी बोलले. हॅनली उठून मॅसनजवळ आला आणि हलक्या आवाजात विचारू लागला,

“कसला विचार करतो आहेस? चांगलं खिंडीत पकडलं आहेस की त्याला.”

“हवं असेल तर तुम्ही प्रश्न विचारू शकता त्यांना” मॅसनने सांगितले.

“मी नाही हं. मी नाही या घोड्यावर मांड टाकून टाच मारू शकत.

दुपारपूर्वीच त्याचा स्टुडिओ मला कामावरून डच्चू देईल बघ.” हॅनली म्हणाला.

न्यायाधीश कोर्टराइट यांनी मॅसनला न्याहाळले. “वकिलांनी हे लक्षात घ्यावे की, साक्षीच्या या टप्प्यात न्यायालयाला स्वारस्य वाटू लागले आहे. न्यायालयाच्या मनात

साक्षीदाराविषयी संशय निर्माण होण्याइतपत वस्तुस्थिती नक्कीच पुढे आली आहे; पण अजून फिर्यादीने सादर केलेल्या पुराव्यावर मात करील एवढी ती पुरेशी नाही.''

''माफ करा, युवर ऑनर; पण मला आणखी प्रश्न विचारायचे नाहीत.'' मॅसनने सांगून टाकले.

न्यायाधिशांनी थोडा वेळ वाट पाहिली आणि होमनकडे मोहरा वळवला. ''मि. होमन. बुधवारी, एकोणीस तारखेला तुम्ही ती गाडी चालवत होता?''

''नाही, सर अजिबात नाही.''

''एकोणीस तारखेच्या बुधवारी तुम्ही कुठे होता?''

''एकोणीस तारखेच्या बुधवारी मी बेव्हर्ली हिल्समधल्या माझ्या राहत्या घरी होतो. गाडी दिसेनाशी झाल्यावर मी एका गोष्टीची शहानिशा करून घेतली. माझा धाकटा भाऊ माझ्या नौकेतून मासेमारीसाठी गेला होता; त्यामुळे त्याच्याकडच्या किल्लीने त्याने गाडी चालू केली असेल आणि मला न सांगता ती नेली असेल अशी शक्यता नव्हती; त्यामुळे लगेचच मी बेव्हर्ली हिल्समधल्या सिटी पोलीस स्टेशनला गाडी चोरीला गेल्याची तक्रार नोंदवली. सविस्तर माहिती विचारण्यासाठी पोलिसांच्या एका प्रतिनिधीने मला फोनही केला होता. तुम्ही खरं-खोटं करू शकता.'' होमनने स्पष्टीकरण दिले.

''तो एकोणीसचा बुधवार होता?'' न्यायाधिशांनी विचारले.

''होय, युवर ऑनर.''

''वेळ काय होती?''

''संध्याकाळचे पाच किंवा सहा वाजले असतील.''

''लिपस्टिकचा हा डाग तुमच्या शर्टावर कसा पडला याचे काही स्पष्टीकरण आहे का तुमच्याकडे?''

''नाही, युवर ऑनर.''

न्यायाधिशांनी लेफ्टनंट ट्रॅगकडे पाहिले. ''या पुराव्यावर शंका घेण्यासारखं काही कारण आहे? दुसऱ्या शब्दांत, हा बनाव आहे असं दाखवण्यासारखं काही आहे?'' त्यांनी विचारणा केली.

''मी तसा विचार केलेला नाही.'' लेफ्टनंट ट्रॅगचा आवाज सांगत होता की, तो पार बुचकळ्यात पडला होता. ''पण असं वाटतंय खरं- काहीतरी चुकतंय हे नक्की. अर्थात अपघाताच्या वेळी मि. होमन कुठे होते हे ते दाखवू शकले तर...''

''मी ते दाखवू शकतो.'' होमन शांतपणे म्हणाला.'' मी बेव्हर्ली हिल्समधल्या माझ्या घरात होतो. मघाशी सांगितल्याप्रमाणं गाडी चोरीला गेल्याची नोंद मी केलीच होती. बेव्हर्ली हिल्समधल्या पोलिसांच्या एका प्रतिनिधीबरोबर माझी चर्चा झाली आणि नंतर मी स्टुडिओत गेलो. जाताना बरोबर ज्यावर माझं काम चाललं होतं ते हस्तलिखितही नेलं होतं. तिथं एका विभागप्रमुखाबरोबर बैठक होती माझी.''

"तुमच्या चर्चेला सुरुवात किती वाजता झाली?" न्यायाधिशांनी विचारले.

"नऊच्या सुमारास. जवळपास मध्यरात्रीपर्यंत आमचं बोलणं चालू होतं."

कोर्टराइट आणि ट्रॅग यांची नजरानजर झाली. त्यानंतर ट्रॅग आणि हॅनली हलक्या आवाजात एकमेकांशी संवाद साधू लागले.

मॅसन मधुर आवाजात म्हणाला, "सद्गृहस्थ हो, हे तुमचे प्रश्न होते, माझे नव्हते."

न्यायाधीश कोर्टराइट यांनी आपली नजर मॅसनकडे वळवली. "स्पष्टच सांगायचं तर वकीलमहाशय, आपल्या तपासणीत नेमकं कुठे थांबायचं हे तुम्हाला बरोबर कळतं." त्यांनी खवचटपणे शेरा दिला.

गोंधळलेल्या न्यायाधिशांकडे पाहून मॅसनने प्रसन्न हास्य केले.

"अगदी स्पष्टपणे मी हे केलंय. युवर ऑनर."

हॅनली सावकाश उठून उभा राहिला. "युवर ऑनर, यापैकी काही पुरावा आमच्यासमोर अगदी आकस्मिकपणे आला आहे. साक्षीदाराची तपासणी अधिक पूर्ण व्हावी आणि किल्ल्यांच्या जुडग्यातल्या सगळ्या किल्ल्यांची ओळख पटवण्यासाठी काही प्रयत्न केले जावेत अशी आमची अपेक्षा होती. हा पुरावा गोळा करण्यासाठी पोलीसही मॅसनला संधी देऊ शकतात. कसंही करून या साक्षीदारानेच... खरं तर आम्हीही मॅसनला हर प्रकारे मदत करायला तयार आहोत." बोलायचे थांबून त्याने मॅसनकडे पाहिले; पण मॅसनने आपली नजर दुसरीकडे वळवली. त्याच्या नजरेत किंचितही स्वारस्य, रुची दिसत नव्हती.

हॅनली परत एकदा न्यायाधीश कोर्टराइट यांच्याकडे वळला. "युवर ऑनर, परिस्थिती अतिशय वैशिष्ट्यपूर्ण आहे. जिल्हा वकील कार्यालयाला कुठल्याही पक्षकारावर अन्याय होऊ नये असे वाटते. न्यायालयाला हे चांगलंच माहीत आहे की, या केसनं अतिशय गंभीर आणि काहीसं गुंतागुंतीचं वळण घेतलं आहे. सर्व संबंधितांना न्याय मिळण्यासाठी ही सुनावणी अशीच सुरू राहावी. म्हणजे होमनच्या साक्षीचा काळजीपूर्वक तपास करता येईल असे आम्हाला वाटते."

"म्हणजे मला परत इथे यावं लागणार की काय?" होमनने तावातावाने विचारले. न्यायाधीश कोर्टराइट यांनी त्या संतापलेल्या चित्रपट निर्मात्याला बराच वेळ विचारपूर्वक न्याहाळले आणि शांतपणे सांगितले.

"यावंच लागेल. मंगळवारी सकाळी दहा वाजता न्यायालय ही सुनावणी चालू करेल. दहाच्या ठोक्याला साक्षीदाराला न्यायालयात परत यावं लागेल."

"पण युवर ऑनर, मला सारखं कोर्टापर्यंत ये-जा करता येणार नाही..."

"तुम्ही साक्षीदार आहात." न्यायाधिशांनी सुनावले. "शिवाय मि. होमन, तुमच्या साक्षीत काही गोष्टी अशा आहेत, ज्यांच्या स्पष्टीकरणाने न्यायालयाचे

समाधान झालेले नाही. मंगळवारी सकाळी दहा वाजता ही सुनावणी पुन्हा सुरू होत आहे. जिल्हा वकिलांच्या प्रतिनिधीला विचारायचे आहे, तोपर्यंत बचाव पक्ष जामिनावरच राहील का?''

''या वेळेपर्यंत ती जामिनावरच आहे.''

''हा जामीन वाढवण्यासाठी काही हालचाली?''

''नाही, युवर ऑनर. तसं वाटत नाही. काल संध्याकाळी दुसरा खून झाल्यानंतर बचाव पक्षाला परिपूर्ण आणि संपूर्ण ॲलिबी मिळाली आहे असे दिसते'' हॅनलीने सांगितले.

''ठीक आहे तर मग. न्यायालय दहा मिनिटांची सुट्टी घेईल आणि नंतर पोलीस विरुद्ध सॅम्पसन या केसची सुनावणी होईल.'' न्यायाधिशांनी घोषित केले.

न्यायाधीश कोर्टराइट बेंचपासून दूर जाताच ट्रॅग मॅसनजवळ आला. ''तुझ्या डोक्यात चाललंय तरी काय, मॅसन?'' त्याने विचारले.

''आता कृती करायची वेळ तुझी आहे, ट्रॅग. तू सांगितलं होतंस की, आज सकाळपर्यंतचा वेळ मला देतोयस आणि मी समाधानकारक स्पष्टीकरण दिलं नाही तर होमनची उलटतपासणी झाल्यावर तू मला अटक करणार आहेस. चल, हा मी तुझ्यासमोर उभा आहे ट्रॅग.'' मॅसन म्हणाला.

''मॅसन, काल रात्रीच्या खुनाची माहिती आहे तुझ्याकडे'' ट्रॅग म्हणाला.

मॅसन काहीही न बोलता फक्त हसला.

''तुला ताब्यात घ्यायला माझ्याकडे पुरेसा परिस्थितीजन्य पुरावा आहे- महत्त्वाचा साक्षीदार म्हणून का होईना.''

''तसं कर मग. त्यानंतर आयुष्यभर पश्चात्ताप करत बसशील.'' मॅसन म्हणाला.

''आपल्याला ही केस सोडवायची आहे. काही झालं तरी या केसवर आपण एकत्र काम केलं पाहिजे.'' सुस्कारा टाकत ट्रॅग म्हणाला.

''सतत माझ्यावर ठपका ठेवायचा प्रयत्न केला नसतास तर केलंही असतं एकत्र काम.''

''ठपका आणि तुझ्यावर? अरे बाबा, तू मृतदेहांच्या पातळीवर राहतोस, पीनल कोडमधले अर्धेअधिक कायदे मोडतोस आणि तरीही तुझ्याशी आनंदाने हसत-खेळत वागण्याची अपेक्षा ठेवतोस. बरं, तो शर्ट होमनचा असल्याचं कसं काय कळलं तुला?''

साक्षीदाराच्या स्टँडवरून उतरलेला होमन या गटाच्या जवळपास घुटमळत होता. तो पुढे येऊन म्हणाला, ''सद्गृहस्थ हो, तुमच्या बोलण्यात व्यत्यय आणायचा नाही मला; पण मि. मॅसनना इतकेच सांगायचे आहे की, त्यांचे प्रश्न समर्पक वाटत नाहीत.'' मॅसन किंचित हसला.

“मि. होमन, तुम्हाला त्रास द्यायचा नाही; पण बुधवारी तुम्ही काय करत होता त्या विषयीच्या जबाबांचा तपास करणं फार महत्त्वाचं आहे. कृपया तिथं बसून बुधवारी दुपारी तुमचं कुणाकुणाशी बोलणं झालं त्या प्रत्येक व्यक्तीचं नाव लिहून द्याल का?” ट्रॅगने विचारलं.

“अगदी आनंदानं” होमन तातडीने म्हणाला. “ही केस सोडवण्यासाठी शक्य आहे ते सगळं करीन मी. ती गाडी मी चालवत नव्हतो हे मला माहीत आहे आणि ॲडलर ग्रिली ती चालवत होता यावर माझा विश्वास नाही. माझ्या खासगी गोष्टी ज्या पद्धतीनं चव्हाट्यावर आणल्या जाताहेत त्या पद्धतीला माझा आक्षेप आहे.”

“तुमची परिस्थिती मी चांगलीच ओळखून आहे. तुम्ही आक्षेप घेता. तुम्ही तो नोंदवलाही होता आणि तो अमान्यही झालाय,” खांदे उडवत मॅसन म्हणाला.

होमनने मॅसनकडे रागारागाने रोखून पाहिले आणि तो ट्रॅगने दाखवलेल्या टेबलाच्या दिशेने गेला. त्याने ब्रीफकेसमधले काही कागद ओढून घेतले आणि चश्मा सारखा करत त्यावर खरडू लागला.

न्यायालयाच्या मागच्या बाजूला बसलेली मिसेस ग्रिली त्यांच्या रोखाने आली. “मि. मॅसन, काल रात्री तो शर्ट मी आणला तेव्हा तो माझ्या नवऱ्याचा नाही याची मला जराही कल्पना नव्हती; पण त्या गाडीच्या ड्रायव्हरनं ज्या गोष्टी केल्याचं ते ठामपणे सांगताहेत त्यासाठी ॲडलर दोषी असणार नाही हे मी ओळखून आहे आणि तो शर्ट मि. होमनचा आहे याची मला कल्पना नव्हती हे मी अगदी खात्रीने सांगते. उघड आहे, तुम्हाला काही गोष्टी माहीत आहेत; मला नाहीत. माझा नवरा आणि मि. होमन यांच्यात काही गूढ संबंध असावा असं दिसतंय. तो काय आहे हे सांगता येईल तुम्हाला?” मिसेस ग्रिलीने विचारले.

मॅसनने मान हलवली. “आत्ताच नाही, मिसेस ग्रिली; पण काही तास थांबलात तर पुष्कळ माहिती असेल माझ्याकडे.”

“काल रात्री किती मदत केलीत मला, किती धीर दिलात. मि. मॅसन. त्यामुळे संकटाला तोंड द्यायचं बळ मिळालं.”

“त्याचा मला आनंद आहे. आणखी एक प्रकारे तुम्ही यात मदत करू शकता. तुमच्या पतीचा पत्रव्यवहार पाहत असताना, त्यांचा आणि मिसेस वॉरफिल्डचा संबंध असल्याचं दाखवणारं काही आढळलं तुम्हाला?” मॅसनने विचारलं.

मिसेस ग्रिली विचारात पडली. “घरात काही कागदपत्रंच नाहीत. कदाचित त्याच्या कार्यालयातली सेक्रेटरी सांगू शकेल तुम्हाला.”

“मिसेस ग्रिली, तुम्ही घरीही त्याचा शोध घ्यावा हे बरं होईल.” ट्रॅगकडे वळून त्याने सांगितले. “तुला सांगतो लेफ्टनंट, या संपूर्ण केसमधल्या महत्त्वाच्या दुव्याकडे माझं लक्ष कुणी वेधून घेतलं असेल तर ते डेला स्ट्रीटनं.”

"काय आहे तो दुवा?" ट्रॅगने विचारलं. जॅक्सन स्टर्न त्यांच्या जवळ येऊन उभा राहिला. त्याचा आत्मविश्वास पुरता हरवला होता.

"मिसेस वॉरफिल्ड. त्या रात्री ती हॉटेलबाहेर पडलीच नव्हती. शिवाय ती तिच्या खोलीतही झोपली नव्हती, हे नक्की!"

"काय बोलतोयस तू, मॅसन?" ट्रॅगने विचारले.

मॅसन हसला. "आता मी गेट व्ह्यू हॉटेलला जातोय. तिथे एक खोली घेणार आहे. माझ्या सिद्धान्ताला अनुसरून तिथल्या निरनिराळ्या कर्मचाऱ्यांना सविस्तर प्रश्न विचारायचेत मला. तुझी काही हरकत?"

ट्रॅगचे डोळे आकुंचित झाले. "अगदी या क्षणी तरी काही हरकत नाही, मॅसन. पण त्या पिसाचं सांगेपर्यंत तरी..."

"खरंच, लेफ्टनंट या निर्जीव दुव्यांना फार महत्त्व द्यायचं थांबवलंच पाहिजे आता. उद्देश आणि संधीचं विश्लेषण करून काय घडलं असेल याचं अनुमान काढणं खूप समाधान देणारं आहे. ठीक आहे, भेटू लवकरच." आपली ब्रीफकेस उचलून मॅसन शांतपणे तिथून निघून गेला.

जॅक्सन स्टर्न हळूहळू डोळे मिचकावत पाठमोऱ्या मॅसनकडे पाहत राहिला. मिसेस ग्रिलीही सहजपणे त्याच्याकडे पाहत होती. उपस्थितांमध्ये आपोआप परस्पर सहकार्याचा बंध निर्माण झाला होता. "गाडीतून पळून गेल्याच्या आरोपातून तो ॲडलरला सोडवणाराय आणि दोष मिस क्लेअरच्या माथी मारणाराय." तिने ठामपणे सांगितले.

हॅनलीही आपुलकीनं म्हणाला, "इतका हुशार गुंड कधी पाहिला नाही. हा माणूस फारसा सामाजिक नाही, रूढी पाळणारा नाही की राजसंमत कायदा पाळणाराही नाही. तो न्यायाची कदर करतो; पण कायद्याच्या शब्दाची फिकीर नक्कीच करत नाही."

ट्रॅगने एका गोष्टीकडे सगळ्यांचे लक्ष वेधून घेतले. "काही झालं तरी खुनांचा गुंता सोडवण्यासाठी त्यानं अधिकाऱ्यांपेक्षाही वरचढ काम केलंय; पण... जाऊ दे झालं! त्याच्यासारखा तोच!"

२०

मॅसन गेट व्ह्यू हॉटेलमधल्या त्याच्या खोलीत बसला होता. वेळोवेळी त्याची नजर घड्याळाकडे जात होती. ॲश-ट्रेमधल्या थोटकांचा ढीग वाढत चालला होता.

दुपारच्या सुमारास त्याने कार्यालयात फोन केला. "काही नवी बातमी, डेला?"

"इकडे सगळं शांत आणि सुरळीत आहे."

मॅसनने नि:श्वास टाकला. "ट्रॅगच्या व्यत्ययामुळे माझी छोटीशी योजना उद्ध्वस्त झालेली दिसते. अर्ध्या तासात माझा काही फोन आला नाही तर फोन करून ट्रॅगला इकडे यायला सांग. सांगशील ना?"

"हो हो, सांगते. आणखी काही?"

"नाही, आणखी काही नाही. भेटू लवकरच."

रिसीव्हर जागेवर ठेवून मॅसनने सिल्व्हर केसमधली एक सिगारेट घेतली आणि दारावर टकटक झाली.

"या, आत या." त्याने प्रतिसाद दिला.

दार उघडले आणि मिसेस ग्रिली आत आली.

मॅसन ताडकन उठला. "कोण, मिसेस ग्रिली! तुम्ही इथे याल याची कल्पना नव्हती मला."

"मी तुम्हाला त्रास तर दिला नाही ना, मि. मॅसन? मला काहीतरी सापडलंय!"

मॅसनने मनगटी घड्याळाकडे नजर टाकली. "थोडं थांबता येणार नाही का, मिसेस ग्रिली? मी दुसऱ्या कुणाची तरी वाट बघतोय."

"फक्त एखादं मिनिट लागेल मला."

मॅसन थोडा संकोचला, नंतर चटकन त्याने दार लावले आणि तिच्यासमोर एक खुर्ची ठेवली. "माझ्याकडे आतिथ्य नाही असा समज करून घेऊ नका; पण मी कुणाची तरी वाट पाहतोय. कुठल्याही क्षणी येईल ती."

"मिसेस वॉरफिल्ड?" तिने विचारले.

"तिचा विचार का आला तुमच्या डोक्यात?"

"कारण तुम्ही ज्याविषयी विचारत होता तो पत्रव्यवहार सापडलाय मला."

"कुठाय तो?"

"इथे." तिने आपल्या ब्रीफकेसकडे बोट दाखवले. "आत्ता पाहायचंय ते?"

मॅसनने पुन्हा एकदा घड्याळात पाहिले. क्षणभर थांबून विचारले, "तुम्ही ती पत्रं माझ्याकडेच ठेवून जाल का?"

"हो ठेवते."

"माफ करा; पण प्रत्येक सेकंद महत्त्वाचा आहे. माझा प्रयत्न आहे की..." त्याने दिलगिरी व्यक्त केली.

"मी समजू शकते" ती मध्येच बोलली. "इथे बेडवर ठेवते मी ही पत्रं. मि. मॅसन, मी भयंकर घाबरले आहे. माझा जीव धोक्यात आहे की काय असं वाटू लागलंय मला."

“स्पष्ट सांगायचं तर मलाही तसंच वाटतंय.” मॅसन म्हणाला.

“मि. मॅसन, या पत्रांमध्ये काय होतं. ठाऊक आहे तुम्हाला?”

“तशी कल्पना आहे मला.”

“माझा नवरा कुणाचा बचाव करत होता माहिताय?”

“कदाचित माहीत असावं मला.”

“मला सांगू शकाल?”

“आत्ता न सांगितलेलंच बरं.”

“सगळ्यात वर आहे ना, त्या पहिल्या पत्रात काहीतरी आहे. तुम्ही ते आत्ता वाचावं अशी इच्छा आहे माझी.” तिने सांगितलं.

मॅसन त्या पत्राजवळ गेला. “हेच का?” त्याने विचारले.

“हो. ते...”

मॅसन गर्रकन वळला. त्याने तिचे मनगट आवळले.

तिच्या तोंडून अस्फूट किंकाळी बाहेर पडली. काहीतरी जड वस्तू तिच्या उजव्या हातातून निसटली, बेडच्या काठाला धडकली आणि जमिनीवर आदळली. डाव्या हाताने तिने उशी गच्च पकडली होती. उजव्या हाताने तिने त्याच्या दंडाचा आधार घेतला आणि बोटे स्नायूंमध्ये घुसेपर्यंत पकड वाढवली.

“इथं तुम्ही अगदी सुरक्षित आहात मिसेस ग्रिली; पण पिस्तूल जवळ बाळगलीत आणि त्यातून किंचितही आवाज निघाला, तर तुमची सुरक्षितता धोक्यात येईल.” मॅसनने सांगितले.

“दारापाशी कुणीतरी आहे! मूठ फिरवली कुणीतरी!” चटकन दाराकडे झेपावत मॅसनने ते झटकन उघडले. कॉरिडॉरमध्ये कुणीही नव्हते.

“कुणाचा तरी आवाज ऐकला मी. कुणीतरी अगदी सावकाश, अलगद मूठ फिरवत होतं. दार किंचित उघडलंही होतं.” तिने सांगितलं.

मॅसनच्या कपाळावर आठ्या पसरल्या. “सगळ्याचा सत्यनाश केलात वाटतं तुम्ही.”

“माफ करा मला.”

“तुमच्याइतकीच माझीही चूक आहे यात आणि ते पिस्तूल जवळ बाळगणं हा मूर्खपणा आहे तुमचा. तुमचा जीव धोक्यात आहे; पण पिस्तुलामुळं तुम्ही त्यापासून बचाव करू शकत नाही. तुमच्या पाळतीवर असणारे लोक फार हुशार आहेत. अशा उपायांवर ते सहज मात करू शकतात.”

“हे पाहा, तुम्ही निराश आहात, घाबरलेल्या आहात आणि मन:स्थितीही ठीक नाही तुमची. फॅमिली डॉक्टरकडे जाऊन झोपेचं औषध मागून घ्या. म्हणजे किमान चोवीस तास तरी झोप लागेल. किती वेळ झाला जाग्याच आहात?”

तिच्या ओठांच्या कोपऱ्यात मुरड पडली.

"त्या प्रसंगापासून फार तर तास-दोन तास झोपले असेन..." अचानक बसलेल्या धक्क्याने तिचा चेहरा पांढराफटक पडला होता.

"माझ्या मनातून जातंच नाही ते! शक्यच नाही. विसरताच येत नाही मला! पुढचा नंबर माझा. माझ्यावर नजर ठेवली जातेय. माझ्यावर..."

"मिसेस ग्रिली, तुम्ही आत्ताच्या आत्ता डॉक्टरकडे जावं असं वाटतंय मला. आता फार वेळ काढता येणार नाही तुम्हाला. इथून थेट तुमच्या डॉक्टरांकडे जाल असं वचन द्या मला. जाल ना लगेचच?"

त्याने तिच्या खांद्यावर थोपटल्यासारखं केलं.

अश्रूभरल्या नजरेने तिनं त्याच्याकडे पाहिलं. "मि. मॅसन, तुम्ही खरंच खूप चांगले आहात. इथून थेट डॉक्टरांकडे जाईन मी."

एक खोल श्वास घेऊन तिने हसण्याचा प्रयत्न केला. "माफ करा. माझा स्वतःवरचा ताबा सुटला. गुड बाय" तिने निरोप घेतला.

"गुड बाय!"

मॅसनने दार ओढून लॉक करून घेतले. साधारण तीस मिनिटांनी दारावर पुन्हा टकटक झाली. प्रतिसाद म्हणून मॅसन दबक्या पावलांनी दाराच्या एका बाजूला जाऊन थांबला, चौकटीला चाटून झाडली गेलेली गोळी चुकवता येईल अशा बेताने. "कोण आहे?" त्याने विचारले.

"ट्रॅग."

"तुझा आवाज ओळखीचा वाटत नाही."

"असं काय करतोस? माझा आवाज..." ट्रॅगने विचारले.

मॅसनने दार उघडले. "मला फक्त खात्री करून घ्यायची होती."

"एवढी खबरदारी कशासाठी?"

"खुनी मला भेटायला येण्याची शक्यता आहे."

"म्हणूनच तर मी आलोय. कोण असावं काही कल्पना?"

मॅसन धपकन खुर्चीत बसला अन् त्याने सिगारेट शिलगावली. "मिसेस वॉरफिल्ड या हॉटेलमध्ये आली त्या रात्री ती तिच्या खोलीत राहिलीच नाही."

"त्याची खात्री केली आहे मी. ती ग्रिलीच्या खोलीत गेली. तिथं तिचं सामान आढळलं मला."

"पण मग नंतर ती कुठं गेली?" मॅसनने विचारलं.

"ती तिथंच थांबून राहिली."

"ग्रिलीवर गोळी झाडल्यानंतर?"

"हो. का नाही?"

“गोळीबाराचा आवाज कुणी ऐकला नसावा याची खात्री नसेल तिला.”

“अर्थातच नाही.” ट्रॅगने मान्य केले. “पण तो गोळीबारासारखा आवाज नव्हता. दोघा-तिघांनी तो आवाज ऐकला; पण त्यांना वाटलं, गाडीतून हवा बाहेर पडल्याचा आवाज असेल.”

“पण अर्थातच हे तिला कळण्यास काही मार्ग नाही.”

“काय म्हणायचंय तुला?”

“दुसऱ्या दिवशीच्या सकाळपर्यंत तिनं ते हॉटेल सोडलं नाही.”

“ती त्या खोलीतच राहिली होती.”

“ग्रिलीच्या मृतदेहासह?”

“का नाही?”

“पण बेडवर कुणी झोपल्याच्या खुणा नव्हत्या.”

“मृतदेह असताना तिथं झोपणंच काय पण आडवं होणंही शक्य नाही तिला.”

“आणि मृतदेहासह रात्रभर तिथं बसून राहणंही शक्य नाही तिला. हे मान्य की, ती मनानं खूप खंबीर आहे; पण तरीही बरेच प्रश्न उरतात.”

“काय केलं मग तिनं?” ट्रॅगने विचारलं.

“दुसऱ्या खोलीत तिनं रात्र काढली.”

“कुणाच्या?”

मॅसनने खांदे उडवले. “या केसमध्ये अनेक मुद्दे आहेत जे सिद्ध झालेले नाहीत- अद्याप. पण ट्रॅग, उत्तर काय आहे ते आपल्याला माहीत आहे आणि माझ्या तर्कसंगतीत काही उणं असेल तर ते दाखवून दे ना.”

“ठीक आहे. पुढे बोल.”

“हॉटेलवर काय घडलं आहे याची जाणीव होताच मी ड्रेकला रजिस्टर तपासायला सांगितलं. मिसेस वॉरफिल्डनं रजिस्टरमध्ये नाव नोंदवल्यानंतर अवघ्या पंधरा मिनिटांत दोन सिंगल खोल्या भाड्यानं गेल्या होत्या. पैकी एकाचं वर्णन ड्रायव्हरशी मिळतंजुळतं होतं; त्यामुळे मी दुसरं शोधायचा प्रयत्न केला नाही- आता वाटतंय, शोधायला हवं होतं ते.”

“दुसरं कोण होतं?”

“एक बाई होती. तुला नाही का कळलं?”

“नाही बाबा.”

“मिसेस वॉरफिल्ड त्या रात्री त्या बाईबरोबरच राहिली असणार.”

“पण तिचं सामान तर ग्रिलीच्या खोलीत होतं...”

“नक्कीच. मिसेस वॉरफिल्डनं नाव नोंदवलं आणि ती आपल्या खोलीत गेली. नंतर फोटोप्ले मासिकाच्या काही जुन्या प्रती मिळतात का हे पाहायला ती लॉबीत गेली.

मी तिला होमनचा एक फोटो दाखवला होता. तो तिचा नवरा- स्पिनी तर नाही ना, असं विचारलं होतं मी तिला. ती स्पिनीला शोधत होती- तो खरा कोण आहे हे पाहण्यासाठी. तिला वाटलं, हा स्पिनीचाच फोटो आहे. त्याच्यामार्फत नवऱ्यापर्यंत पोहोचता येईल असा मानस होता तिचा. हवं असलेलं मासिक मिळत नाही म्हटल्यावर ती परत तिच्या खोलीत गेली. कदाचित ग्रिली तिथं तिची वाट पाहात असावा.''

''ग्रिली म्हणजेच स्पिनी असं म्हणायचंय का तुला?''

''बरोबर!''

''मग तिचा नवरा कोण?''

''ग्रिली.''

''ती काय बोलतोयस, ते तरी कळू दे.''

''ग्रिलीनं दिलासा शोधण्यासाठी काल्पनिक स्पिनी तयार केला.''

''बरं, पुढे?'' ट्रॅगने विचारले.

''आता ग्रिली मिसेस वॉरफिल्डला घेऊन खाली त्याच्या खोलीत गेला. साहजिक आहे. बरोबर त्यानं तिचं सामान नेलं. लक्षात घे, तो तिचा नवरा आहे आणि ती त्याच्यासाठी वेडीपिशी झाली आहे.''

''म्हणजे ती लॉबीतून परत खोलीत आली तेव्हा तो तिची वाट पाहात होता असं वाटतं का तुला?''

''नक्कीच! नाही तर किमानपक्षी तिनं वॉश तरी घेतला असता, टॉवेल-साबण वापरला असता. तर आता मिसेस वॉरफिल्ड ग्रिलीच्या खोलीत गेली. त्याने अपराधाची कबुली देऊन तिच्याकडे क्षमायाचना केली आणि इथेच चुकला तो. क्षमेऐवजी त्याला मिळालं काय, तर मस्तकात गोळी. मिसेस वॉरफिल्ड क्षमा करण्याच्या पार पलीकडे गेली होती. ती उदरनिर्वाहासाठी शक्य तितके काबाडकष्ट उपसत होती आणि वाचवलेली पै न पै आपल्या प्रिय व्यक्तीसाठी पाठवत होती. किनारी प्रदेशात येऊन त्याचा शोध घ्यायला पुरेसं गाडीभाडं उरू नये म्हणून तो तिच्या पैशाचं शोषण करत होता असं आढळल्यावर तिनं...''

''ठीक आहे, तिनं त्याला गोळी घातली. पुढे काय?'' ट्रॅगने विचारलं.

''ती परत आपल्या खोलीत येते आणि सुटकेची तयारी करते. नेमकी याच वेळी ती बाई हिला गाठते.''

''कोण होती ती बाई?''

''मिसेस ग्रिली.''

''काय?''

''हो. ती तीच असली पाहिजे.''

''या मिसेस ग्रिलीला काय हवं होतं?''

"मिसेस ग्रिलीच्या मनात संशय होता. तिच्याकडे पुरावा नव्हता- तोपर्यंत. तिला मिसेस वॉरफिल्डकडून जाणून घ्यायचं होतं."

"पुढे काय झालं मग?"

"मिसेस वॉरफिल्डनं सुटका करून घेण्याची नामी संधी साधली. ती गप्पा मारत रात्रभर मिसेस ग्रिलीच्या खोलीत राहिली आणि सकाळी शांतपणे निघून गेली."

"कथानक तर अगदी अप्रतिम आहे!"

"पुराव्याशी मिळतंजुळतं आहे ते. मिसेस ग्रिली जूल्स होमनच्या प्रेमपाशात गुंतली होती. हॉलिवूडमध्ये हे असं फार चालतं. त्यांना ते व्यवस्थित निभावताही येतं. नवरा गुमानं बाजूला होतो. दोघं गुपचूप विभक्त होतात आणि इकडे या दोघांचं लग्न होतं; पण ग्रिली या हॉलिवूडच्या लोकांपैकी नव्हता ना... त्याच्या मनात संशयानं घर केलं. आपलं प्रेम हिरावून घेतल्याबद्दल होमनकडून मोठी नुकसानभरपाई वसूल करायची होती त्याला. हे होमनला परवडणारं नव्हतं, त्याचं व्यावसायिक जीवन धोक्यात आलं असतं."

"ही सगळी माहिती कुठून मिळवलीस?" ट्रॅगने विचारलं.

"बुधवारी ती गाडी होमनच चालवत असला पाहिजे. मंगळवारी रात्री आणि बुधवारी सकाळी त्याच्याच बरोबर होती मिसेस ग्रिली. पुराव्याबरहुकूम सांगायचं तर या एकमेव मार्गानेच पुराव्यांची जुळणी होऊ शकते. मंगळवारी त्यांनी बेव्हर्ली हिल्स सोडलं आणि फ्रेस्नोमागच्या पर्वतराईत असलेलं होमनचं केबिन गाठलं. जुडग्यातली ती तिसरी किल्ली बहुधा त्या केबिनच्या कुलपाची असावी. त्या होमनच्याच किल्ल्या होत्या. वेळ मिळेल तेव्हा मिसेस ग्रिलीबरोबर या मोहिमेवर जाण्यासाठी त्यानं किल्ल्यांचा अधिकचा संच बनवून घेतला होता. कधी नौकेवर जायचं तर कधी डोंगरातल्या या केबिनमध्ये जायचं."

"सगळा छिनालपणा आहे झालं; पण मला उरलेलंही ऐकायचंय." ट्रॅग म्हणाला.

"टॅनरला, त्या ड्रायव्हरला आपला हेर म्हणून वावरण्यासाठी ग्रिलीनं लाच देऊ केली होती. मिसेस वॉरफिल्डला आपल्याला हवं तिथं ठेवता यावं म्हणून सॅनफ्रान्सिस्कोमध्ये ग्रिली स्पिनीचं रूप धारण करायचा. त्याच्या सॅनफ्रान्सिस्कोच्या वाऱ्या सुरू असताना होमन त्याच्या अनुपस्थितीचा फायदा घेतो हे त्याला अर्थातच कळलं होतं. टॅनरनं ग्रिलीला सॅनफ्रान्सिस्कोमध्ये दोनदा फोन केला. पहिल्या वेळी त्यानं सांगितलं की, होमन गाडी घेऊन पसार झाला आहे. दुसऱ्यांदा सांगितलं की, होमन नौकेवर गेला नाही म्हणजे फ्रेस्नोमागच्या केबिनमध्येच असला पाहिजे आणि किमान एकदा तरी ग्रिलीनं टॅनरला होमनच्या घरी फोन केला होता."

“होमनच्या फोनवर त्याचं बिल आलं होतं?” ट्रॅगने विचारलं.

मॅसन हसला. “याला म्हणतात काव्यात्मक न्याय!”

“बरं बरं, पुढे बोल.”

“ते होमनच्या डोंगरातल्या केबिनमध्ये असल्याचं टॅनरला मंगळवारी रात्री उशिरा निश्चितपणे कळलं. ग्रिली विमानानं फ्रेस्नोला गेला, एक गाडी घेतली भाड्यानं; त्यांचा शोध घेतला तेव्हा होमन आणि त्याची बायको तिथे असल्याचं आढळलं. भाड्यानं घेतलेली गाडी त्यांना निघून जाण्यासाठी जागेवरच सोडल्याशिवाय होमनची गाडी चोरणं त्याला शक्य नव्हतं. तेव्हा तो परत माघारी आला. त्यानं ड्रायव्हरसह गाडी भाड्यानं घेतली, महामार्गावर होमनच्या डोंगरातल्या लपायच्या जागेपासून मैलभर अंतरावर गाडीतून उतरला आणि होमनची गाडी घेतली. आता ते प्रेमी जीव त्यांच्या प्रेमकुंजातच अडकून पडले.”

“पण त्यांच्यासमोर जाऊन त्यानं या प्रकरणाचा सोक्षमोक्ष का नाही लावला?” ट्रॅगने विचारलं.

“एक कारण म्हणजे, तो निर्णायक मुकाबल्यासाठी तयार नव्हता आणि दुसरं म्हणजे ते तिथं नव्हतं.”

“आता हे काय नवीनच?”

“मंगळवारी दुपारनंतर ते शहरात परतले होते. हे एवढं एकच उत्तर आहे याचं. ग्रिलीच्या पहिल्या भेटीत त्याला आसपास घुटमळताना पाहिलं असेल त्यांनी. फोनवरून विमान बोलावलं असेल आणि तातडीनं शहर गाठलं असेल. विमानानं किती, दोनशे मैलांपेक्षा कमी अंतर आहे. नक्की माहीत नाही; पण बघ त्या केबिनजवळ विमान उतरायची जागा असणार, पैज लावायला तयार आहे मी.”

“पण ते होमनच्या गाडीतूनच का माघारी फिरले नाहीत? ती तिथेच सोडून विमानानं कशाला यायचं?”

“एक तर वेळेचा अभाव. शिवाय ग्रिलीनं त्यांची गाडी समक्ष पाहिली आहे हे त्यांनी ओळखलं होतं. विमानानं शहर गाठायचं आणि गाडी चोरीला गेल्याची फिर्याद द्यायची हा झाला ॲलिबी स्थापन करण्याचा सर्वोत्तम मार्ग!”

“सोक्षमोक्ष लावायला का तयार नव्हता ग्रिली?”

“मिसेस वॉरफिल्डमुळे! त्याला आधीची एक पत्नी होती. दोन एक लाख डॉलर्ससाठी नुकसानभरपाईचा दावा ठोकायचा आणि एखाद्या चाणाक्ष वकिलानं मिसेस वॉरफिल्डला कोर्टात उभं करायचं. म्हणजे हा आला ना अडचणीत? अशा रितीनं त्यानं ती गाडी चोरली तसं त्याला वाटलं, आपण त्यांना पर्वतराईत निर्जन स्थळी सोडून आलोय. लॉस एंजेलिसला परतल्यावर त्यानं होमनची गाडी सोडून दिली असती आणि घरी गेला असता. त्याची पत्नी घरात हजर नसती. काही वेळानं ती अतिशय भेदरलेल्या

अवस्थेत, काहीबाही बनाव रचत आली असती. म्हणजे मग वेळ येताच त्याला आपलं निर्दोषत्व सिद्ध करता आलं असतं; पण समोर आल्यानुसार, लिफ्ट देणारा तोच होता.''

''त्याला मिसेस वॉरफिल्डला घटस्फोट द्यायचा होता?'' ट्रॅगने विचारलं.

''सुरुवातीला; पण नंतर त्यानं तिला मारायचं ठरवलं.''

''आता इथून पुढं तू स्व-बचाव सिद्ध करायच्या प्रयत्नाला लागशील,'' ट्रॅग फुरफुरला.

''म्हणजे तुझ्या बोलण्याचा असा अर्थ घ्यायचा का, की तिनं त्याला अचूक ठोसा लगावला? मी काही लोकांची मनं वाचत नाही. मी फक्त पुराव्याशी जुळेल असं उत्तर देतोय- तुला त्यातही काही खोडे घालायचे असतील तर घाल बाबा!''

डोकं खाजवत ट्रॅग विचारात पडला. एकाएकी म्हणाला, ''पण मिसेस ग्रिली सॅनफ्रान्सिस्कोमध्ये तिच्या नवऱ्याशी बोलली होती.''

''नाही. ग्रिलीच्या मृत्यूनंतर त्याच्याशी बोलले होते असं तिनं सांगितलंय.''

''पण ती बोलली आहे कुणाशी तरी.''

''निःसंशय. तो तिच्या ॲलिबीचाच एक भाग आहे. एका पे-स्टेशनवरून तिनं एका मित्राला फोन केला आणि दुसऱ्या स्टेशन टू स्टेशन कॉलची व्यवस्था केली. यामुळे ती लॉस एंजेलिसमध्ये होती ही वस्तुस्थिती तिला टेलिफोन कंपनीच्या नोंदीनुसार प्रस्थापित करता आली आणि तिच्या मित्राचं नावही उघड करावं लागलं नाही.''

''ही सगळी माहिती तुझ्याकडं कशी?'' ट्रॅगने विचारलं.

''माहिती अशी नाही; पण पुरावा एकत्र केल्यावर समोर येतं ते हेच.''

ट्रॅगने आपले हात खिशात खोलवर खुपसले आणि तो बुटांच्या टोकाकडे रोखून पाहात उभा राहिला. ''आणखी काही सांगायचं राहिलंय?''

''हे शाबीत करणाऱ्या अनेक छोट्या छोट्या वस्तुस्थिती आहेत. ग्रिलीच्या गुप्तहेरांनी मिसेस वॉरफिल्डवर नजर ठेवलेली होती. ड्रेकमार्फत नोकरी मिळवण्यासाठी ती लॉस एंजेलिसला येणार असल्याचं त्यांनी कळवताच तो तिची वाट बघत बस डेपोजवळच तिष्ठत होता. अर्थात तिच्या नजरेआड राहून'' मॅसनने सांगितलं.

''आणि तुमच्या मागोमाग तो हॉटेलवर आला?''

''हो.''

''आणि त्या मिसेस ग्रिलीचं काय?''

''ती ग्रिलीच्या पाळतीवर असणारच. मिसेस वॉरफिल्डच्या येण्याची बातमी देणारी तारही तिनं कदाचित पाहिली असेल. त्याला आपल्या प्रकरणाची कुणकुण लागली असेल या आशंकेनं ती त्याच्यावर बहिरी ससाण्यासारखी टपून बसली होती, लक्षात ठेव.''

''त्या डागाळलेल्या शर्टाचं काही स्पष्टीकरण?''

मॅसन हसला. ''इथून विनोदी नाट्याला खरी सुरुवात होते. आपला नवरा सॅनफ्रान्सिस्कोमध्ये अडकून पडणार आहे हे कळल्यावर त्याच्यापाठोपाठ रात्री होमनने आणि मिसेस ग्रिलीने त्यांच्या प्रेमकुंडात धाव घेतल्याचं तुला आठवत असेलच. होमन डिनर जॅकेट बदलण्यासाठी थांबला नाही. तसेच आपले काही कपडे त्यानं बॅगेत कोंबले. आता जेव्हा ते त्यांच्या केबिनबाहेर पडत होते तेव्हा त्यांच्या मनात धडकी भरलेली असणारच. डाव्या-उजव्या हातांनी त्यांनी सामान आवरलं असावं. बांधाबांधीच्या या धांदलीत होमनचा कडक शर्ट मिसेस ग्रिलीच्या बॅगेत भरला गेला. मिसेस ग्रिलीला जेव्हा तो शर्ट सापडला, तेव्हा तो लपवायची तर्कसुसंगत जागा म्हणजे तिच्या नवऱ्याची लॉंड्रीबॅग. नंतर विल्हेवाट लावता येईल या इराद्यानं तिने तो शर्ट त्या लॉंड्रीबॅगेत टाकला.''

''तिच्या नवऱ्याच्या मृत्यूनंतर तिला कळून चुकलं की, मी वॉरफिल्डच्या बाजूवरही काम करतोय आणि होमनचीही बारकाईनं चौकशी करतोय. त्यांचं छोटंसं प्रकरण मी समोर आणेन या भीतीनं ती आणि होमन या दोघांनाही धडकी भरली होती. या प्रकरणातून बाहेर पडण्याचा सर्वोत्तम मार्ग म्हणजे स्टीफन क्लेअरची सुटका करणे. असं करण्यामागचा आणखी एक हेतू म्हणजे ग्रिली गाडी चालवत असल्याचे सिद्ध करणे. असा विचार करून ती त्या लॉंड्रीबॅगेजवळ गेली, हाताला लागलेला पहिला कडक शर्ट त्यातून ओरबाडून काढला; लिपस्टिकनं तो रंगवला आणि माझ्या कार्यालयात घेऊन आली. बिच्चारी मुलगी! जीवावर उदार होऊन केलेला हा शेवटचा प्रयत्न होता. या वेळेपर्यंत एक तर तिला भोवळ आली असेल किंवा होमनच्या शर्टाची आठवण आली असेल.''

''तू इथं का आला आहेस, मॅसन?'' ट्रॅगने विचारले.

''ग्रिलीनंतर लगेचच नोंदणी केलेल्या बाईची ओळख पटविण्यासाठी.''

''पण हे तर तुला आधीपासूनच माहीत असल्याचं स्पष्ट झालंय.''

''ती आपली माझी अटकळ होती.''

''मिसेस वॉरफिल्ड कुठे आहे याची काही कल्पना?''

''होमनच्या नौकेवर असावी ती. आठवतंय का? होमनच्या भावाला, होरेसला ती नौका घेऊन कुठंसं जायचं होतं; पण जूल्सनं एकाएकी त्याला नकार दिला.''

ट्रॅगने विचारपूर्वक त्याचे निरीक्षण केले. ''त्या बेडवर काय पडलंय?''

''मिसेस ग्रिलीनं आणलेली काही कागदपत्रं आहेत- तिचा नवरा आणि मिसेस वॉरफिल्ड यांच्यातला पत्रव्यवहार. त्याच्या मृत्यूनंतर सापडली ती तिला.''

''बरं मला वाटतं... अरे ए, हे काय आहे?''

जमिनीवर पडलेल्या पिस्तुलावर ट्रॅगची नजर स्थिरावली होती.

''मिसेस ग्रिलीनं टाकलंय ते तिथं.''

"टाकलंय?"

"हो. ती मनोरुग्ण आहे. कुणीतरी आपल्याला मारायला टपलंय या भ्रमात आहे ती सध्या. ती डॉक्टरकडे जाईल आणि झोपेचं औषध घेईल असं वचन घेतलंय मी तिच्याकडून."

ट्रॅगने पिस्तूल उचलून घेतलं. "छोट्या कॅलीबरचं स्वयंचलित पिस्तूल."

"हं. तिच्या पर्समध्ये व्यवस्थित बसतं ते. हवंय का तुला?"

क्षणभर न्याहाळून, ट्रॅगने ते पिस्तूल आपल्या खिशात टाकले.

"मॅसन, मी तुझं अभिनंदन करतो."

"मी काहीच केलं नाही, फक्त पुरावा एकत्र केलाय." मॅसन म्हणाला.

"एवढं पुरेसं आहे, नाही का? हा विजय आहे तुझा."

"मला तसलं काही नकोय, ट्रॅग. सगळं श्रेय तुझंच आहे. निष्काळजी मनुष्यवधाच्या आरोपातून स्टीफन क्लेअरची सुटका झाली म्हणजे मला पावलं."

ट्रॅगचा चेहरा उजळून निघाला. "अरे हे तर सूर्यप्रकाशाइतकं स्वच्छ आहे."

"मी पडलो नवशिका. तू कसा, व्यावसायिक. तू खुन्याला अटक कर. मी माझ्या अशिलाला सोडवतो." मॅसन म्हणाला.

ट्रॅग टेलिफोनकडे वळला. "मुख्यालयाला फोन करतो आणि..."

"एक मिनिट, ट्रॅग."

"आता काय झालं?"

"गडबड करायचं काही कारण नाही."

"नाही कशी! आता तर मिसेस वॉरफिल्डवर संशय घेण्याजोगं काहीतरी हाताला लागलंय- कदाचित ती होमनच्या नौकेवर असेल-"

मॅसनने त्याला थांबवलं. "दोन बाजू आहेत, ज्यांचा मला तपास करायचाय. इथं या हॉटेलमध्येच काहीतरी घडेल. उजेडात येईल असा अंदाज आहे माझा. चल, जरा ड्रिंक घेऊ आणि पुराव्याचा काळजीपूर्वक तपास करू."

ट्रॅगचे डोळे आकुंचित झाले. "तुझा विचार तरी काय आहे, मॅसन?"

"काहीही नाही; फक्त फोन लावण्यापूर्वी..."

ट्रॅग एकाएकी टेलिफोनकडे झेपावला. "मुख्यालयाला जोडून द्या. हो, पोलीस मुख्यालयाला. ताबडतोब."

"असं करू नकोस, ट्रॅग." मॅसनने सांगितले.

फोनच्या वरच्या बाजूने ट्रॅगने मॅसनकडे पाहिले. "काय समजतोस काय तू स्वत:ला! मला पार मोडीतच काढायला निघालास अगदी! फोन करण्यापासून परावृत्त करायला लागलास तेव्हाच वास आला मला. अगदी आत्ता... हॅलो मुख्यालय. ट्रॅग बोलतोय. मिसेस ॲडलर ग्रिलीसाठी सापळा लावा. आपल्याकडे

वर्णन आणि फोटो आहे तिचा... हो. फर्स्ट डिग्री मर्डर... तिचा नवरा आणि अर्नेस्ट टॅनर. गेट व्ह्यू हॉटेलच्या परिसरातल्या सगळ्या औषधाच्या दुकानांत चौकशी करा. तिच्या वर्णनाची स्त्री विष खरेदी करण्याच्या प्रयत्नात होती का याची विचारणा करा. लगेच कामाला लागा. नंतर सविस्तर फोन करतो.''

ट्रॅगने रिसीव्हर जागेवर ठेवला. ''इतका गोडीगुलाबीनं वागला नसतास, तर कदाचित मला मूर्ख बनवू शकला असतास. तुला माहिताय, मुख्यालयाला फोन करून मी मिसेस वॉरफिल्डची चौकशी करायला सांगितलं तर ते सयुक्तिक उत्तर ठरेल. वृत्तपत्राचे वार्ताहर माझा शेरलॉक होम्स करतील आणि उद्या सकाळी मिसेस ग्रिलीचा मृतदेह आणि तिचा कबुलीजबाब मिळाल्यावर शहरभर माझं हसू होईल. तू तिला आत्महत्या करायला सुचवल्याचं गृहीत धरतो मी.''

मॅसनने सुस्कारा सोडला. ''मी तिला फक्त डॉक्टरांना भेटायला सांगितलं होतं, ट्रॅग.''

२१

बाहेरच्या कार्यालयाच्या दारातून डेला स्ट्रीट आत आली. मॅसन आपल्या फिरत्या खुर्चीत रेलून, डेस्कच्या कोपऱ्यात पसरलेल्या पायांची घडी घालून चिंतातूर मुद्रेने बुटांच्या टोकाकडे ध्यान लावून बसला होता.

''काय झालं, डेला?''

एकदम उत्तर न देता ती डेस्कजवळ गेली आणि सहानुभूतीने तिने मॅसनच्या खांद्यावर हात ठेवला. ''आत्ताच लेफ्टनंट ट्रॅगचा फोन आला होता, चीफ.''

मॅसनने तिच्या चेहऱ्यावर धावता कटाक्ष टाकला. तिच्या चेहऱ्यावरचे भाव हेरले आणि नजर काढून घेतली.

''त्यांनी तिला शोधून काढलंय.''

''कुठून?'' मॅसनने विचारले.

''जिथं शोधायचा कुणी प्रयत्नही केला नसता अशा ठिकाणाहून.''

''गेट व्ह्यू हॉटेल?'' त्याने विचारले.

डेलाचे डोळे विस्फारले. ''तुम्हाला कसे कळले?''

''माझ्या अंदाजानुसार तिनं जेव्हा त्या हॉटेलमध्ये खोली घेतली तेव्हापासून ती सोडलीच नाही. आपल्याकडे कुणाचं लक्ष वेधलं जाऊ नये अशी तिची इच्छा होती; त्यामुळे नाव नोंदवतानाच तिनं आठवडाभराचं भाडं भरलं असण्याची दाट शक्यता आहे.''

“मग त्याच वेळी तिनं त्याला मारायचं ठरवलं असेल.”

मॅसनने मान हलवली.

“का?”

“तिच्या प्रिय व्यक्तीची ख्याती जपण्यासाठी.”

“होमन?”

“हो. तोच.”

“आणि तुमची कल्पना होती की, ट्रॅगला याचा सुगावा लागू नये जोपर्यंत तिला तशी संधी मिळत नाही... किती भले आहात तुम्ही.”

“ती खूप संवेदनशील आहे, डेला. एक स्त्री आहे ती. तिनं प्रेम केलंय होमनवर; वेडेपणानं, भान हरपून. तिनं जे केलं ते होमनचं नाव जपण्यासाठी आणि मग हा टॅनर तिला ब्लॅकमेलिंग करू लागला. टॅनरनं आपल्याला ओळखलंय हे जसं तिला कळलं तेव्हा नवऱ्याचं तोंड जसं बंद केलं तसंच तिला टॅनरचंही करावं लागलं आणि यातला दुःखद भाग असा की, तिनं थोडीशी कळ काढली असती तर तिला हे करण्याची आवश्यकताच पडली नसती. तिच्या नवऱ्याच्या खोलीत जाण्यापूर्वी मिसेस वॉरफिल्डशी ती बोलली असती तरी पुरेसं ठरलं असतं.” सुस्कारा टाकत मॅसन म्हणाला, “घड्याळ्याचे काटे उलटे फिरवता येत नाहीत ना...”

“चीफ, नेमकं काय घडलं?”

“याचा सगळ्यात मोठा भाग तोच होता ज्याचा आराखडा मी ट्रॅगला दिला.” मॅसन सांगू लागला. त्याच्या आवाजाला त्रासिकपणाची झालर होती. “पण एक-दोन महत्त्वाचे फेरफार होते त्यात. तिचा नवरा एका गुप्तहेर एजन्सीमार्फत मिसेस वॉरफिल्डवर नजर ठेवून आहे याची खबर तिला लागली होती. तेव्हा तिला वाटलं असावं, तिचा नवरा होमनविरुद्ध प्रेम हिरावून घेतल्याबद्दल दावा करायच्या विचारात असेल तर मिसेस वॉरफिल्ड त्यातली एक साक्षीदार आहे.

“तिच्या नवऱ्यापाठोपाठ ती हॉटेलवर गेली. अर्थातच, ती आधी मिसेस वॉरफिल्डच्या खोलीत नाही गेली. ती त्याच्या खोलीत गेली - आणि त्याचा जीव घेतला. पुढं काय घडलं असावं याचा आपण अंदाज बांधू शकतो; पण पुराव्याचा विचार करता त्याला फारसा अर्थ नाही. ग्रिलीचा खून झाला तेव्हा मिसेस वॉरफिल्डनं स्पिनीला लिहिलेली काही पत्रं कदाचित त्याच्या खिशात असावीत. ग्रिलीच्या खुनाचा ठपका मिसेस वॉरफिल्डवर ठेवायला उत्कृष्ट संधी चालून आली आहे हे कळायला तिला फार वेळ लागला नसेल. ती मिसेस वॉरफिल्डच्या खोलीत जाते, तिला घेऊन खाली आपल्या खोलीत येते आणि तिचे कान भरवून देते. आपला नवरा दोषी ठरण्याच्या आशंकेनं मिसेस वॉरफिल्ड कायद्याला घाबरून असते. ड्रेक आणि माझ्याविषयी तिच्या मनात अगोदरपासूनच संशय असतो. तेव्हा आम्हा

दोघांना सापडू नये यासाठी आमच्या हातावर तुरी देऊन पसार होण्यासाठी तिचं मन वळवणं सोपं होतं. वृत्तपत्रं नजरेस पडणार नाहीत अशा ठिकाणी मिसेस ग्रिलीला तिला ठेवावंच लागलं. याचं उत्तर आहे होमनची नौका.''

''आणि मिसेस वॉरफिल्डचं सामान?''

''मिसेस ग्रिलीनं ते ग्रिलीच्या खोलीत ठेवलं. अर्थात त्यासाठी ती ते गुप्तपणे हॉटेलबाहेर काढत असल्याचं तिला कदाचित मिसेस वॉरफिल्डला सांगावं लागलं असेल.''

बराच वेळ शांतता पसरली. चेहऱ्यावर प्रश्नचिन्ह उमटलेल्या डेलानं या शांततेचा भंग केला. ग्रिली घरी गेला तेव्हा त्यानं डिनर जॅकेट घातलं नव्हतं.

''नक्कीच घातलं होतं; पण बायको जागी होण्यापूर्वी त्यानं कपडे बदलले होते.''

''मिसेस ग्रिलीनं हे जे काही करून ठेवलंय त्यातलं होमनला कितपत माहीत आहे?''

मॅसननं मान हलवली. ''काय की! ते ट्रॅग बघून घेईल; पण माझ्या अंदाजानुसार त्याला काहीही माहीत नाही.''

''मिसेस वॉरफिल्डला त्याच्या नौकेवर ठेवलं असल्याचंही?''

''नाही. मला नाही वाटत त्याला ते माहीत असेल. मिसेस ग्रिलीनं त्याला इतकंच सांगितलं असेल, एका साक्षीदाराला अज्ञातवासात ठेवण्यासाठी काही दिवसांसाठी एकाला ती नौका हवी आहे. कसंही असलं तरी ती ट्रॅगची डोकेदुखी आहे. मला त्याची फिकीर करायचं कारण नाही. काय हे डेला! एका स्त्रीला मी मृत्यूच्या दाढेत ढकललंय. यावर मला आता जास्त काही बोलायचं नाही.''

डेला स्ट्रीटनं ॲश-ट्रे उचलला, रिकामा केला आणि परत वकिलाच्या डेस्कवर ठेवला.

''तुमच्या त्या गोऱ्यापान सुंदरीचं काय, चीफ?''

''ती निर्दोष आहे.''

''नक्कीच. मला म्हणायचंय की-''

''हो, माझं बोलणं झालं की, तिचे काका भेटतील मला.''

''काका!'' डेलानं तिरस्कारानं नाक उडवलं. ''तिच्या प्रेमजीवनाचं म्हणतेय मी!''

''अच्छा- तो घरचा रोमिओ- पण मला तरी तरुण होमनची शक्यता जास्त वाटते. तसा वाईट मुलगा नाही तो. मला तरी सगळी चिन्हं-''

टेलिफोन वाजला. डेला स्ट्रीटनं रिसीव्हर कानाला लावला. ''हॅलो?... एक मिनिट होल्ड करा हं.'' ती मॅसनजवळ आली. ''ट्रॅग आहे.'' मॅसनने रिसीव्हर उचलला.

"हॅलो पेरी, खास तुझे आभार मानण्यासाठी फोन केलाय. त्या वार्ताहरांच्या मते मीही गुप्तहेर आहे.''

"छान झालं की!''

"पहिल्यांदा तुला कधी कळलं, मॅसन?'' ट्रॅगने विचारले.

"बरंच लवकर कळायला पाहिजे होतं मला ते. जेव्हा ते पांढरं पीस तुला माझ्या कॉरिडॉरमध्ये सापडलं; ट्रॅग, तेव्हा काय घडलंय ते चटकन माझ्या लक्षात आलं. शर्टाबद्दल सांगायला मिसेस ग्रिलीनं फोन केला तेव्हा ती घरून बोलत नव्हती. ॲडिरोडॅक हॉटेलमधून किंवा जवळपासच्या ठिकाणावरून फोन करत होती; पण सांगितलं मात्र घरी आहे. म्हणजे तिची ॲलिबी तयार झाली ना!''

"म्हणजे तेव्हा तिनं खून केलेलाच होता?''

"हो. टॅनरनं अगदी न्यायालय सोडल्यापासून ती त्याच्या पाळतीवर होती. तोपर्यंत तिची विचारशक्ती हरवून गेली होती. तिनं होमनला आणि स्वतःला वाचवायचा प्रयत्न केला होता आणि तेच शेवटपर्यंत न्यायचं होतं; टॅनर आपल्याला वरचढ ठरतोय हे जाणवलं होतं तिला. लक्षात घे, फोन केला तेव्हा तिनं सांगितलं होतं, लगेच निघता येणार नाही; म्हणजे तिला झटकन घरी जाऊन शर्ट आणि सूट घेता आला. ते पीस सापडताच हे तुला कळायला पाहिजे होतं, ट्रॅग.''

"म्हणजे तिथं ते पीस टाकणारी तीच होती?''

"नाही तर काय?''

"तुझ्याकडून ते पडलं नाही हे कसं कळलं तुला?''

मॅसनने दात विचकले. "तुझ्या अधिकृत अधिकारात मला कसलीही कबुली द्यायची नाही, ट्रॅग. पण ॲडिरोडॅक हॉटेलच्या त्या खोलीतून बाहेर पडून टॅक्सीतून कार्यालय गाठण्यापूर्वी मी बुटांची काळजीपूर्वक तपासणी न करण्याचा अक्षम्य हलगर्जीपणा केला असेल असं तुला वाटू तरी कसं शकतं? सुटी पिसं ओल्या बुटांना चिकटतात हे सामान्य वकुबाच्या माणसांनाही कळतं. आता तरी नीट काळजी घे?''

ट्रॅगला काही उत्तर देण्याची किंवा प्रश्न विचारायची संधी न देता मॅसननं रिसीव्हर अलगद हुकवर ठेवून दिला.

◆

www.ingramcontent.com/pod-product-compliance
Lightning Source LLC
LaVergne TN
LVHW092351220825
819400LV00031B/323